திருக்குறள்

நடைமுறை உரை

இராம.குருநாதன்

டிஸ்கவரி பப்ளிகேஷன்ஸ்

எண்: 9, பிளாட் எண்: 1080A, ரோஹிணி பிளாட்ஸ்

முனுசாமி சாலை, கே.கே.நகர் மேற்கு,

சென்னை – 600 078. பேச: 99404 46650

திருக்குறள்
(நடைமுறை உரை ; செம்மைப் பதிப்பு)

உரை: இராம.குருநாதன்©

First Edition: Dec - 2017
Second: 2021, 3rd 2024, 4th 2025

வெளியீட்டு எண்: 0001
Pages: 288
ISBN: 978-93-86555-21-2

Rs. 120

Publisher • Sales Rights

Discovery Publications	**Discovery Book Palace (P) Ltd**
No. 9, Plot,1080A, Rohini Flats, Munusamy Salai, K.K.Nagar West, Chennai - 600 078. Mobile: +91 99404 46650	No. 1055B, Munusamy Salai, K.K.Nagar West, Chennai-600 078. Mobile: +91 87545 07070

discoverybookpalace@gmail.com
WWW.DISCOVERYBOOKPALACE.COM

இந்த நூலில் பிரசுரமாகியுள்ள எந்த ஒரு பகுதியையும் பதிப்பாளரின் எழுத்துபூர்வமான முன்அனுமதி பெறாமல் எடுத்தாள்வதோ, மறுபிரசுரம் செய்வதோ, மொழியாக்கம் செய்வதோ, அச்சு மற்றும் மின்னணு ஊடகங்களில் மறுபதிப்புச் செய்வதோ, காப்புரிமைச் சட்டப்படி தடை செய்யப்பட்டுள்ளது. இந்த நூலிலிருந்து குறிப்பிட்டப் பகுதிகளை மேற்கோள்காட்டி புத்தக விமர்சனம் செய்ய, ஊடகங்களுக்கு மட்டும் அனுமதி உண்டு.

உங்கள் மொபைல் போனிலிருந்து ஸ்கேன் செய்து 'டிஸ்கவரி புக் பேலஸ்' மொபைல் ஆப்பை டவுன்லோடு செய்து, புத்தகங்களை வாங்குங்கள்.

அணிந்துரை

உலகப் பொதுமறை திருக்குறள், அஃது ஒரு கற்பகமலர்க் குவியல், எத்தனை ஆண்டுகளானாலும் நின்று அலர்ந்து தேன்பிலிற்றுவது. அதற்கு முற்காலத்தில் உரை கண்டவர் பதின்மர் என்பர். அவ்வுரைகளுள் பரிமேலழகர், மணக்குடவர் ஆகிய இருவர் உரையும் பெரிதும் போற்றப்படுகின்றன. காளிங்கர் உரையும் சில சிறப்புகளையுடையது. இக்காலத்தில் பலர் உரை எழுதியவண்ணம் உள்ளனர். இப்படி உரை பல்கிப் பெருகக் காரணம், திருக்குறள் அவரவர் அறிவுத்திறத்திற்கேற்பப் புதுப்புதுப் பொருள்களையும் நயங்களையும் நல்குவதே ஆகும்.

முனைவர் இராம.குருநாதன், சென்னை-பச்சையப்பன் கல்லூரியில் பல்லாண்டுகள் பேராசிரியராய்ப் பணிபுரிந்தவர். எட்டுத்தொகை, பத்துப்பாட்டு முதலான செவ்வியல் இலக்கியங்களை முதுகலை மாணவர்களுக்குப் பாடம் நடத்திய பயிற்சியும் பட்டறிவும் மிக்கவர். பழைய இலக்கியங்களோடு இக்கால இலக்கியங்களிலும் ஈடுபாடு நிறைந்தவர். புதினம், கவிதை ஆகிய துறைகளில் நூல்கள் தந்தவர். ஜப்பான் நாட்டுக் கவிதைகளைத் தமிழில் தந்த சிறப்பும் இவருக்கு உண்டு. ஆங்கில இலக்கியத்திலும் தேர்ச்சி மிக்கவர். கீட்ஸின் கவிதைகளைத் தமிழில் மொழியாக்கம் செய்தவர். இத்தகைய சிறப்புக்குரியவர் திருக்குறளுக்கு ஓர் எளிய தமிழ் உரை எழுதியுள்ளார்.

முனைவர் மு.வ. திருக்குறளுக்குத் தெளிவுரை கண்டார். முனைவர் இரா.சாரங்கபாணி இயல்புரை தீட்டினார். அப்போக்கினையொட்டி, முனைவர் இராம. குருநாதன் நடைமுறை உரை வரைந்துள்ளார். இவ்வுரையின் தனிச்சிறப்பு குறளின் கருத்துகளை எளிய சொற்களால் சொல்லிச் செல்வதாகும்.

நடைமுறை உரை என்னும் பெயருக்கேற்ப,

சொல்லுதல் யார்க்கும் எளிய அரியவாம்
சொல்லிய வண்ணம் செயல். (664)

என்னும் குறளுக்கு இவரது உரை வருமாறு: "இதனை இப்படிச் செய்தால் என்று சொல்லி வாயளப்பது மிக எளிது; ஆனால் சொல்லிய வண்ணம் செய்து முடிப்பது அரியது". இதில் வாயளப்பது என்பது வெளிப்படை. இவ்விடத்தில் சொல்லுதல் என்பதன் பொருள் வாயளத்தல் என்பதாகும்.

நடைமுறைத் தமிழ் எளிய சொற்களைக் கொண்டது; அரிய வழக்குகள் அற்றது; எவருக்கும் புரியும்படி அமைவது.

புல்லிக் கிடந்தேன் புடைபெயர்ந்தேன் அவ்வளவில்
அள்ளிக்கொள் வற்றே பசப்பு. (1187)

"காதலரை அள்ளி அணைத்துப் பின் தழுவிக்கிடந்தேன்; சற்றே தள்ளிப்படுத்தேன். அவ்வளவுதான். அந்தக் கணமே மேனியை அள்ளிக்கொண்டது பசப்பு" என்கிறார். இந்தக் குறளின் உரையில், 'புடைபெயர்ந்தேன்' என்பதன் பொருளை அப்படியே சிந்தாமல் சிதறாமல் நூறு விழுக்காடு காட்டும் பேச்சு வழக்காக 'தள்ளிப்படுத்தேன்' என்று அமைந்துள்ளது. 'வற்று' (வல்லது) என்னும் சொல் பசப்பின் வலிமையைக் காட்டுவது. அதன் பொருளை உரையில் பயிலும், 'அவ்வளவுதான்' என்னும் சொல்லும் 'அந்தக்கணமே' என்பதில் உள்ள ஏகாரமும் காட்டுவனவாய் அமைந்துள்ளன.

இப்படி இவ்வுரை எளிமைக் கோலத்தில் இனிமை தந்து நெஞ்சைக் கவர்வதாய் அமைந்துள்ளது. இம்முயற்சி பாராட்டுக்குரியது. இதனைத் தமிழன்பர்களும் இலக்கிய ஆர்வலர்களும் ஏற்றுப் போற்றுவார்கள் என்பது என் நம்பிக்கை. முனைவர் இராம.குருநாதன் அவர்களின் இந்த முயற்சிக்கு என் உளமார்ந்த பாராட்டுகளும் வாழ்த்துகளும்.

சென்னை – 101 **அன்பன்**
15.12.2017 **தெ. ஞானசுந்தரம்**

முன்னுரை

என் நண்பரும் 'டிஸ்கவரி பப்ளிகேஷன்ஸ்' உரிமையாளருமான திரு. மு.வேடியப்பன் அவர்கள், திருக்குறளுக்கு ஓர் எளிய உரை எழுதித் தருமாறு வேண்டுகோள் விடுத்தார். அதன்படி திருக்குறள் நடைமுறை உரை உருவாயிற்று.

திருக்குறள், கம்பராமாயணம். சைவம், வைணவம் ஆகியவற்றில் கற்றுத் துறைபோகிய மூத்த தமிழறிஞரும், பச்சையப்பன் கல்லூரி மேனாள் தமிழ்ப்பேராசிரியருமான முனைவர் தெ.ஞானசுந்தரம் அவர்கள் இந்நூலுக்கு அழகியதோர் அணிந்துரை நல்கியுள்ளார். அவருக்கு நன்றி பெரிதுடையேன்.

திருக்குறள் தெளிவும், வானியல் அறிவும் கொண்ட நந்தனம் அரசுக் கல்லூரி தமிழ்ப்பேராசிரியர் முனைவர் க.பலராமன் அவர்கள் இந்நூலைப் படித்தும் மெய்ப்புத் திருத்தியும் உதவி புரிந்துள்ளார். அவருக்குப் பெரிதும் நன்றியுடையேன்.

இந்நூலை அழகிய வடிவில் வெளிக் கொணர்ந்திருக்கும் திரு. மு.வேடியப்பன் அவர்களுக்கும் நன்றி.

– இராம.குருநாதன்

உள்ளே... பக்கம்

அறத்துப்பால் 8

பாயிரம்	-	குறள் 1 முதல் 40 வரை
இல்லறவியல்	-	குறள் 41 முதல் 240 வரை
துறவறவியல்	-	குறள் 241 முதல் 370 வரை
ஊழியல்	-	குறள் 371 முதல் 380 வரை

பொருட்பால் 86

அரசியல்	-	குறள் 381 முதல் 630 வரை
அமைச்சியல்	-	குறள் 631 முதல் 780 வரை
நட்பியல்	-	குறள் 781 முதல் 950 வரை
குடியியல்	-	குறள் 951 முதல் 1080 வரை

இன்பத்துப்பால் 228

களவியல்	-	குறள் 1081 முதல் 1150 வரை
கற்பியல்	-	குறள் 1151 முதல் 1330 வரை

குறள் முதற்குறிப்பு அகராதி 280

அறத்துப்பால் (1–38)

பாயிரம்
1. கடவுள் வாழ்த்து..................
2. வான் சிறப்பு......................
3. நீத்தார் பெருமை..................
4. அறன் வலியுறுத்தல்..............

இல்லறவியல்
5. இல்வாழ்க்கை......................
6. வாழ்க்கைத் துணைநலம்........
7. மக்கட்பேறு.........................
8. அன்புடைமை......................
9. விருந்தோம்பல்...................
10. இனியவை கூறல்................
11. செய்ந்நன்றி அறிதல்.............
12. நடுவுநிலைமை...................
13. அடக்கம் உடைமை...............
14. ஒழுக்கம் உடைமை..............
15. பிறன் இல் விழையாமை........
16. பொறை உடைமை................
17. அழுக்காறாமை...................
18. வெஃகாமை.......................
19. புறங்கூறாமை.....................
20. பயனில சொல்லாமை............
21. தீவினை அச்சம்..................
22. ஒப்புரவு அறிதல்.................
23. ஈகை................................
24. புகழ்................................

துறவறவியல்
25. அருள் உடைமை..................
26. புலால் மறுத்தல்..................
27. தவம்................................
28. கூடா ஒழுக்கம்...................
29. கள்ளாமை........................
30. வாய்மை..........................
31. வெகுளாமை.....................
32. இன்னா செய்யாமை............
33. கொல்லாமை.....................
34. நிலையாமை......................
35. துறவு..............................
36. மெய் உணர்தல்...................
37. அவா அறுத்தல்..................

ஊழியல்
38. ஊழ்................................

அறத்துப்பால்

1. கடவுள் வாழ்த்து

1. அகர முதல எழுத்தெல்லாம் ஆதி
பகவன் முதற்றே உலகு.

> உயிர் எழுத்துகளின் இயக்கம், அகர ஒலியினைத் தொடக்கமாகக் கொண்டது, உலகத்தின் இயக்கம், ஒளிக்கடவுளைத் தொடக்கமாகக் கொண்டது.

2. கற்றதனால் ஆய பயனென்கொல் வாலறிவன்
நற்றாள் தொழாஅர் எனின்.

> தூய அறிவினன் திருவடிகளை வணங்காமல்; ஒருவன் படிப்பறிவினால் பெறும் பயன் என்னவாக இருக்கமுடியும்?

3. மலர்மிசை ஏகினான் மாணடி சேர்ந்தார்
நிலமிசை நீடுவாழ் வார்.

> உள்ளத் தாமரையில் வீற்றிருக்கும் இறைவன் திருவடியை எப்போதும் நினைப்போர் நிலைத்த புகழ் வாழ்வு பெறுவர்.

4. வேண்டுதல் வேண்டாமை இலானடி சேர்ந்தார்க்கு
யாண்டும் இடும்பை இல.

> விருப்பு, வெறுப்பு இரண்டையும் ஒன்றெனக் கருதும் இறைவனைச் சார்ந்திருப்பவருக்கு என்றும் துன்பம் இல்லை.

5. இருள்சேர் இருவினையும் சேரா இறைவன்
பொருள்சேர் புகழ்புரிந்தார் மாட்டு.

> இறைமையின் புகழினைப் போற்றுவோர்க்கு அறியாமையால் வரும் வினைகள் வந்தடையா.

இறைமையின் இயல்பு

6 பொறிவாயில் ஐந்தவித்தான் பொய்தீர் ஒழுக்க
நெறிநின்றார் நீடுவாழ் வார்.

ஐம்புலனையும் அடக்கும் நெறியறிந்தவனின் ஒழுக்கத்தைப் பின்பற்றினால் நீண்ட காலம் வாழலாம்.

7 தனக்குவமை இல்லாதான் தாள்சேர்ந்தார்க்கு அல்லால்
மனக்கவலை மாற்றல் அரிது.

தனக்கு உவமை அற்றவனின் திருவடிகளை நினைப்பவர்க்கு அல்லாமல் பிறர்க்கு மனக் கவலை தீர்வது கடினம்.

8 அறவாழி அந்தணன் தாள்சேர்ந்தார்க் கல்லால்
பிறவாழி நீந்தல் அரிது.

அறக்கடலான இறைவனின் திருவடியைச் சேர்ந்தவர்களுக்கு அல்லாமல், பிற நெறிகளை மற்றவர்கள் கடந்துசெல்லுதல் என்பது அரிது.

9 கோளில் பொறியின் குணமிலவே எண்குணத்தான்
தாளை வணங்காத் தலை.

புலன்கள் இருந்தும், எளிய பண்புகள் நிறைந்த இறைவனின் திருவடியை வழிபடாத தலைகளால் யாதொரு பயனுமில்லை.

10 பிறவிப் பெருங்கடல் நீந்துவர் நீந்தார்
இறைவன் அடிசேரா தார்.

இறைவன் திருவடியைப் பற்றிக் கரையேற நினைப்போர்க்கே, பிறவிக் கடலை நீந்திக் கரை யேறுவது எளிது. மற்றவர்க்கு அரிது.

2. வான்சிறப்பு

11. வானின்று உலகம் வழங்கி வருதலால்
தான்அமிழ்தம் என்றுணரற் பாற்று.

> உலக உயிர்களுக்கு வாழ்வாதாரம் வான்மழை; எனவே, அதனை அமிழ்தமென உணர வேண்டும்.

12. துப்பார்க்குத் துப்பாய துப்பாக்கித் துப்பார்க்குத்
துப்பாய தூஉம் மழை.

> உண்பவர்க்கு நல்ல உண்பொருள்களைத் தருவதோடு, தானும் உணவாகி உயிர்களைத் தழைக்கச் செய்வது மழை.

13. விண்இன்று பொய்ப்பின் விரிநீர் வியனுலகத்து
உள்நின்று உடற்றும் பசி.

> பருவகாலத்தில் பெய்ய வேண்டிய மழை பெய்யாது போனால், உலக உயிர்களைப் பசி வருத்தும்.

14. ஏரின் உழாஅர் உழவர் புயல்என்னும்
வாரி வளங்குன்றிக் கால்.

> மழையே அற்றுப்போனால், ஏர்பிடித்து உழும் உழவர்களுக்கும் கூட வேலை இல்லை.

15. கெடுப்பதூஉம் கெட்டார்க்குச் சார்வாய்மற்று ஆங்கே
எடுப்பதூஉம் எல்லாம் மழை.

> மழை பெய்யாவிடில் உயிர்களை அது வாட்டி வதைக்கும்; உலக உயிர்களை வாழ வைப்பதும் அதுவே.

16 **விசும்பின் துளிவீழின் அல்லால்மற்று ஆங்கே**
பசும்புல் தலைகாண்பு அரிது.

வானிலிருந்து துளியும் பெய்யாமல் போனால், மண்ணில் ஒரு பசும்புல்லின் நுனியைக் கூடக் காண இயலாது.

17 **நெடுங்கடலும் தன்நீர்மை குன்றும் தடிந்துஎழிலி**
தான்நல்காது ஆகி விடின்.

மேகம் திரண்டு மழை பொழியாவிட்டால், கடலும் நீர்வளம் குன்றிவிடும்.

18 **சிறப்பொடு பூசனை செல்லாது வானம்**
வறக்குமேல் வானோர்க்கும் ஈண்டு.

மழை பெய்யாது வறண்டுவிட்டால், வானோர்க்குச் செய்யப்படும் சிறப்புப் பூசைகளும் நின்றுபோகும்.

19 **தானம் தவமிரண்டும் தங்கா வியனுலகம்**
வானம் வழங்காது எனின்.

வானம் மழை வழங்காது போனால் மண்ணுலகில் தானமும் தவமும் நிகழ வழியில்லாமல் போகும்.

20 **நீர்இன்று அமையாது உலகெனின் யார்யார்க்கும்**
வான்இன்று அமையாது ஒழுக்கு.

நீரில்லாமல் உலகம் இல்லை. மழையில்லாவிடின் மனிதரிடத்து ஒழுக்கம் என்பதும் இல்லை.

3 நீத்தார் பெருமை

21 **ஒழுக்கத்து நீத்தார் பெருமை விழுப்பத்து**
வேண்டும் பனுவல் துணிவு.

உலகப்பற்றைத் துறந்தவர்களின் பெருமை மேலானது என்பது சிறந்த நூல்களின் முடிபாகும்.

22 **துறந்தார் பெருமை துணைக்கூறின் வையத்து**
இறந்தாரை எண்ணிக்கொண் டற்று.

உலகப்பற்றைத் துறந்தவர்களின் பெருமையை எண்ணிச்சொல்வது என்பது, உலகில் இதுவரை இறந்தவர்களின் எண்ணிக்கையைக் கணக்கிடுவது போன்றது.

23 **இருமை வகைதெரிந்து ஈண்டுஅறம் பூண்டார்**
பெருமை பிறங்கிற்று உலகு.

இன்ப துன்பங்களை ஆய்ந்துணர்ந்த தெளிந்த அறவோர்களின் பெருமையே உயர்ந்த பெருமை.

24 **உரனென்னும் தோட்டியான் ஓரைந்தும் காப்பான்**
வரனென்னும் வைப்பிற்கோர் வித்து.

உள்ளத்துறுதி என்னும் அங்குசம் கொண்டு, ஐம்பொறிகளை அடக்கவல்லவன் மேலான வீடுபேறுக்கு விதையாக ஆவான்.

25 **ஐந்தவித்தான் ஆற்றல் அகல்விசும்பு ளார்கோமான்**
இந்திரனே சாலுங் கரி.

ஐம்புலனையும் அடக்கிய வலிமையை அறிதற்குரிய சாட்சியாக விளங்குபவன் இந்திரனே ஆவான்.

நிறைவாழ்வு வாழ்ந்தோர் பெருமை

26 செயற்கரிய செய்வார் பெரியர் சிறியர்
செயற்கரிய செய்கலா தார்.

> பெரியோர், பிறர் செய்வதற்கு அரிதானவற்றையே செய்வர்; சிறியோர் செய்வதற்கு அரிதானவற்றைச் செய்ய இயலாதவராவர்.

27 சுவைஒளி ஊறுஓசை நாற்றமென ஐந்தின்
வகைதெரிவான் கட்டே உலகு.

> சுவை, ஒளி, தொடுதல், ஓசை, நாற்றம் ஆகிய ஐந்தின் இயல்புகளை நன்கு பகுத்தறிந்து தெளிந்தவரின் உணர்வில் இவ்வுலகம் அடங்கியுள்ளது.

28 நிறைமொழி மாந்தர் பெருமை நிலத்து
மறைமொழி காட்டி விடும்.

> அருள்வாக்குக் கூறும் அருளாளர் பெருமையை அவர்களின் மறைமொழியாகிய உள்ளுணர்வே காட்டிவிடும்.

29 குணமென்னும் குன்றேறி நின்றார் வெகுளி
கணமேயும் காத்தல் அரிது.

> குணத்திற்கு மலையாக இருக்கும் துறவியர் கோபமுற்றால், அதனைப் பிறர் ஒரு கணமேனும் காத்தல் அரிது.

30 அந்தணர் என்போர் அறவோர்மற் றெவ்வுயிர்க்கும்
செந்தண்மை பூண்டொழுக லான்.

> எவ்வுயிரைக் காணுகின்றபோதும் அருள்சுரக்கும் அறநெஞ்சினரை அந்தணர் என்றே அழைக்கலாம்.

4. அறன் வலியுறுத்தல்

31． சிறப்புஈனும் செல்வமும் ஈனும் அறத்தினூஉங்கு
ஆக்கம் எவனோ உயிர்க்கு.

> அறம், சிறப்பினையும், செல்வத்தையும் தருவது; அதனைக் காட்டிலும் நன்மை தருவது உலகில் வேறு இல்லை.

32． அறத்தினூஉங்கு ஆக்கமும் இல்லை அதனை
மறத்தலின் ஊங்குஇல்லை கேடு.

> அறத்தைப் போல நன்மை தருவது வேறொன்றும் இல்லை; அதனை மறந்தால், கேடு தருவது வேறொன்றும் இல்லை.

33． ஒல்லும் வகையான் அறவினை ஓவாதே
செல்லும்வாய் எல்லாஞ் செயல்.

> தன்னளவில் முடிந்தபோதெல்லாம் இடைவிடாது தொடர்ந்து அறச்செய்கையை மேற்கொள்க.

34． மனத்துக்கண் மாசிலன் ஆதல் அனைத்துஅறன்
ஆகுல நீர பிற.

> மனத்தால் தூய்மை உடையவனாய் இருப்பதே அறத்திற்கும் அகத்திற்கும் அழகு; பிறவெல்லாம் புறத்திற்காகச் செய்யப்படும் பகட்டு ஆரவாரமே.

35． அழுக்காறு அவாவெகுளி இன்னாச்சொல் நான்கும்
இழுக்கா இயன்றது அறம்.

> அறத்திற்கான இலக்கணம் பொறாமை, ஆசை, சினம், கடுஞ்சொல் ஆகியவற்றைத் தவிர்த்தலே.

நற்செயலினை வலியுறுத்தல்

36 அன்றறிவாம் என்னாது அறஞ்செய்க மற்றது
பொன்றுங்கால் பொன்றாத் துணை.

> வயதான பிறகு அறச்செய்கையில் ஈடுபடலாம் என்று எண்ணாது, இன்றே அறஞ்செய்க; அது வாழ்நாளுக்கு அப்பாலும் துணைநிற்கும்.

37 அறத்தாறு இதுவென வேண்டா சிவிகை
பொறுத்தானோடு ஊர்ந்தான் இடை.

> பல்லக்கில் அமர்ந்திருப்பவனையும், அதனைச் சுமப்பவனையும் கண்டுவிட்டு, அறத்தின் பயன் இதுதான் என்று எண்ணிவிடாதே.

38 வீழ்நாள் படாஅமை நன்றாற்றின் அஃதொருவன்
வாழ்நாள் வழியடைக்கும் கல்.

> ஒருநாளையும் வீணாக்காமல் நல்லறத்தை ஒருவன் மேற்கொள்வானானால், அவனது மறுபிறப்பைத் தடுக்கும் கல் அதுவாகும்.

39 அறத்தான் வருவதே இன்பம் மற்றெல்லாம்
புறத்த புகழும் இல.

> அறவழியில் வருவதொன்றே இன்பம் தரும்; பிற வழிகளில் வருவதெல்லாம் துன்பம் தரும்; புகழும் வந்தமையாது.

40 செயற்பால தோரும் அறனே ஒருவற்கு
உயற்பால தோரும் பழி.

> ஒருவன் ஆக்கத்தால் செய்யக்கூடியது அறனே; புறக்கணிக்கத்தக்கது பழியே.

5 இல்வாழ்க்கை

41 **இல்வாழ்வான் என்பான் இயல்புடைய மூவர்க்கும்**
நல்லாற்றின் நின்ற துணை.

இல்வாழ்க்கையில் ஒழுகுபவன் பெற்றோர், அறச்சான்றோர், உறவினர் ஆகிய மூவருக்கும் உற்ற துணையாவான்.

42 **துறந்தார்க்கும் துவ்வா தவர்க்கும் இறந்தார்க்கும்**
இல்வாழ்வான் என்பான் துணை.

துறவியருக்கும், ஏழையருக்கும், ஆதரவு அற்றவர்க்கும் இல்லறத்தான் துணையாவான்.

43 **தென்புலத்தார் தெய்வம் விருந்தொக்கல் தான்என்றாங்கு**
ஐம்புலத்தாறு ஓம்பல் தலை.

அமரரானோர், குலதெய்வம், விருந்தினர், சுற்றத்தினர், தன்குடும்பம் என ஐவரையும் போற்றித் அவர்க்குத் தவறாது கடமைபுரிவதே தலையாய அறம்.

44 **பழியஞ்சிப் பாத்தூண் உடைத்தாயின் வாழ்க்கை**
வழியெஞ்சல் எஞ்ஞான்றும் இல்.

பழிக்கு அஞ்சிப் பகுத் துண்ணும் வாழ்க்கையை மேற்கொள்பவனின் வாழ்க்கை வளம் பெறும்.

45 **அன்பும் அறனும் உடைத்தாயின் இல்வாழ்க்கை**
பண்பும் பயனும் அது.

குடும்பத்தில் அன்பையும் அறத்தையும் போற்றி வாழ்ந்தால், வாழ்வின் நற்பண்பும் நற்பயனும் ஓங்கும்.

குடும்ப வாழ்வு

46 அறத்தாற்றின் இல்வாழ்க்கை ஆற்றின் புறத்தாற்றிற்
போஒய்ப் பெறுவது எவன்.

வாழ்வில் அறநெறியை மேற்கொள்வதைக் காட்டிலும் மேலான ஒன்று இல்லை என்பதறிந்தும் துறவு நெறியை மேற்கொள்வதால் என்ன பயன்?

47 இயல்பினான் இல்வாழ்க்கை வாழ்பவன் என்பான்
முயல்வாருள் எல்லாம் தலை.

குடும்பவாழ்க்கையை நல்ல பண்புகளோடு ஒருவன் வாழக் கற்றால், முயற்சியால் முன்னேற முனைபவர்களுக்கு அவனே தலையாயவன்.

48 ஆற்றின் ஒழுக்கி அறனிழுக்கா இல்வாழ்க்கை
நோற்பாரின் நோன்மை உடைத்து.

அறநெறியில் பிறரை ஊக்கித் தானும் நெறி மாறாது இல்லறம் நடத்துபவன், தவமியற்றுவோரைக் காட்டிலும் ஆற்றலுடையவனாவான்.

49 அறன்எனப் பட்டதே இல்வாழ்க்கை அஃதும்
பிறன்பழிப்பது இல்லாயின் நன்று.

அறமாவது இல்லறநெறிப்படி வாழ்வதே; அதுவும் பிறர்த் தூற்றுவதற்கு இடமளிக்காது அமைந்தால் அவ்வாழ்க்கை மிகவும் போற்றத்தகுந்தது.

50 வையத்துள் வாழ்வாங்கு வாழ்பவன் வானுறையும்
தெய்வத்துள் வைக்கப் படும்.

விதிமுறை மாறாமல் இல்லற வாழ்க்கையை மேற்கொள்பவன் தெய்வ நிலைக்கு உயர்த்தப் படுவான்.

6 வாழ்க்கைத் துணைநலம்

51 **மனைத்தக்க மாண்புடையள் ஆகித்தற் கொண்டான்**
வளத்தக்காள் வாழ்க்கைத் துணை.

மனையறப் பண்புகளை விடாது காத்துக் கணவனின் வருவாய்க்குத் தக்கவாறு வாழ்பவள் சிறந்த வாழ்க்கைத் துணையாவாள்.

52 **மனைமாட்சி இல்லாள்கண் இல்லாயின் வாழ்க்கை**
எனைமாட்சித் தாயினும் இல்.

இல்லறப்பண்புகள் மனைவியிடத்து இல்லாது போனால், மற்றச் சிறப்புகள் இருந்தும் ஒரு பயனு மில்லை.

53 **இல்லதென் இல்லவள் மாண்பானால் உள்ளதென்**
இல்லவள் மாணாக் கடை?

நற்பண்புள்ள மனைவியைக் கொண்ட கணவனுக்கு வாழ்க்கையில் இல்லாதது எதுவுமில்லை? அவளிடம் நற்பண்புகள் இல்லையெனில் வாழ்க்கையில் எது இருந்தும் என்ன?

54 **பெண்ணின் பெருந்தக்க யாவுள கற்பென்னும்**
திண்மைஉண் டாகப் பெறின்.

தன் கற்பினில் வழுவாதிருந்தால், பெண்ணுக்குப் பெருமை தருவது வேறு எதுவும் இருக்க முடியாது.

55 **தெய்வம் தொழாஅள் கொழுநன் தொழுதெழுவாள்**
பெய்யெனப் பெய்யும் மழை.

தெய்வத்தை வணங்காது கணவனையே வழிபடும் மனைவி, 'மழை பெய்' என்றால் மழை பெய்யும்..

வாழ்க்கைத் துணைவியின் பெருமை

56 **தற்காத்துத் தற்கொண்டாற் பேணித் தகைசான்ற**
சொற்காத்துச் சோர்விலாள் பெண்.

மனத்திண்மையோடு தன்னையும் கணவனையும் பாதுகாத்துப் பிழைபடாத சொல் காத்துச் சோர் வில்லாமல் இருப்பவளே பெண்ணாவாள்.

57 **சிறைகாக்கும் காப்புஎவன் செய்யும் மகளிர்**
நிறைகாக்கும் காப்பே தலை.

பெண்கள் தம்மைத் தாமே காத்துக்கொள்ளுதல் தற்காப்பாகும். அவர்களைக் கட்டுப்படுத்தும் காவலால் என்ன பயன்?

58 **பெற்றாற் பெறின்பெறுவர் பெண்டிர் பெருஞ்சிறப்புப்**
புத்தேளிர் வாழும் உலகு.

நல்ல பண்புடைய கணவர்களைப் பெற்ற மகளிர், தம் கடமையில் தவறாதிருப்பின், தேவர் உலகிலும் மேன்மையான சிறப்பினைப் பெறுவர்.

59 **புகழ்புரிந்த இல்இலோர்க்கு இல்லை இகழ்வார்முன்**
ஏறுபோல் பீடு நடை.

நற்பண்பும், புகழும் கொண்ட மனைவி அமையாது போனால், கணவனை இகழ்ந்து பேசுவோரிடத்துக் காளை போன்ற பெருமித நடை இராது.

60 **மங்கலம் என்ப மனைமாட்சி மற்றுஅதன்**
நன்கலம் நன்மக்கட் பேறு.

நல்ல பண்புகள் கொண்டிருப்பது மனை வாழ்க்கைக்குப் பெருமை; அதற்கு அணிகலனாய் ஒளிர்வது நன்மக்களைப் பெற்றிருப்பதே.

7. மக்கட் பேறு

61. பெறுமவற்றுள் யாமறிவது இல்லை அறிவறிந்த
மக்கட்பேறு அல்ல பிற.

> அறிவுடன் கூடிய நல்ல மக்களை ஒருவன் பெற்றிருப்பதே, யாம் அறிந்த பேறுகளில் தலையாய பேறு. அதைத் தவிர வேறு எவையும் பேறு ஆக மாட்டா.

62. எழுபிறப்பும் தீயவை தீண்டா பழிபிறங்காப்
பண்புடை மக்கட் பெறின்.

> பிறரின் பழிச்சொல்லுக்கு இடமளிக்காத பண்புடைய மக்களை ஒருவர் பெற்றால், வருகின்ற பிறவிகளில் தீமைகள் அவர்களை அணுக வழியில்லை.

63. தம்பொருள் என்பதம் மக்கள் அவர்பொருள்
தம்தம் வினையான் வரும்.

> பெற்றோர்க்குச் செல்வம் பிள்ளைகள்; அப்பிள்ளைகளுக்கான செல்வம் அவரவர் செய்த நற்செயல்களால் வரும்.

64. அமிழ்தினும் ஆற்ற இனிதேதம் மக்கள்
சிறுகை அளாவிய கூழ்.

> தம் குழந்தைகள் பிஞ்சுவிரல்களால் துழாவிய உணவு, பெற்றோர்க்கு அமிழ்தத்தைக் காட்டிலும் இனிமையாகும்.

65. மக்கள்மெய் தீண்டல் உடற்கின்பம் மற்றுஅவர்
சொற்கேட்டல் இன்பம் செவிக்கு.

> பெற்றோரைக் குழந்தை அணைக்கையில் அது உடல்சார்ந்த உயிர்ப்புக்கு இன்பம்;. அதன் மழலை மொழியோ செவிகளுக்கு இன்பம்.

குழந்தைச் செல்வம்

66 குழல்இனிது யாழ்இனிது என்பதம் மக்கள்
மழலைச்சொல் கேளா தவர்.

குழந்தை பேசும் மழலைச்சொற்களைக்கேட்டு மகிழ்ச்சி அடையாதவரே, குழலிசையும், யாழிசையும் மகிழ்ச்சி தரும் எனப் புகழ்வர்.

67 தந்தை மகற்குஆற்றும் நன்றி அவையத்து
முந்தி இருப்பச் செயல்.

தந்தை மகனுக்குச் செய்யும் கடமையாவது, சான்றோர் அவையில் கல்வி கேள்விகளால் முந்தியிருக்கும்படி அவனை உருவாக்குதலே.

68 தம்மின்தம் மக்கள் அறிவுடைமை மாநிலத்து
மன்னுயிர்க் கெல்லாம் இனிது.

தம்மைக் காட்டிலும் தம் மக்களின் அறிவுடைமை தமக்கு மட்டுமன்றி உலக மக்களுக்கெல்லாம் இனியதாகும்.

69 ஈன்ற பொழுதின் பெரிதுவக்கும் தன்மகனைச்
சான்றோன் எனக்கேட்ட தாய்.

தன் மகன் சான்றோன் எனப் பிறர் புகழ்ந்துரைப்பதைக் கேட்ட தாய், அவனைப் பெற்ற பொழுது அடைந்த மகிழ்ச்சியினும் பெருமகிழ்ச்சி கொள்வாள்.

70 மகன்தந்தைக்கு ஆற்றும் உதவி இவன்தந்தை
என்நோற்றான் கொல்எனும் சொல்.

'இவன் தந்தை இவனைப் பெறுதற்கு என்ன தவம் செய்தானோ,' எனப் பிறர் வாய்ச்சொல் கேட்டலே, மகன் தந்தைக்குச் செய்யும் கைம்மாறாகும்.

8 அன்புடைமை

71 **அன்பிற்கும் உண்டோ அடைக்குந்தாழ் ஆர்வலர்**
புன்கண்ணீர் பூசல் தரும்.

அன்பை அடைத்து வைக்கும் தாழ்ப்பாளும் உண்டோ? அன்பின் ஆழத்தைக் கண்ணீரே வெளிக் காட்டிவிடும்.

72 **அன்பிலார் எல்லாம் தமக்குரியர் அன்புடையார்**
என்பும் உரியர் பிறர்க்கு.

அன்பு இல்லாதவர் எல்லாப் பொருளையும் தமதாக்கிக் கொள்வர்; அன்பை நெருக்கமாக்கிக் கொண்டவர் பிறர்க்குத் தம்மையே தந்துவிடுவர்.

73 **அன்போடு இயைந்த வழக்கென்ப ஆருயிர்க்கு**
என்போடு இயைந்த தொடர்பு.

அன்போடு பொருந்திய வாழ்க்கை, பிறரோடு ஒத்துப் பழகுதற்கே; அதற்காகவே இந்த உடம்பும் உயிரும் ஒட்டியிருக்கிறது என்பர்.

74 **அன்புஈனும் ஆர்வம் உடைமை அதுஈனும்**
நண்பென்னும் நாடாச் சிறப்பு.

பிறரோடு பழகும் பக்குவத்தை ஆர்வமாய் வளர்ப்பது அன்பு; அந்த ஆர்வம் நல்ல நட்பினை உண்டாக்கும் சிறப்பைத் தரும்.

75 **அன்புற்று அமர்ந்த வழக்கென்ப வையகத்து**
இன்புற்றார் எய்தும் சிறப்பு.

உலகில் மேலான இன்பத்தைப் பெற்றவரின் சிறப்பு, பிறரிடம் அன்பு கொண்டு வாழ்வின் பயன் துய்த்தோரே என்பர்.

அன்பினராய் வாழ்தல்

76 அறத்திற்கே அன்புசார் பென்ப அறியார்
மறத்திற்கும் அஃதே துணை.

> அறத்திற்கு மட்டுமல்லாமல் மன உறுதி கொண்ட துணிவான செயல்களுக்கும் அன்பே துணையாகும்

77 என்பி லதனை வெயில்போலக் காயுமே
அன்பி லதனை அறம்.

> எலும்பற்ற உயிர்களை வெயிலானது வருத்தும்; அதுபோல, அன்பில்லாத இதயத்தை இயற்கையறம் வருத்தும்.

78 அன்பகத் தில்லா உயிர்வாழ்க்கை வன்பாற்கண்
வற்றல் மரந்தளிர்த் தற்று.

> மனத்தில் சிறிதும் அன்பில்லாதவர்களின் வாழ்க்கை, பாலைநிலத்தில் காய்ந்து உலர்ந்த பட்டமரம் தளிர்த்தது போன்றதாகும்.

79 புறத்துறுப் பெல்லாம் எவன்செய்யும் யாக்கை
அகத்துறுப்பு அன்பி லவர்க்கு.

> அகத்தில் அன்பில்லாதவர்கள், உடம்பின் புறத்து உறுப்புகளால் எத்தகைய உதவியைச் செய்துவிட முடியும்?

80 அன்பின் வழியது உயிர்நிலை அஃதிலார்க்கு
என்புதோல் போர்த்த உடம்பு.

> அன்பின் வழியில் அமைவதே உயிருள்ள உடம்பாகும்; அன்பு சிறிதும் இல்லாதவர்கள் வெறும் நடைப்பிணம்.

9 விருந்தோம்பல்

81
இருந்தோம்பி இல்வாழ்வ தெல்லாம் விருந்தோம்பி
வேளாண்மை செய்தற் பொருட்டு.

> இல்வாழ்க்கைப்பயனை அனுபவித்தல் என்பது, விருந்தினர்க்கு வேண்டும்வழி விருந்தோம்பி வாழ்வதேயாம்.

82
விருந்து புறத்ததாத் தானுண்டல் சாவா
மருந்தெனினும் வேண்டற்பாற் றன்று.

> விருந்தினர் வெளியே இருக்கச் சாவாமை தவிர்க்கும் அமிழ்தமே கிடைப்பினும் அதனைத் தனித்துத் தான்மட்டும் உண்ணுதல் விரும்பத்தக்கதன்று.

83
வருவிருந்து வைகலும் ஓம்புவான் வாழ்க்கை
பருவந்து பாழ்படுதல் இன்று.

> விருந்தினரை நாளும் பேணி உணவளித்தால், அவனது குடும்பம் வறுமைத் துன்பத்தில் சிக்கித் தவிக்காது.

84
அகனமர்ந்து செய்யாள் உறையும் முகனமர்ந்து
நல்விருந்து ஓம்புவான் இல்.

> முகத்தில் மலர்ச்சியோடு விருந்தினரைப் பேணி அவர்களுக்கு வேண்டுவன நல்குபவன் வீட்டில் திருமகள் தங்குவாள்.

85
வித்தும் இடல்வேண்டும் கொல்லோ விருந்தோம்பி
மிச்சில் மிசைவான் புலம்.

> விருந்தினருக்கு உணவளித்தபின், எஞ்சியிருப்பதை உண்பவன் நிலத்தில், விருந்தோம்பலுக்கு ஆதாரமான விதையை விதைக்கவும் வேண்டுமோ?

உபசரித்தலின் சிறப்பு

86. செல்விருந்து ஓம்பி வருவிருந்து பார்த்திருப்பான்
நல்விருந்து வானத் தவர்க்கு.

வந்த விருந்தினரைப் பேணி. இனி வருகின்ற விருந்தினரை எதிர்நோக்கி யிருக்கும் பண்புடையவன், உயர்ந்தோர் பார்வையில் இனிய விருந்தினன் ஆவான்.

87. இனைத்துணைத் தென்பதொன் றில்லை விருந்தின்
துணைத்துணை வேள்விப் பயன்.

விருந்தோம்பலாகிய வேள்விப்பயன் இன்ன அளவினது என்று சொல்ல முடியாது; அது விருந்தினரின் தகுதிக்கு ஏற்ற அளவினது ஆகும்.

88. பரிந்தோம்பிப் பற்றற்றேம் என்பர் விருந்தோம்பி
வேள்வி தலைப்படா தார்.

விருந்தாகிய வேள்வியில் ஈடுபாடின்றியிருப்போரே, பொருளை இழந்து விட்டுப் பற்று அற்றவர் என்று சொல்லிக்கொள்வர்.

89. உடைமையுள் இன்மை விருந்தோம்பல் ஓம்பா
மடமை மடவார்கண் உண்டு.

வளத்தோடு இருக்கும்போது வறுமை என்பது, விருந்தோம்பலைப் போற்றாமையே, அது மடமை யாளர்களிடமே காணப்படும்.

90. மோப்பக் குழையும் அனிச்சம் முகந்திரிந்து
நோக்கக் குழையும் விருந்து.

முகர்ந்த மாத்திரத்தில் வாடுவது அனிச்ச மலர்; முகம்திரிந்து பார்த்த மாத்திரத்திலேயே வாடுவது விருந்தினர் உள்ளம்.

அறத்துப்பால் ▪ திருக்குறள் ▪ 27

10. இனியவை கூறல்

91
இன்சொலால் ஈரம் அளைஇப் படிறுஇலவாம்
செம்பொருள் கண்டார்வாய்ச் சொல்.

> செம்மைப் பண்புடையாரின் வாய்(மை)ச் சொற்கள், இனியதாய், அன்பில் கனிந்ததாய், வஞ்சகம் சிறிதும் இல்லாததாய் இருக்கும்.

92
அகன்அமர்ந்து ஈதலின் நன்றே முகனமர்ந்து
இன்சொலன் ஆகப் பெறின்.

> மனமகிழ்ச்சியோடு ஒருவன் கொடுக்கும் பொருளைக் காட்டிலும், முக மலர்ச்சியோடு இனிதாகச் சொல்லும் இன்சொல் மிக இனியது.

93
முகத்தான் அமர்ந்துஇனிது நோக்கி அகத்தானாம்
இன்சொ லினதே அறம்.

> உள்ளத்தில் வெளிப்படும் இனிய குறிப்பும், கனிந்த பார்வையும் கொண்டு ஒருவன் முகமலர்ச்சியோடு பேசும் சொற்கள் அறத்தின் அடையாளமாகும்.

94
துன்புறூஉம் துவ்வாமை இல்லாகும் யார்மாட்டும்
இன்புறூஉம் இன்சொ லவர்க்கு.

> எவரிடத்தும் இனிய சொற்களைப் பேசுபவனைத் துன்பம் வருத்துவதில்லை.

95
பணிவுடையன் இன்சொலன் ஆதல் ஒருவற்கு
அணியல்ல மற்றுப் பிற.

> பிறரிடம் காட்டும் பணிவும், இனிய சொற்களுமே உள்ளத்திற்குப் பொலிவு தரும் அணிகலன்கள்; புறத்தே அணிவன அணிகலன்கள் ஆகமாட்டா.

இனிய சொற்களைக் கூறல்

96
அல்லவை தேய அறம்பெருகும் நல்லவை
நாடி இனிய சொலின்.

நல்லவற்றையே விரும்பி ஆராய்ந்து இனிதாக அதை வெளிப்படுத்தினால், அறமற்றவை தேய்ந்தொழியும்; நல்லறம் நாளும் தழைத்து வளரும்.

97
நயன்ஈன்று நன்றி பயக்கும் பயன்ஈன்று
பண்பின் தலைப்பிரியாச் சொல்.

மற்றவர்க்குப் பயன் தருவதும், பண்பாட்டிலிருந்து விலகாததுமான இனிய சொல் கூறுவோனுக்கு இன்பமும் நலமும் கைகூடும்.

98
சிறுமையுள் நீங்கிய இன்சொல் மறுமையும்
இம்மையும் இன்பம் தரும்.

சிறுமையைச் சிறிதும் சிந்திக்க இடங்கொடுக்காத இனிய சொற்கள், இப்போதிருக்கும் இன்பத்தைப் போலவே எக்காலத்திலும் இன்பம் தரும்.

99
இன்சொல் இனிதீன்றல் காண்பான் எவன்கொலோ
வன்சொல் வழங்கு வது.

மற்றவர் கூறும் இனிய சொற்களைக் கேட்டு மனமகிழ்பவன், தான் மட்டும் மற்றவரிடத்துக் கடுஞ்சொற்களைக் கூறுவானேன்?

100
இனிய உளவாக இன்னாத கூறல்
கனியிருப்பக் காய்கவர்ந் தற்று.

இன்சொற்கள் இருக்க ஒருவன் வன்சொற்கள் கூறுதல், கனி இருக்கவும், காய்களை விரும்பி உண்பது போன்றது.

11. செய்ந்நன்றி அறிதல்

101
செய்யாமல் செய்த உதவிக்கு வையகமும்
வானகமும் ஆற்றல் அரிது.

> தாம் உதவி செய்யாமல் இருக்கவும், ஒருவர் தாமே முன் வந்து தமக்குச் செய்யும் உதவிக்கு மண்ணும் விண்ணும் ஈடாகாது.

102
காலத்தி னாற்செய்த நன்றி சிறிதெனினும்
ஞாலத்தின் மாணப் பெரிது.

> தக்க சமயத்தில், செய்த நன்மை மிகச் சிறிதெனினும், அது உலகத்தினும் மிகப் பெரியது.

103
பயன்தூக்கார் செய்த உதவி நயன்தூக்கின்
நன்மை கடலின் பெரிது.

> எந்த எதிர்ப்பார்ப்புமின்றித் தமக்கு உதவி செய்த வரின் உதவியை அளக்க முயலுவாரேயானால் அது கடலினும் பெரிதாகும்.

104
தினைத்துணை நன்றி செயினும் பனைத்துணையாக்
கொள்வர் பயன்தெரி வார்.

> தமக்கு, ஒருவர் மிகச்சிறிய தினையளவு நன்மை செய்தாலும், அதன் பயனை உணர்வார், பெரிய பனையளவாகக் கருதுவர்.

105
உதவி வரைத்தன்று உதவி உதவி
செயப்பட்டார் சால்பின் வரைத்து.

> ஒருவர் செய்யும் உதவி, அளவைப் பொறுத்தது அன்று; உதவியைப் பெறுகின்றவரின் பண்பைப் பொறுத்தது.

மற்றவர் செய்த உதவியை மறவாமை

106 மறவற்க மாசற்றார் கேண்மை துறவற்க
துன்பத்துள் துப்பாயார் நட்பு.

> குற்றமில்லாதவரின் நட்பை ஒருபோதும் மறத்தல் கூடாது; துன்பத்தில் துணை நின்ற நட்பினை என்றும் கைவிடக்கூடாது.

107 எழுமை எழுபிறப்பும் உள்ளுவர் தங்கண்
விழுமந் துடைத்தவர் நட்பு.

> தம் துன்பத்தை அறவே நீக்கியவரின் நட்பினைப் பிறவிதோறும் நன்றியோடு நினைத்துப் பார்த்துப் போற்றுவர்.

108 நன்றி மறப்பது நன்றன்று நன்றல்லது
அன்றே மறப்பது நன்று.

> ஒருவர் செய்த நன்றியை மறப்பது நல்லதன்று; அவர் நமக்குச் செய்த தீமையை அக்கணமே மறந்துவிடுவது நல்லது.

109 கொன்றன்ன இன்னா செயினும் அவர்செய்த
ஒன்றுநன்று உள்ளக் கெடும்.

> முன்பு தமக்கு நன்மை செய்தவர், கொல்வது போன்ற கொடுந்தீமை புரிந்தாலும், அவர் செய்த நல்லதை நினைத்த அளவிலேயே அவர் செய்த தீமை கெடும்.

110 எந்நன்றி கொன்றார்க்கும் உய்வுண்டாம் உய்வில்லை
செய்ந்நன்றி கொன்ற மகற்கு.

> நன்றி கொன்றவனைக்கூட மன்னிக்கலாம்; அதிலிருந்து தப்பிக்க வழி உண்டு; ஆனால், ஒருவன் செய்த நன்றியை மறந்தவனுக்குத் தப்பிக்க வழியில்லை.

12. நடுவு நிலைமை

111
தகுதி எனவொன்று நன்றே பகுதியால்
பாற்பட்டு ஒழுகப் பெறின்.

> வேண்டியவர், வேண்டாதவர் என்பதைப் பகுத்தறிந்து, நடுநிலை தவறாமல் இருந்தால், அதுவே அறஞ்சார்ந்த நன்மையைத் தரும்.

112
செப்பம் உடையவன் ஆக்கஞ் சிதைவின்றி
எச்சத்திற் கேமாப்பு உடைத்து.

> நடுவு நிலைமையோடு இருப்பவனின் செல்வம், அவனது தலைமுறையைப் பாதுகாக்கும்.

113
நன்றே தரினும் நடுவிகந்தாம் ஆக்கத்தை
அன்றே ஒழிய விடல்.

> நடுவுநிலைமை தவறுவதால் ஒருவர்க்கு அது நன்மை தருவதாயினும், அதனை அக்கணமே கைவிடவேண்டும்.

114
தக்கார் தகவிலர் என்பது அவரவர்
எச்சத்தாற் காணப் படும்.

> ஒருவர் தகுதியுடையவரா இல்லையா என்பதை அவர் விட்டுச் செல்லும் புகழ்ச்சி, இகழ்ச்சி என்பன வற்றைக் கொண்டு தெளியலாம்.

115
கேடும் பெருக்கமும் இல்லல்ல நெஞ்சத்துக்
கோடாமை சான்றோர்க் கணி.

> தாழ்வும் உயர்வும் உலக இயல்பு என்பதை அறிந்த வர்கள் தம் பண்புகளில் மாறாதிருப்பர்; அப்படி இருப்பதே அத்தகையோர்க்கு அழகு.

ஓரஞ்சாராத மனநிலை

116 **கெடுவல்யான் என்பது அறிகதன் நெஞ்சம்**
நடுவொரீஇ அல்ல செயின்.

நடுவு நிலைமையிலிருந்து விலகித் தீயதை மனம் எண்ணுமாயின், அவ்வெண்ணம் யான் கெடுவேன் என்பதற்கான அடையாளமாகும்.

117 **கெடுவாக வையாது உலகம் நடுவாக**
நன்றிக்கண் தங்கியான் தாழ்வு.

நடுவுநிலையாகிய அறத்திலிருந்து விலகாது, ஒருவன் தாழ்ந்து விடுவானேயானால், அவனது தாழ்வினை உலகம் ஒரு கேடாக நினைக்காது.

118 **சமன்செய்து சீர்தூக்குங் கோல்போல் அமைந்தொருபால்**
கோடாமை சான்றோர்க் கணி.

சரியாக எடையினை அளந்து காட்டும் தராசு முள் போல, மனம் ஓரஞ்சாராது நேர்ப்பட நிற்பதே சான்றோர்க்கு அணிகலனாகும்.

119 **சொற்கோட்டம் இல்லது செப்பம் ஒருதலையா**
உட்கோட்டம் இன்மை பெறின்.

மனத்தில் கோணல் இல்லாமல் நடுநிலையோடு இருந்தால், சொல்லும் சொல்லிலும் கோணல் இராது.

120 **வாணிகம் செய்வார்க்கு வாணிகம் பேணிப்**
பிறவும் தமபோல் செயின்.

மற்றவர் பொருளையும் தம் பொருள் போல மதித்து, வாணிகம் புரிந்தால் அதுவே நல்ல வணிக அறமாகும்.

13. அடக்கமுடைமை

121
அடக்கம் அமரருள் உய்க்கும் அடங்காமை
ஆரிருள் உய்த்து விடும்.

> அடக்கம் ஒருவனை உயர் நெறி உலகில் சேர்க்கும்; அடங்காமையோ இருளின்கண் சேர்த்து இடர்ப் படுத்தும்.

122
காக்க பொருளா அடக்கத்தை ஆக்கம்
அதனினூஉங் கில்லை உயிர்க்கு.

> உயர்வு தரும் அடக்கத்தைச் செல்வமாகப் போற்றிப் பாதுகாக்கவேண்டும். அதனைவிட, வாழ்க்கைக்கு ஆக்கம் தருவது வேறில்லை.

123
செறிவறிந்து சீர்மை பயக்கும் அறிவறிந்து
ஆற்றின் அடங்கப் பெறின்.

> ஒருவன் தன்னை அடக்கத்தோடு காத்துக்கொண்டால், அவனது அடக்கம் மதிக்கப்பட்டு அவனது மேன்மைக்கு வழிவகுக்கும்.

124
நிலையின் திரியாது அடங்கியான் தோற்றம்
மலையினும் மாணப் பெரிது.

> தன்னடக்கத்தில் சிறிதும் மாறுபடாமல் உயர்ந்து நிற்பவனின் அகத்தோற்றம், புறத்தோற்றத்தில் காணும் மலையினும் உயர்ந்தது.

125
எல்லார்க்கும் நன்றாம் பணிதல் அவருள்ளும்
செல்வர்க்கே செல்வம் தகைத்து.

> பெருமிதமின்றி எல்லோரிடத்தும் அடக்கத்தோடு பணிவாக நடப்பது நல்லது; அது செல்வமுடையோரிடம் காணப்பட்டால் அது கூடுதலான செல்வ மாகும்.

அடக்கம் காத்துவாழ்தல்

126 ஒருமையுள் ஆமைபோல் ஐந்தடக்கல் ஆற்றின்
எழுமையும் ஏமாப் புடைத்து.

ஒரு பிறவியில் ஐம்பொறிகளையும் ஆமைபோல,
அடக்கவல்லவனாயின், எக்காலத்தும் அஃது
அவனுக்குத் தக்க பாதுகாப்பாக இருக்கும்.

127 யாகாவா ராயினும் நாகாக்க காவாக்கால்
சோகாப்பர் சொல்லிழுக்குப் பட்டு.

ஒருவன் எதனைக் காக்க முடியாவிட்டாலும்
நாக்கையாவது காக்கவேண்டும். காக்கத் தவறினால்
சொற்குற்றத்திற்கு ஆளாகித் துன்பப்பட நேரும்.

128 ஒன்றானுந் தீச்சொல் பொருட்பயன் உண்டாயின்
நன்றாகா தாகி விடும்.

சொல்லும் சொல் மற்றவருக்குத் தீமை தருமானால்,
நல்லவையும் கூட அவனுக்கு அழிவைத் தேடித்தரும்.

129 தீயினாற் சுட்டபுண் உள்ளாறும் ஆறாதே
நாவினாற் சுட்ட வடு.

தீயினால் சுட்ட புண் வடுத்தெரியாமல் ஆறிப்
போவதும் உண்டு; ஆனால், நாவினால் சொல்லிய
சுடு சொல் மனத்துள் ஆறாத வடுவாகிவிடும்.

130 கதங்காத்துக் கற்றடங்கல் ஆற்றுவான் செவ்வி
அறம்பார்க்கும் ஆற்றின் நுழைந்து.

தாம் கற்ற கல்வியினால் சினம் எழாதவாறு காத்து,
அடக்கத்தோடு இருப்பவனிடம் சென்று தங்குவதற்கு
அறமானது சமயம் பார்த்துக் காத்திருக்கும்.

14 ஒழுக்கமுடைமை

131
ஒழுக்கம் விழுப்பம் தரலான் ஒழுக்கம்
உயிரினும் ஓம்பப் படும்.

> மனிதனுக்குச் சிறப்புத்தருவது ஒழுக்கம்; அது உயிரைக்காட்டிலும் மேலானது.

132
பரிந்தோம்பிக் காக்க ஒழுக்கம் தெரிந்தோம்பித்
தேரினும் அஃதே துணை.

> சிறப்பாக வாழத் துணை செய்வது ஒழுக்கமே. எப்பாடுபட்டாவது அதனைப் பேணிக் காத்துக் கொள்க.

133
ஒழுக்கம் உடைமை குடிமை இழுக்கம்
இழிந்த பிறப்பாய் விடும்.

> ஒழுக்கத்தில் உயர்ந்து நிற்பதே குடிப்பிறப்பு; அதில் தாழ்ந்துபோவது இழிபிறப்பு.

134
மறப்பினும் ஓத்துக் கொளலாகும் பார்ப்பான்
பிறப்பொழுக்கங் குன்றக் கெடும்.

> மறைநூலை மறப்பினும் மீண்டும் அதனைக் கற்று நினைவிற் கொள்ளலாம். ஒழுக்கம் குன்றினால் ஓதுவிப்பவன் குடிப்பிறப்பும் கூடச் சிதைந்துபோகும்.

135
அழுக்கா றுடையான்கண் ஆக்கம்போன்று இல்லை
ஒழுக்க மிலான்கண் உயர்வு.

> பொறாமை கொண்டவனிடம் செல்வம் நிலைக்காது. அதுபோல, ஒழுக்கம் இல்லாதவனிடம் உயர்வு என்பதும் இருக்க முடியாது.

நல்லொழுக்கம் பேணுதல்

136 **ஒழுக்கத்தின் ஒல்கார் உரவோர் இழுக்கத்தின்**
ஏதம் படுபாக் கறிந்து.

ஒழுக்கத்தால் வரும் குறைபாட்டினை அறிந்த சான்றோர், நல்லொழுக்கத்தை ஒருபோதும் கை விடாது மன உறுதியுடன் தம்மைக் காத்துக் கொள்வர்.

137 **ஒழுக்கத்தின் எய்துவர் மேன்மை இழுக்கத்தின்**
எய்துவர் எய்தாப் பழி.

ஒழுக்கத்தைப் பேணியவர் உயர்வான பெருமைக் குரியவர்; அதில் தவறியோர் சிறுமைக்கு உள்ளாகிப் பழிக்கு ஆளாவர்.

138 **நன்றிக்கு வித்தாகும் நல்லொழுக்கம் தீயொழுக்கம்**
என்றும் இடும்பை தரும்.

நன்மைக்குக் காரணமாய் இன்பம் தருவது நல்லொழுக்கம்; தீமைக்குக் காரணமாய் என்றும் துன்பப்பட வைப்பது தீயொழுக்கம்.

139 **ஒழுக்க முடையவர்க்கு ஒல்லாவே தீய**
வழுக்கியும் வாயாற் சொலல்.

தீயதை விளைவிக்கும் சொற்களைக் கூறும் குற்றம், நல்லொழுக்கத்தின் இயல்பறிந்தாரிடம் இருப்பதில்லை.

140 **உலகத்தோடு ஒட்ட ஒழுகல் பலகற்றும்**
கல்லார் அறிவிலா தார்.

உலகியலோடு ஒட்டிப் போதலை அறியாதவன், பல நூல்களைக் கற்றறிந்தும் அவன் அறியாமையில் இருப்பவனே.

15. பிறனில் விழையாமை

141. பிறன்பொருளால் பெட்டொழுகும் பேதைமை ஞாலத்து
அறம்பொருள் கண்டார்கண் இல்.

> மற்றவனின் மனைவிமேல் விருப்பம் கொள்ளும் மடமைத்தனம், அறமும், பொருளும் ஆராய்ந்தவரிடம் இருப்பதில்லை.

142. அறன்கடை நின்றாருள் எல்லாம் பிறன்கடை
நின்றாரின் பேதையார் இல்.

> அறநெறியிலிருந்து விலகி, பிறன் மனைவியை நாடி அவர் வீட்டு முன் நிற்பவரைப் போன்ற மடையர்கள் யாரும் இருக்கமுடியாது.

143. விளிந்தாரின் வேறல்லர் மன்ற தெளிந்தாரில்
தீமை புரிந்துஒழுகு வார்.

> தன்னை நம்பியவரின் மனைவி மீது, காம இச்சை கொண்டு தீங்கிழைப்போர் உயிரோடு இருப்பவரே யானாலும் நடைப் பிணமே ஆவர்.

144. எனைத்துணையர் ஆயினும் என்னாம் தினைத்துணையும்
தேரான் பிறனில் புகல்.

> தினையளவும் ஆராயும் அறிவின்றிப் பிறர் மனைவியை நாடுபவரிடத்து எத்தகைய பெருமையும் இருந்து பயன் என்ன?

145. எளிதென இல்லிறப்பான் எய்துமெஞ் ஞான்றும்
விளியாது நிற்கும் பழி.

> எளிது என்று கருதிக்கொண்டு பிறர் மனைவியை அடைய விரும்புபவனுக்கு அழியாத பழி வந்து சேரும்.

பிறர் மனைவியை விரும்பாமை

146. பகைபாவம் அச்சம் பழியென நான்கும்
இகவாவாம் இல்லிறப்பான் கண்.

பிறன் மனைவியிடம் முறைகேடாக நடப்பவனிடத்துப் பகையும் பாவமும், அச்சமும் பழியும் நீங்காதிருக்கும்.

147. அறனியலான் இல்வாழ்வான் என்பான் பிறனியலாள்
பெண்மை நயவா தவன்.

பிறர்க்குரிய மனைவியை அடையக்கருதும் எண்ணம் சிறிதும் இல்லாதவனே, அற நெறியில் வாழ்க்கையை நடத்தத் தெரிந்தவன்.

148. பிறன்மனை நோக்காத பேராண்மை சான்றோர்க்கு
அறனொன்றோ ஆன்ற வொழுக்கு.

பிறர் மனைவியை ஏறெடுத்தும் பார்க்காதிருத்தலே சான்றோர்க்கு அறம்; நிறைவான ஒழுக்க நெறியும் அதுவே.

149. நலக்குரியார் யாரெனின் நாமநீர் வைப்பின்
பிறர்க்குரியாள் தோள்தோயா தார்.

கடல்சூழ்ந்த இவ்வுலகில், நன்மைக்குரியவர் யார் எனக்கேட்டால், மற்றவரின் மனைவியின் தோளினைத் தழுவாதாரே.

150. அறன்வரையான் அல்ல செயினும் பிறன்வரையாள்
பெண்மை நயவாமை நன்று.

அறநெறி போற்றாமல் தீங்கே புரிபவனாக இருப்பினும், மாற்றான் மனைவியை விரும்பாதிருத்தலே நல்லது.

அறத்துப்பால் ▪ திருக்குறள் ▪ 39

16. பொறையுடைமை

151
அகழ்வாரைத் தாங்கும் நிலம்போலத் தம்மை
இகழ்வார்ப் பொறுத்தல் தலை.

> நிலம் தன்னைத் தோண்டியவனைத் தாங்கிக் காப்பதுபோல, தம்மை இகழ்வாரைப் பொறுத்துக் கொள்ளுதல் தலையாய பண்பாகும்.

152
பொறுத்தல் இறப்பினை என்றும் அதனை
மறத்தல் அதனினும் நன்று.

> ஒருவர் செய்யும் தீங்கினைப் பொறுத்துக்கொள்க; அதனை அக்கணமே மறந்து விடுதல் பொறுத்துக் கொள்ளுதலைக் காட்டிலும் சிறந்த பண்பாகும்.

153
இன்மையுள் இன்மை விருந்தொரால் வன்மையுள்
வன்மை மடவார்ப் பொறை.

> வறுமையில் வறுமையாவது வந்த விருந்தினரைப் பேணாமையாகும்; வலிமையில் வலிமையாவது அறிவிலி செய்யும் குற்றங்களைப் பொறுத்துக் கொள்ளுதலாகும்.

154
நிறையுடைமை நீங்காமை வேண்டின் பொறையுடைமை
போற்றி யொழுகப் படும்.

> நல்ல பண்பு தன்னை விட்டு அகலாதிருக்க வேண்டுமாயின், பொறுமையைப் போற்றிக் காத்தாலே போதும்.

155
ஒறுத்தாரை ஒன்றாக வையாரே வைப்பர்
பொறுத்தாரைப் பொன்போற் பொதிந்து.

> தீமையைப் பொறுத்துக்கொள்ளாது, தண்டிப்பவரின் செயலைச் சான்றோர் ஒரு பொருட்டாக மதிக்க மாட்டார்கள். ஆனால், பொறுமை காக்கும் பண்பினரைப் பொன்போல் மதித்துப் போற்றுவர்.

பொறுமை கொள்ளுதல்

156 ஒறுத்தார்க்கு ஒருநாளை இன்பம் பொறுத்தார்க்குப்
பொன்றுந் துணையும் புகழ்.

> தமக்குத் தீங்கிழைத்தவரைத் தண்டித்தல் அந்த ஒருநாள் மட்டுமே மகிழ்ச்சி தரும்; அதனைப் பொறுத்துக்கொள்ளும் பண்பினர்க்கோ உலகம் உள்ளளவும் நீடித்த புகழைத் தரும்.

157 திறனல்ல தற்பிறர் செய்யினும் நோநொந்து
அறனல்ல செய்யாமை நன்று.

> தமக்குப் பிறர் தீங்கிழைத்தாலும், அதன்மூலம் அவருக்குத் தீங்கு வரும் என மனம் நொந்து அறநெறிக்கு மாறான செயல்களைச் செய்யாதிருத்தலே சிறந்த பண்பு.

158 மிகுதியான் மிக்கவை செய்தாரைத் தாம்தம்
தகுதியான் வென்று விடல்.

> தகாத பண்பால் தமக்கு ஒருவர் தீங்கிழைத்தாலும், பொறுமைப்பண்பால் அவரை வென்று விடுக.

159 துறந்தாரின் தூய்மை உடையர் இறந்தார்வாய்
இன்னாச்சொல் நோற்கிற் பவர்.

> வாய் கூசாமல், ஒருவர் கூறும் வசைச்சொற்களைப் பொறுத்துக் கொள்வோர், துறவிகளைப் போலத் தூயவர் ஆவர்.

160 உண்ணாது நோற்பார் பெரியர் பிறர்சொல்லும்
இன்னாச்சொல் நோற்பாரின் பின்.

> உண்ணாநோன்பு நோற்பவர் மேலானவர்கள். அவர்களும் கூடப் பிறர் கூறும் வசைச் சொற்களைப் பொறுத்துக் கொள்பவருக்குப் பிந்தியவரே.

17 அழுக்காறாமை

161 **ஒழுக்காறாக் கொள்க ஒருவன்தன் நெஞ்சத்து**
அழுக்காறு இலாத இயல்பு.

மற்றவரிடம் பொறாமை சிறிதும் இல்லாத பண்பினை வாழ்க்கை நெறியாகக் கொள்க.

162 **விழுப்பேற்றின் அஃதொப்பது இல்லையார் மாட்டும்**
அழுக்காற்றின் அன்மை பெறின்.

சிறந்த பேறுகளுள் ஈடு இணையற்ற பேறு எவரிடத்தும் பொறாமைப் படாது இருத்தலே.

163 **அறன்ஆக்கம் வேண்டாதான் என்பான் பிறனாக்கம்**
பேணாது அழுக்கறுப் பான்.

அறமும் ஆக்கமும் வேண்டாதவனே பிறருடைய செல்வத்தையும் முன்னேற்றத்தையும் கண்டு பொறாமைப்படுவான்.

164 **அழுக்காற்றின் அல்லவை செய்யார் இழுக்காற்றின்**
ஏதம் படுபாக்கு அறிந்து.

பொறாமையால் வரும் தீங்கினை அறிந்து, அறிவுடையோர் பிறர்க்கு அறமல்லாதவற்றை ஒருபோதும் செய்யமாட்டார்கள்.

165 **அழுக்காறு உடையார்க்கு அதுசாலும் ஒன்னார்**
வழுக்கியும் கேடீன் பது.

பொறாமை நெஞ்சம் கொண்டவர்க்கு வேறு பகைவேண்டாம்; அதுவே அவருக்குப் பகையாகித் தீங்கு தரும்.

பொறாமை கொள்ளாதிருத்தல்

166. கொடுப்பது அழுக்கறுப்பான் சுற்றம் உடுப்பதூஉம்
உண்பதூஉம் இன்றிக் கெடும்.

மற்றவர்க்குக் கொடுப்பதைக் கண்டு பொறாமைப் படுபவன், தான் மட்டு மன்றிச் சுற்றமும் கூட உடுத்த உடையும், உண்ண உணவுமின்றிக் கெடுவான்.

167. அவ்வித்து அழுக்காறு உடையானைச் செய்யவள்
தவ்வையைக் காட்டி விடும்.

பொறாமை கொள்பவனைத் திருமகள் புறக் கணிப்பதோடு, தன் தமக்கையான மூதேவியை அவனிடத்துச் சேர்ப்பாள்.

168. அழுக்காறு எனஒரு பாவி திருச்செற்றுத்
தீயுழி உய்த்து விடும்.

பொறாமை என்னும் பாவி, ஒருவனுடைய செல்வத்தைக் கெடுத்து அவனைத் தீய வழியில் சேர்ப்பித்து விடும்.

169. அவ்விய நெஞ்சத்தான் ஆக்கமும் செவ்வியான்
கேடும் நினைக்கப் படும்.

பொறாமை கொண்டவன் வளர்ச்சியடைதலும், சிறந்த பண்பினன் தாழ்ச்சி அடைவதும் உலகில் கண்கூடு, இவை இரண்டும் சிந்திக்கத்தக்கவை.

170. அழுக்கற்று அகன்றாரும் இல்லை அஃதுஇல்லார்
பெருக்கத்தில் தீர்ந்தாரும் இல்.

பொறாமை கொண்டு வாழ்வில் உயர்ந்தாரும் இல்லை; அது சிறிதும் அற்றோர் செம்மை உள்ளத்திலிருந்து தாழ்வதும் இல்லை.

18. வெஃகாமை

171
நடுவின்றி நன்பொருள் வெஃகின் குடிபொன்றிக்
குற்றமும் ஆங்கே தரும்.

> ஒருவன் ஈட்டிய பொருளைக் கவர விரும்பினால், அது அவனது குடியை அழிப்பதோடு பல குற்றங் களுக்கும் ஆளாக்கும்.

172
படுபயன் வெஃகிப் பழிப்படுவ செய்யார்
நடுவன்மை நாணு பவர்.

> நடுவுநிலைமைக்கு நாணுபவர், தமக்குப் பெரும் பயனளிக்கும் என்று கருதிப் பழிக்குரிய செயலைச் ஒருபோதும் செய்யமாட்டார்.

173
சிற்றின்பம் வெஃகி அறனல்ல செய்யாரே
மற்றின்பம் வேண்டு பவர்.

> நிலைத்த புகழுக்குரிய இன்பத்தை விரும்புவோர், நிலையற்ற இன்பத்திற்கு ஆசைப்பட்டுத் தீய செயல்களை ஒருபோதும் செய்யார்,

174
இலமென்று வெஃகுதல் செய்யார் புலம்வென்ற
புன்மையில் காட்சி யவர்.

> புலன்களை அடக்கி வாழ்பவர், தம்மிடம் ஒரு பொருளும் இல்லையே என்பதற்காகப் பிறர் பொருளை விரும்ப மாட்டார்கள்.

175
அஃகி அகன்ற அறிவென்னாம் யார்மாட்டும்
வெஃகி வெறிய செயின்.

> பிறருடைய பொருளின் மீது ஆசையுற்றுப் பொருந்தாத வற்றைச் செய்வாரேயானால், எவ்வளவு நுண்ணறிவு பெற்றிருந்தும் என்ன பயன்?

மற்றவர் பொருளை விரும்பாமை

176 அருள்வெஃகி ஆற்றின்கண் நின்றான் பொருள்வெஃகிப்
பொல்லாத சூழக் கெடும்.

அருளை அறமாகக் கொண்டவன், பிறர் பொருளை விரும்பும் தீய நெறியை நினைப்பானாகில் கெடுவான்.

177 வேண்டற்க வெஃகியாம் ஆக்கம் விளைவயின்
மாண்டற் கரிதாம் பயன்.

பிறர் பொருளைக் கைக்கொண்டு ஆக்கம் தேடலாம் என்பதை ஒரு போதும் விரும்பாதே; அந்த ஆக்கம் எந்தப்பயனையும் தராது.

178 அஃகாமை செல்வத்திற்கு யாதெனின் வெஃகாமை
வேண்டும் பிறன்கைப் பொருள்.

ஒருவனது செல்வம் குறையாமல் இருப்பதற்குக் காரணம் யாதெனில், பிறரது பொருள்மீது ஆசைப் படாதிருத்தலேயாம்.

179 அறனறிந்து வெஃகா அறிவுடையார்ச் சேரும்
திறன்அறிந் தாங்கே திரு.

அறவழியைப் போற்றிப் பிறர் பொருளை விரும்பாத அறிவுடையோரைத் திருமகள் திறனறிந்து அரவணைப்பாள்.

180 இறலீனும் எண்ணாது வெஃகின் விறல்ஈனும்
வேண்டாமை என்னுஞ் செருக்கு.

வரப்போகும் விளைவை எண்ணாது மற்றவர் பொருளை விரும்புதல் அழிவு தரும்; பிறர் பொருளை வேண்டாதிருத்தல் வெற்றி தரும்.

19 புறங்கூறாமை

181 **அறங்கூறான் அல்ல செயினும் ஒருவன்**
புறங்கூறான் என்றல் இனிது.

ஒருவன் அறம் கூறாது தீமையே செய்யினும், அவன் புறம் பேசாதவன் என்று மற்றவரால் சொல்லப்படுவது இனியது.

182 **அறனழீஇ அல்லவை செய்தலின் தீதே**
புறனழீஇப் பொய்த்து நகை.

அறத்தைப் புறக்கணித்து அல்லவை செய்தலைவிட, ஒருவனைப் பழித்துவிட்டு, நேரில் காணும்போது பொய்ச் சிரிப்பைக் காட்டுவது தீமையாகும்.

183 **புறங்கூறிப் பொய்த்துயிர் வாழ்தலின் சாதல்**
அறங்கூறும் ஆக்கத் தரும்.

பிறரைப் பழித்துப் பேசிப் பொய்யாக நடித்து உயிர் வாழ்வதைவிடச் சாவது மேலானது என்பது அறநூல்களின் கருத்தாகும்.

184 **கண்ணின்று கண்ணறச் சொல்லினும் சொல்லற்க**
முன்னின்று பின்நோக்காச் சொல்.

கடுஞ்சொற்களால் ஒருவனை நேரில் பழித்துப் பேசினாலும் பரவாயில்லை. அவன் இல்லாதபோது அவனைப் பழித்துரைத்தல் கூடாது.

185 **அறஞ்சொல்லும் நெஞ்சத்தான் அன்மை புறஞ்சொல்லும்**
புன்மையாற் காணப் படும்.

ஒருவன் அறஞ்சொல்லத் தகுதியற்றவன் என்பதைப் புறங்கூறும் அவனது இழிந்த பண்பினால் கண்டு கொள்ளலாம்.

ஒருவர் இல்லாதவிடத்து அவரை இகழ்ந்து பேசாமை

186. பிறன்பழி கூறுவான் தன்பழி யுள்ளும்
திறன்தெரிந்து கூறப் படும்.

> பிறரைக் குறை கூறிப் பழி தூற்றும் ஒருவன் தன் பழியறிந்து பிறரால் தூற்றப்படுவான்.

187. பகச்சொல்லிக் கேளிர்ப் பிரிப்பர் நகச்சொல்லி
நட்பாடல் தேற்றா தவர்.

> மனமகிழ்ச்சியோடு பேசி நட்புக் கொள்ளச் செய்யாத வரே கோள் சொல்லி, நல்ல நட்பைப் பிரித்து விடுவர்.

188. துன்னியார் குற்றமும் தூற்றும் மரபினார்
என்னைகொல் ஏதிலார் மாட்டு.

> நண்பர்களைக் குறை சொல்லியே பழக்கப்பட்டவர், பழகி அறியாரிடத்தே அவர் என்னதான் செய்வாரோ?

189. அறன்நோக்கி ஆற்றுங்கொல் வையம் புறன்நோக்கிப்
புன்சொல் உரைப்பான் பொறை.

> புறங்கூறுவதையே தொழிலாகக் கொண்ட ஒருவனைச் சுமக்கிறதே இந்த உலகம். அப்படிச் சுமப்பதுகூட அறமென்று கருதி அவனைச் சுமக்கிறதோ!

190. ஏதிலார் குற்றம்போல் தங்குற்றங் காண்கிற்பின்
தீதுண்டோ மன்னும் உயிர்க்கு.

> மற்றவர் செய்யும் குற்றத்தைப் போலத் தனது குற்றத்தையும் ஒருவன் உணர்ந்தால், நிலைபெற்ற உயிர்க்குத் தீமை உண்டோ?

அறத்துப்பால் ▪ **திருக்குறள்** ▪ 47

20. பயனில் சொல்லாமை

191
பல்லார் முனியப் பயனில சொல்லுவான்
எல்லாரும் எள்ளப் படும்.

> பலரும் வெறுக்கும்படியான பயனற்ற வீண்பேச்சுப் பேசுபவன் எல்லோராலும் இகழப்படுவான்.

192
பயனில பல்லார்முன் சொல்லல் நயனில
நட்டார்கண் செய்தலிற் றீது.

> வீண்பேச்சினைப் பலர் முன் பேசுதல், நன்மை பயவாத செயல்களை நண்பரிடத்துச் செய்தலை விடத் தீயது ஆகும்.

193
நயனிலன் என்பது சொல்லும் பயனில
பாரித் துரைக்கும் உரை.

> பயனற்ற சொற்களை விரித்துப் பேசும் ஒருவனை அவன் ஒன்றுக்கும் உதவாதவன் என்பதை உலகம் எளிதாகக் கண்டுகொள்ளும்.

194
நயன்சாரா நன்மையின் நீக்கும் பயன்சாராப்
பண்பில்சொல் பல்லா ரகத்து.

> வீண்பேச்சினைப் பேசுதல், ஒருவனின் மதிப்பை இழக்கச் செய்வதோடு அவன் செய்த நன்மையையும் கெடுத்துவிடும்.

195
சீர்மை சிறப்பொடு நீங்கும் பயனில
நீர்மை யுடையார் சொலின்.

> பயன் தராத வீண்சொற்களைக் கூறினால், ஒருவரின் சீரும் சிறப்பும் கெடும்.

வெற்றுப் பேச்சினைப் பேசாமை

196
பயனில்சொல் பாராட்டு வானை மகன்எனல்
மக்கட் பதடி யெனல்.

வெற்றுப் பேச்சுப் பேசுபவனை ஒன்றுக்கும் உதவாத பதர் என்று கூறி விடுக.

197
நயனில சொல்லினுஞ் சொல்லுக சான்றோர்
பயனில சொல்லாமை நன்று.

நன்மை பயவாதவற்றைச் சான்றோர் பேச நேர்ந்தாலும் நேரலாம்; ஆயின், பயனில்லாதவற்றைச் சொல்லாமல் இருத்தலே அவர்க்கு நல்லது.

198
அரும்பயன் ஆயும் அறிவினார் சொல்லார்
பெரும்பயன் இல்லாத சொல்.

அரியனவற்றை ஆராயும் திறம் பெற்றவர்கள், ஒரு பொழுதேனும் பயன்விளைவிக்காத வீண் சொற்களைப் பேசமாட்டார்கள்.

199
பொருள்தீர்ந்த பொச்சாந்துஞ் சொல்லார் மருள்தீர்ந்த
மாசறு காட்சி யவர்.

மயக்கம் சிறிதுமற்ற தெளிந்த அறிவினர், மறந்தும் பயனற்ற சொற்களைக் கூறமாட்டார்கள்.

200
சொல்லுக சொல்லிற் பயனுடைய சொல்லற்க
சொல்லிற் பயனிலாச் சொல்.

மற்றவரிடத்துப் பேசும்போது பயனுள்ள நல்ல சொற்களையே சொல்லுக; பயனற்ற வீண்பேச்சினைத் தவிர்க்க.

21 தீவினையச்சம்

201
தீவினையார் அஞ்சார் விழுமியார் அஞ்சுவர்
தீவினை என்னும் செருக்கு.

> தீமை செய்து பழகியோர், இறுமாப்புடன் தீய செயலைச் செய்ய அஞ்சமாட்டார்கள்; நற்பண்பினரோ அச்செயல் புரிய அஞ்சுவர்.

202
தீயவை தீய பயத்தலால் தீயவை
தீயினும் அஞ்சப் படும்.

> தீய செயல் புரிவதால் தீமையே வந்து சேரும். தீயைக்காட்டிலும் அஞ்சத்தக்கது தீயசெயலே.

203
அறிவினுள் எல்லாந் தலையென்ப தீய
செறுவார்க்கும் செய்யா விடல்.

> தமக்குத் தீமை செய்வோரை அறிந்திருந்தும், நாம் அவர்க்குத் தீங்கு செய்யாதிருத்தலே மேலான அறிவு.

204
மறந்தும் பிறன்கேடு சூழற்க சூழின்
அறஞ்சூழும் சூழ்ந்தவன் கேடு.

> மறந்தும் கூட மற்றவர்க்குக் கெடுதல் செய்யக்கூடாது; அப்படிச் செய்பவரை அறமே அவர்க்குக் கேட்டினை விளைவிக்கும்.

205
இலன்என்று தீயவை செய்யற்க செய்யின்
இலனாகும் மற்றும் பெயர்த்து.

> தம்மிடம் பொருளில்லையே எனக்கருதித் தீய வற்றில் இறங்காதே. அப்படி இறங்கினால் ஒன்று மில்லாதவனாகி வருந்த நேரும்.

தீய செயல் செய்ய அஞ்சுதல்

206. தீப்பால தான்பிறர்கண் செய்யற்க நோய்ப்பால
தன்னை அடல்வேண்டா தான்.

துன்பங்கள் தம்மைத் தீண்டக்கூடாது என்று நினைப்பவன், மற்றவர்க்குத் துன்பம் தரும் செயல்களைச் செய்யக்கூடாது.

207. எனைப்பகை யுற்றாரும் உய்வர் வினைப்பகை
வீயாது பின்சென்று அடும்.

எத்தகைய பகையிலிருந்தும் தப்பிக்க வழி உண்டு; ஆனால், தீவினை என்ற பகையோ ஒருவரைத் தப்பிக்க வழி இல்லாமல் தொடர்ந்து வந்து வருத்தும்.

208. தீயவை செய்தார் கெடுதல் நிழல்தன்னை
வீயாது அடியுறைந் தற்று.

பிறருக்குக் கேடு செய்பவன் கெடுவது, அவனது நிழல் அவன் காலடியிலிருந்து நீங்காது தொடர்வது போன்றதாகும்.

209. தன்னைத்தான் காதல னாயின் எனைத்தொன்றும்
துன்னற்க தீவினைப் பால்.

நல்வாழ்க்கையை விரும்புவன் எவ்விதத்திலும் தீய செயலைச் சிறிதும் நினையாதவனாய் இருக்க வேண்டும்.

210. அருங்கேடன் என்பது அறிக மருங்கோடித்
தீவினை செய்யான் எனின்.

ஒருவன் தீய செயல் எதுவும் செய்யாதிருந்தாலே, அவன் கேடு அற்றவன் என்பதை அறிக.

22 ஒப்புரவறிதல்

211 **கைம்மாறு வேண்டா கடப்பாடு மாரிமாட்டு**
என்ஆற்றுங் கொல்லோ உலகு.

தமக்கு உலகு என்ன செய்யும் என்று எதிர்பார்த்தா வானம் மழையைப் பொழிகிறது? அறநெஞ்சினரும் அவ்வாறே!

212 **தாளாற்றித் தந்த பொருளெல்லாம் தக்கார்க்கு**
வேளாண்மை செய்தற் பொருட்டு.

முயற்சியால் ஈட்டிய பொருள் எதற்கெனில்,தம்மை நாடிவரும் தக்கவர்க்கு உதவுதல் பொருட்டே.

213 **புத்தே ளுலகத்தும் ஈண்டும் பெறலரிதே**
ஒப்புரவின் நல்ல பிற.

மற்றவர்க்கு உதவி செய்யும் பண்பிற்கு ஈடு இணையற்ற ஒன்றை இம்மண்ணுலகில் மட்டுமன்று. விண்ணுலகிலும் காணுதல் அரிது.

214 **ஒத்த தறிவான் உயிர்வாழ்வான் மற்றையான்**
செத்தாருள் வைக்கப் படும்.

எல்லார்க்கும் எல்லாம் என்ற ஒத்த உணர்வுடையவரே மனிதராவர்; மற்றவரெல்லாம் உயிரோடு இருந்தும் இறந்தவர் அணியில் இடம் பெறுவோரே.

215 **ஊருணி நீர்நிறைந் தற்றே உலகவாம்**
பேரறி வாளன் திரு.

பொது நலம் விரும்பும் பேரறிவுடையவனின் செல்வம், குளம் நீர் நிறைந்தது போலப் பலருக்கும் பயன்படுவதாகும்.

எந்த எதிர்பார்ப்புமின்றி உதவுதல்

216 பயன்மரம் உள்ளூர்ப் பழுத்தற்றால் செல்வம்
நயனுடை யான்கண் படின்.

நல்லறப் பண்புடையவனின் செல்வம், ஊர் நடுவே எக்காலமும் காய்த்துக் கனிதரும் தரும் மரம் போன்றது.

217 மருந்தாகித் தப்பா மரத்தற்றால் செல்வம்
பெருந்தகை யான்கண் படின்.

அறநெஞ்சினரிடம் செல்வம் சேருமாயின், எல்லா உறுப்புகளும் மருந்தாகித் தப்பாது பயன்தரும் மரம் போன்றதாகும்.

218 இடனில் பருவத்தும் ஒப்புரவிற்கு ஒல்கார்
கடனறி காட்சி யவர்.

உயர்பண்பினர், வறுமையுற நேர்ந்தாலும் தாம் கொண்ட கொடைப் பண்பிலிருந்து தளர்ந்துவிட மாட்டார்கள்.

219 நயனுடையான் நல்கூர்ந்தா னாதல் செயும்நீர
செய்யாது அமைகலா வாறு.

பிறருக்கு உதவி செய்யமுடியவில்லையே என நினைக்கும் பண்பினனின் வறுமையாவது, உதவி செய்ய இயலாமைக்கு வருந்துவதே.

220 ஒப்புரவி னால்வரும் கேடெனின் அஃதொருவன்
விற்றுக்கோள் தக்க துடைத்து.

பொதுநலம் நாடுபவர்க்கு ஒப்புரவினால் கேடு நேருமாயின் அக்கேட்டினைத் தன்னை விற்றாவது வாங்கிக்கொள்ளும் மதிப்பினது ஆகும்.

23. ஈகை

221
வறியார்க்கொன்று ஈவதே ஈகைமற் றெல்லாம்
குறியெதிர்ப்பை நீர துடைத்து.

> வறுமையுற்றவர்க்கு உதவுதலே ஈகை எனப்படும். மற்றெல்லாம் ஏதேனும் ஒரு எதிர்பார்ப்பை நோக்கமாகக் கொண்டவை.

222
நல்லாறு எனினும் கொளல்தீது மேலுலகம்
இல்லெனினும் ஈதலே நன்று.

> நல்ல செயலுக்காக ஒருவரிடம் பொருளைப் பெறுவது, ஒருவகையில் தீயதுதான்; மேலுலகம் இல்லையென்றாலும் பிறர்க்குக் கொடுப்பதே நன்மையாகும்.

223
இலனென்னும் எவ்வம் உரையாமை ஈதல்
குலனுடையான் கண்ணே யுள.

> எதுவும் தன்னிடத்து இல்லை என்று வந்து இரப்பவன் சொல்லத்தொடங்கும் முன்னரே அவனுக்குத் தந்து உதவுதல் நல்ல குடியில் பிறந்தவரிடத்து உண்டு.

224
இன்னாது இரக்கப் படுதல் இரந்தவர்
இன்முகங் காணும் அளவு.

> பொருளுக்காகத் தன்னை நாடி வந்தவரின் இனிய முகத்தைக் காணும்வரை, அவர் இரந்து கேட்கப்படும் மனநிலை துன்பமானது.

225
ஆற்றுவார் ஆற்றல் பசிஆற்றல் அப்பசியை
மாற்றுவார் ஆற்றலின் பின்.

> தவத்தினர் தம் பசியைப் பொறுத்துக்கொள்வதும் ஓர் ஆற்றல்தான். ஆனாலும், அது பிறர் பசியைப் போக்குவதன் ஆற்றலுக்குப் பின்தான்!

பொருள் இல்லாதவர்களுக்கு உதவுதல்

226 **அற்றார் அழிபசி தீர்த்தல் அஃதொருவன்**
பெற்றான் பொருள்வைப் புழி.

ஒருவரின் கடும் பசியை நீக்குதல் வேண்டும்; செல்வந்தர்க்கு அதுதான் பொருளைப் பிற்காலத்தில் பாதுகாத்துப் பயன்படுத்தும் சேமிப்புக் கிடங்கு.

227 **பாத்தூண் மரீஇ யவனைப் பசியென்னும்**
தீப்பிணி தீண்டல் அரிது.

பிறருக்குப் பங்கிட்டுக்கொடுத்துப் பின் தான் உண்ணும் பண்புடையவனை ஒருநாளும் பசிப்பிணி தீண்டாது.

228 **ஈத்துவக்கும் இன்பம் அறியார்கொல் தாமுடைமை**
வைத்திழக்கும் வன்க ணவர்.

பிறருக்குப் பொருளைத் தராமல் சேர்த்து வைத்து அதனை இழக்கும் கல்நெஞ்சன், ஈதலால் அடையும் மகிழ்ச்சியை அறியமாட்டானா?

229 **இரத்தலின் இன்னாது மன்ற நிரப்பிய**
தாமே தமியர் உணல்.

பொருளைத் தேடிச்சேர்த்து அதனைப் பிறர்க்குத் தராமல் தனித்துண்ணும் தன்னலம், பிறரிடம் சென்று யாசிப்பதை விட இழிவானது.

230 **சாதலின் இன்னாத தில்லை இனிததூஉம்**
ஈதல் இயையாக் கடை.

இறப்பதை விடத் துன்பம் தருவது வேறொன்றில்லை. வறியவர்க்கு ஒன்றும் கொடுக்க இயலாத சூழ்நிலை யில், அந்த இறப்பும்கூட இனியதே.

24. புகழ்

231
ஈதல் இசைபட வாழ்தல் அதுவல்லது
ஊதியம் இல்லை உயிர்க்கு.

> பிறர்க்கு ஒன்றை ஈவதும் அதன் காரணமாகப் புகழ் மேம்பட வாழ்வதும் தவிர, மக்கள் உயிர்க்குப் பயனாவது வேறெதுவும் இல்லை.

232
உரைப்பார் உரைப்பவை எல்லாம் இரப்பார்க்கொன்று
ஈவார்மேல் நிற்கும் புகழ்.

> தன்னை நாடி வருபவர்களுக்கு ஒன்றை வழங்குவதால், அவர் கூறும் புகழ்மொழியே நிலையான புகழாகும்.

233
ஒன்றா உலகத்து உயர்ந்த புகழல்லால்
பொன்றாது நிற்பதொன் றில்.

> நிலையற்ற இந்த மண்ணுலகில் நிலைத்து நிற்பது புகழைத் தவிர வேறில்லை.

234
நிலவரை நீள்புகழ் ஆற்றின் புலவரைப்
போற்றாது புத்தேள் உலகு.

> நிலைபெறும்படியான புகழினை ஒருவன் செய்வானாகில், வானுலகம் வானோரைப் போற்றாது அப்புகழுடையோனையே போற்றும்.

235
நத்தம்போல் கேடும் உளதாகும் சாக்காடும்
வித்தகர்க் கல்லால் அரிது.

> புகழுடம்பிற்குக் காரணமாகும் வாழ்வில் கேடும், புகழ்நிலை பெறுதற்குரிய இறப்பும் அறிவில் மேலோங்கியவர்க்கு அல்லாமல் பிறர்க்கு அந்தப் பேறு இல்லை.

புகழ் வந்தடையும் வாழ்வு

236 தோன்றின் புகழொடு தோன்றுக அஃதிலார்
தோன்றலின் தோன்றாமை நன்று.

> ஒன்றைச் செய்வதன் மூலம் புகழ்பெறவேண்டும். அதனை வேண்டாதவர் எந்த ஒன்றிலும் விலகி யிருப்பதே மேலானது.

237 புகழ்பட வாழாதார் தந்நோவார் தம்மை
இகழ்வாரை நோவது எவன்?

> புகழுக்குரியதை விரும்பி ஏற்காதோர், தம்மைத் தாமே நொந்துகொள்ளாமல், அதனை விடுத்துத் தம்மை இகழ்வாரை நோவது எதற்கு?

238 வசையென்ப வையத்தார்க் கெல்லாம் இசையென்னும்
எச்சம் பெறாஅ விடின்.

> புகழ் என்பது தமக்குப் பின்னால் எஞ்சிநிற்கும்; அது இல்லாவிடில், உலகத்தாரின் பழிக்கு ஆளாக நேரும்.

239 வசையிலா வண்பயன் குன்றும் இசையிலா
யாக்கை பொறுத்த நிலம்.

> புகழ் இல்லாத உடம்பை இவ்வுலகம் சுமக்க நேரு மானால், விளைநிலம் கூடத் தன் வளம் குன்றிவிடும்.

240 வசையொழிய வாழ்வாரே வாழ்வார் இசையொழிய
வாழ்வாரே வாழா தவர்.

> வாழ்பவர் என்று சொல்லப்படுபவர், இகழ்ச்சி இன்றி வாழ்பவரே. புகழ் இன்றி வாழ்பவர் இறந்தோரை ஒத்தவராவர்.

25. அருளுடைமை

241
அருட்செல்வம் செல்வத்துள் செல்வம் பொருட்செல்வம்
பூரியார் கண்ணும் உள.

> செல்வத்துள் செல்வமாவது அருளாகிய செல்வமே; பகட்டுச் செல்வம் கீழ்மையாரிடத்து உள்ளது.

242
நல்லாற்றான் நாடி அருளாள்க பல்லாற்றால்
தேரினும் அஃதே துணை.

> நல்வழியில் ஆராய்ந்து அருளுக்குரியவற்றை மேற்கொள்க; வேறு எந்த வழியில் தேடினாலும் துணை வருவது அருளே.

243
அருள்சேர்ந்த நெஞ்சினார்க் கில்லை இருள்சேர்ந்த
இன்னா உலகம் புகல்.

> இருள்சேர்ந்த துன்ப உலகில், அருளாளர்கள் ஒரு போதும் சென்று சேர்வதில்லை.

244
மன்னுயிர் ஓம்பி அருளாள்வாற்கு இல்லென்ப
தன்னுயிர் அஞ்சும் வினை.

> உயிர்களைக் காக்கவேண்டும் என்ற அருள் நெஞ்சினர்க்குத் தன்னுயிர் பற்றிய அச்சம் இருந்ததில்லை.

245
அல்லல் அருளாள்வார்க்கு இல்லை வளிவழங்கும்
மல்லன்மா ஞாலங் கரி.

> அருளாளர்களுக்கு என்றைக்கும் துன்பம் இல்லை என்பதற்குக் காற்றின் இயக்கம் நிகழும் நிலவுலகமே சாட்சி.

அனைத்துயிரிடத்தும் பரிவு காட்டுதல்

246 பொருள்நீங்கிப் பொச்சாந்தார் என்பர் அருள்நீங்கி
அல்லவை செய்தொழுகு வார்.

ஒருசிறிதும் அருளின்றிக் கொடுமை புரிபவர் அறநூலைக் கற்றிருந்தும் அதனை மறந்து கேடுற்றார் என்பர்.

247 அருளில்லார்க்கு அவ்வுலகம் இல்லை பொருளில்லார்க்கு
இவ்வுலகம் இல்லாகி யாங்கு.

பொருளில்லார்க்கு மண்ணுலக இன்பம் இல்லை. அருளற்றவர்க்கு விண்ணுலக இன்பம் இல்லை.

248 பொருளற்றார் பூப்பர் ஒருகால் அருளற்றார்
அற்றார்மற் றாதல் அரிது.

செல்வம் அற்றவர் பிறகு ஒருசமயம் அதனைப் பெறுதற்கு வாய்ப்பு நேரலாம்; ஆனால், அருளற்றவர் அதிலிருந்து விலகினால் அவர் கடைத்தேற வாய்ப்பே இல்லை.

249 தெருளாதான் மெய்ப்பொருள் கண்டற்றால் தேரின்
அருளாதான் செய்யும் அறம்.

அருளுள்ளம் இல்லாதவன் அறச்செயல்களைச் செய்ய முயல்வது, தெளிவற்றவன் மெய்ப்பொருளைக் காண்பது போன்றது.

250 வலியார்முன் தன்னை நினைக்கதான் தன்னின்
மெலியார்மேல் செல்லு மிடத்து.

மெலியவனை வலியவன் துன்புறுத்துகையில், வலியவன் தன்னைவிட மிக வலியவன் முன் நிற்பதான எண்ணத்தை எண்ணிப் பார்க்க வேண்டும்.

26. புலால்மறுத்தல்

251. தன்னூன் பெருக்கற்குத் தான்பிறிது ஊனுண்பான்
எங்ஙனம் ஆளும் அருள்.

> தன் உடலைப் பெருக்க எண்ணிப் பிற உயிரின் தசைகளைத் தின்பவன் எவ்வாறு அருளாளனாக இருக்க முடியும்?

252. பொருளாட்சி போற்றாதார்க்கு இல்லை அருளாட்சி
ஆங்கில்லை ஊன்தின் பவர்க்கு.

> பொருளைப் போற்றிக் காவாதவனுக்குப் பொருளாக்கம் இல்லை; புலால் உணவு உண்பவனுக்கு அருளாக்கம் இல்லை.

253. படைகொண்டார் நெஞ்சம்போல் நன்றூக்காது ஒன்றன்
உடல்சுவை உண்டார் மனம்.

> படைக்கருவி கைக்கொண்டவன் நெஞ்சில் இரக்கம் இருப்பதில்லை; புலால் உணவு சுவைப்பவனின் நெஞ்சில் அருள் சுரப்பதில்லை.

254. அருளல்லது யாதெனிற் கொல்லாமை கோறல்
பொருளல்ல தவ்வூன் தினல்.

> பிற உயிரைக் கொல்லாமை என்பது அருள்; அருளற்ற செயல் என்பது பிற உயிரைக் கொல்வது; அறமற்ற செயல் என்பது அதனை உணவாகக் கொள்ளுதல்.

255. உண்ணாமை உள்ளது உயிர்நிலை ஊனுண்ண
அண்ணாத்தல் செய்யாது அளறு.

> புலால் உண்ணாமையால்தான் உடம்போடு உயிர் நிலைத்திருக்கிறது; புலால் உண்பவன் பாவ உலகில் அழுந்திக் கிடப்பான்.

புலால் உண்ணாதிருத்தல்

256 **தினற்பொருட்டால் கொல்லாது உலகெனின் யாரும்**
விலைப்பொருட்டால் ஊன்றருவா ரில்.

உண்பதற்காக யாரும் உயிர்களைக் கொல்லாதிருந்தால் புலாலை விற்பவர் எவருமிரார்.

257 **உண்ணாமை வேண்டும் புலாஅல் பிறிதொன்றன்**
புண்ணது உணர்வார்ப் பெறின்.

பிற உயிரின் புண் என்று அதன்மேல் அருவெருப்புக் கொண்டு புலால் உண்ணாதிருக்கவேண்டும்.

258 **செயிரின் தலைப்பிரிந்த காட்சியார் உண்ணார்**
உயிரின் தலைப்பிரிந்த ஊன்.

குற்றமற்ற வாழ்வினர், உயிர்நீத்த உடம்பாகிய புலாலை உண்ணமாட்டார்கள்.

259 **அவிசொரிந் தாயிரம் வேட்டலின் ஒன்றன்**
உயிர்செகுத் துண்ணாமை நன்று.

உயிர்களைத் தீயில் பலி பொருளாக்கி ஆயிரம் வேள்விகளைச் செய்தலைக் காட்டிலும் உண்பதற்காக ஒருயிரைக் கொன்று தின்னாமை நன்று.

260 **கொல்லான் புலாலை மறுத்தானைக் கைகூப்பி**
எல்லா உயிருந் தொழும்.

கொல்லாதவனையும், புலால் தின்னாதவனையும் உயிர்கள் கை கூப்பி வணங்கும்.

27 தவம்

261 **உற்றநோய் நோன்றல் உயிர்க்குறுகண் செய்யாமை**
அற்றே தவத்திற் குரு.

துன்பத்தைப் பொறுத்துக் கொள்ளுதலும், பிற உயிர்களுக்குத் துன்பம் இழைக்காமல் இருத்தலுமே தவத்திற்குரிய அடையாளங்கள்.

262 **தவமும் தவமுடையார்க்கு ஆகும் அவம்அதனை**
அஃதிலார் மேற்கொள் வது.

தவம் செய்யும் நோக்கம் கொண்டோரே தவம் செய்ய இயலும். அந்நோக்கம் அற்றவர் தவம் மேற்கொள்வது வீண்.

263 **துறந்தார்க்குத் துப்புரவு வேண்டி மறந்தார்கொல்**
மற்றை யவர்கள் தவம்.

துறவியருக்கு நல்லறப்பணியை விரும்பி ஆற்று வதற்கு இல்லறத்தார் துறவறம் மறந்தார் போலும்.

264 **ஒன்னார்த் தெறலும் உவந்தாரை ஆக்கலும்**
எண்ணின் தவத்தான் வரும்.

தமக்கு மாறுபாடானவரை அழித்தலும், தம்மிடம் அன்புடையாரை மேன்மை அடையச் செய்தலும் தவ வலிமை உடையவர்க்கு இயலும்.

265 **வேண்டிய வேண்டியாங் கெய்தலால் செய்தவம்**
ஈண்டு முயலப் படும்.

விரும்பும் எண்ணங்கள் விரும்பியவாறு செய்யத் தவத்தால் இயலும்; செய்தற்கரியன செய்தற்குத் தவம் மேற்கொள்ளப்படுவது அதனால்தான்.

தவத்தின் மேன்மை

266 தவஞ் செய்வார் தங்கருமஞ் செய்வார்மற் றல்லார்
அவஞ்செய்வார் ஆசையுட் பட்டு.

தவம் செய்வோர் தம் கடமையில் நின்று காரியம் புரிவர்; மற்றவரோ பகட்டு ஆசையுள் அகப்பட்டுக் கேட்டினை விளைவித்துக்கொள்வர்.

267 சுடச்சுடரும் பொன்போல் ஒளிவிடும் துன்பஞ்
சுடச்சுட நோற்கிற் பவர்க்கு.

தீயில் சுடச்சுடப் பொன் ஒளி மிகுவது போல, துன்பம் வருத்த வருத்த தவமுடையோர் ஞான ஒளியில் சுடர்வர்.

268 தன்னுயிர் தான்அறப் பெற்றானை ஏனைய
மன்னுயி ரெல்லாந் தொழும்.

தன்னுயிரும் தான் என்னும் செருக்கும் முற்றும் நீக்கிய தவமுடையோனை உலகத்தார் போற்றி வணங்குவர்.

269 கூற்றம் குதித்தலும் கைகூடும் நோற்றலின்
ஆற்றல் தலைப்பட் டவர்க்கு.

தவ ஆற்றலால் தன்னை வென்றோர், கூற்றுவனையும் வென்று வாழ்ந்து காட்டுவர்.

270 இலர்பல ராகிய காரணம் நோற்பார்
சிலர்பலர் நோலா தவர்.

உலகில் ஆற்றல் அற்றோர் பலராக இருக்கக் காரணம், தவம் செய்வோர் சிலராகவும்; செய்யாதார் பலராகவும் இருப்பதேயாம்.

அறத்துப்பால் ▪ திருக்குறள் ▪ 63

28 கூடா ஒழுக்கம்

271 **வஞ்ச மனத்தான் படிற்றொழுக்கம் பூதங்கள்**
ஐந்தும் அகத்தே நகும்.

வஞ்சநெஞ்சம் கொண்டவனின் பொய்யொழுக்கத்தைக் கண்டு அவனுள்ளிருக்கும் ஐம்பூதங்களும் அவனை எண்ணித் தமக்குள் சிரிக்கும்.

272 **வானுயர் தோற்றம் எவன்செய்யும் தன்னெஞ்சம்**
தான்அறி குற்றப் படின்.

தன் நெஞ்சறிந்த குற்றத்தை ஒருவன் செய்வானாகில், அவனது வானளவு உயர்ந்த தவத்தோற்றத்தால் என்ன பயன்?

273 **வலியில் நிலைமையான் வல்லுருவம் பெற்றம்**
புலியின்தோல் போர்த்துமேய்ந் தற்று.

மனவலிமை இல்லாத ஒருவனின் வலிய தவக் கோலம், புலித்தோல் போர்த்திய பசு பயிரை மேய்வது போன்றது.

274 **தவமறைந்து அல்லவை செய்தல் புதல்மறைந்து**
வேட்டுவன் புள்சிமிழ்த் தற்று.

தவக்கோலத்தில் மறைந்துகொண்டு பாவச்செயல் செய்வது, வேடன் புதரில் மறைந்து கொண்டு பறவை களைப் பிடிப்பதை ஒப்பதாகும்.

275 **பற்றற்றேம் என்பார் படிற்றொழுக்கம் எற்றெற்றென்று**
ஏதம் பலவுந் தரும்.

ஆசைகளைத் துறந்தோம் என்று சொல்வோரின் தீய ஒழுக்கம், நொந்து கொள்ளும்படியான துன்பங் களைத் தரும்.

வேண்டாத பண்பு

276 **நெஞ்சின் துறவார் துறந்தார்போல் வஞ்சித்து**
வாழ்வாரின் வன்கணார் இல்.

நெஞ்சில் பற்றினை நீக்காது, போலியாக நடிக்கும் துறவிகள் போல் வஞ்சித்து வாழும் கொடியவர் உலகில் வேறெவரும் இருக்கவியலாது.

277 **புறங்குன்றி கண்டனைய ரேனும் அகங்குன்றி**
மூக்கிற் கரியார் உடைத்து.

குண்டுமணிபோலப் புறத்தே செந்நிறமும், அகத்தே அதன் நுனிபோலக் கருமை உள்ளமும் கொண்டிருப்போர் உலகில் இருத்தல் இயல்பு.

278 **மனத்தது மாசாக மாண்டார் நீராடி**
மறைந்தொழுகும் மாந்தர் பலர்.

உள்ளத்தில் குற்றம் நிறைந்திருக்க, துறவியர் போல் நீராடி மறைவான வாழ்வு நடத்துவோர் உலகில் பலர்.

279 **கணைகொடிது யாழ்கோடு செவ்விதுஆங் கன்ன**
வினைபடு பாலால் கொளல்.

நேர் நிற்கும் அம்பு கொடியது; வளைந்திருக்கும் யாழ் இனியது; தோற்றத்தைக் கண்டு அறியாமல் மாந்தரின் பண்புகளைக் கொண்டு உண்மை அறிக.

280 **மழித்தலும் நீட்டலும் வேண்டா உலகம்**
பழித்தது ஒழித்து விடின்.

உலகோர் பழித்துக் கூறும் இழிசெயலை விலக்கினாலே போதும், தலைமுடியை மழித்தலும், தாழ் சடையை வளர்த்தலும் வேண்டியதில்லை.

29 கள்ளாமை

281 **எள்ளாமை வேண்டுவான் என்பான் எனைத்தொன்றும்**
கள்ளாமை காக்கதன் நெஞ்சு.

பிறரால் இகழப்படாது வாழ நினைப்பவன், மற்றவர் பொருளைக் கவர்ந்து பெறுவோம் என்று எண்ணாத நெஞ்சுறுதி வேண்டும்.

282 **உள்ளத்தால் உள்ளலும் தீதே பிறன்பொருளைக்**
கள்ளத்தால் கள்வேம் எனல்.

மற்றவர்க்குரிய பொருளைக் களவாடிப் பெறலாம் என்று மனத்தால் நினைப்பதே மிகத் தீமை தருவ தாகும்.

283 **களவினால் ஆகிய ஆக்கம் அளவிறந்து**
ஆவது போலக் கெடும்.

களவினால் வரும் செல்வம் அளவு கடந்து பெருகுவது போலவே முதலில் தோன்றும். ஆனால், வந்த வேகத்திலேயே அது விரைந்து கெடும்.

284 **களவின்கண் கன்றிய காதல் விளைவின்கண்**
வீயா விழுமம் தரும்.

களவு செய்யவேண்டும் என்று தூண்டும் ஆசை யெண்ணம் இனிக்கும்; ஆனால், அதன் விளைவு தீராத துன்பம் கொடுக்கும்.

285 **அருள்கருதி அன்புடைய ராதல் பொருள்கருதிப்**
பொச்சாப்புப் பார்ப்பார்கண் இல்.

பிறர் பொருளைக் கவர விரும்பி, பொருளுடையோர் அயர்ந்த சமயத்தை எதிர்நோக்குவோரிடம் அருள் கருதி அன்புடையவராவதற்கு வாய்ப்பில்லை.

திருடாமை

286. அளவின்கண் நின்றொழுகல் ஆற்றார் களவின்கண்
கன்றிய காத லவர்.

> களவாடி வாழும் வாழ்க்கையில் சுவை கண்டவர்கள், அளவறிந்து தம் வாழ்க்கையை அமைத்துக் கொள்ள மாட்டார்கள்.

287. களவென்னும் காரறி வாண்மை அளவென்னும்
ஆற்றல் புரிந்தார்கண் இல்.

> ஒரு வரம்புக்குள் வாழும் ஆற்றலுடையவர்களிடம் பிறர் பொருளைக் கவரவேண்டும் என்ற இருள் பண்பு இராது.

288. அளவறிந்தார் நெஞ்சத் தறம்போல நிற்கும்
களவறிந்தார் நெஞ்சில் கரவு.

> அளவறிந்து வாழ்வோன், நெஞ்சில் அறம் செழித் திருக்கும்; களவையே நினைக்கும் நெஞ்சில் வஞ்சகம் நிலைத்திருக்கும்.

289. அளவல்ல செய்தாங்கே வீவர் களவல்ல
மற்றைய தேற்றா தவர்.

> களவு தவிர, செய்யத்தக்க வேறொன்றையும் செய்ய விரும்பாதவர், அளவற்ற தீங்குகளுக்கு ஆளாகி அக்கணமே கெடுவர்.

290. கள்வார்க்குத் தள்ளும் உயிர்நிலை கள்ளார்க்குத்
தள்ளாது புத்தேள் உலகு.

> களவு செய்வார்க்கு வாழும் காலம் குறையும்; களவு செய்யாதார்க்கு நீடித்த வாழ்வு கிட்டும்.

அறத்துப்பால் ▪ **திருக்குறள்**

30 வாய்மை

291 வாய்மை எனப்படுவது யாதெனின் யாதொன்றும்
தீமை இலாத சொலல்.

தீமை தரும் சொற்களை ஒருபோதும் கூறாதிருப்பதே வாய்மை என்பதற்குரிய இலக்கணமாகும்.

292 பொய்மையும் வாய்மை யிடத்த புரைதீர்ந்த
நன்மை பயக்கும் எனின்.

பொய்யான சொற்கள் கூடக் குற்றமற்ற நன்மையை மற்றவர்க்குத் தருவதானால், அச்சொற்களும்கூட வாய்மையே.

293 தன்நெஞ் சறிவது பொய்யற்க பொய்த்தபின்
தன்நெஞ்சே தன்னைச் சுடும்.

தன் நெஞ்சறிந்த ஒன்றை மற்றவர் அறியார் என எண்ணிப் பொய் கூறாதே; கூறின் தன் மனசாட்சியே தன்னைச் சுடும்.

294 உள்ளத்தாற் பொய்யா தொழுகின் உலகத்தார்
உள்ளத்து ளெல்லாம் உளன்.

மனத்தால் பொய் பேசாமல் ஒருவன் வாய்மை காத்தால், அவன் உலக மக்களின் உள்ளத்தில் நிலைப்பான்.

295 மனத்தொடு வாய்மை மொழியின் தவத்தொடு
தானஞ்செய் வாரின் தலை.

மனமறிந்து பொய் சொல்லாதவனின் வாழ்க்கை தவத்தோடு, தானம் செய்பவர்களைக் காட்டிலும் மேலானது.

உண்மை உரைத்தல்

296 பொய்யாமை அன்ன புகழில்லை எய்யாமை
எல்லா அறமுந் தரும்.

வாய்மையைப் போல, ஒருவனுக்குப் புகழ் தருவது வேறெதுவுமில்லை; அதுவே அவனுக்கு நல்லறங்களைத் தரும்.

297 பொய்யாமை பொய்யாமை ஆற்றின் அறம்பிற
செய்யாமை செய்யாமை நன்று.

பொய்யாமையைப் பொய்க்காமல் கடைப்பிடித்தால், பிற அறங்களைச் செய்யாதிருந்தாலும் அது நன்மை பயக்கும்.

298 புறந்தூய்மை நீரான் அமையும் அகந்தூய்மை
வாய்மையால் காணப் படும்.

உடல் தூய்மை நீரால் அமையும்; உள்ளத்தூய்மை வாய்மையால் அமையும்.

299 எல்லா விளக்கும் விளக்கல்ல சான்றோர்க்குப்
பொய்யா விளக்கே விளக்கு.

எல்லா விளக்குகளும் விளக்காகா; சான்றோர்க்கு மனவிருள் போக்கும் வாய்மையாகிய ஒளியே உள்ளொளி தரும் விளக்கு.

300 யாமெய்யாக் கண்டவற்றுள் இல்லை எனைத்தொன்றும்
வாய்மையின் நல்ல பிற.

யாம் உண்மையாகக் கண்டு தெளிந்த அறங்களில் வாய்மையின் மிக்க அறம் பிறிதொன்றில்லை.

31 வெகுளாமை

301 **செல்லிடத்துக் காப்பான் சினங்காப்பான் அல்லிடத்துக்**
காக்கின்என் காவாக்கால் என்.

இடமறிந்து சினத்தை காக்கத்தெரிந்திருக்க வேண்டும்; வேண்டாத சூழலில் அதனைக் காத்தாலும் என்ன? காவாது விட்டாலும் என்ன?

302 **செல்லா இடத்துச் சினந்தீது செல்லிடத்தும்**
இல்அதனின் தீய பிற.

வலியாரிடம் சினத்தைக் காட்டினால், தீங்கு விளையும்: மெலியாரிடத்துக் காட்டினால் அதைப் போன்று தீங்கு விளைவிப்பது எதுவும் இல்லை.

303 **மறத்தல் வெகுளியை யார்மாட்டும் தீய**
பிறத்தல் அதனால் வரும்.

சினம் கொள்வது தீமை தரும். அதனை மறத்தலே நல்லது; சினத்தை மறவாவிட்டால் தீங்கே விளையும்.

304 **நகையும் உவகையும் கொல்லும் சினத்தின்**
பகையும் உளவோ பிற.

சினமானது, உதடு வெளிப்படுத்தும் புன்னகையையும், உள்ளத்தில் தோன்றும் மகிழ்ச்சியையும் கொன்று விடும். ஆக, சினத்தைவிட வேறு பகை உண்டா?

305 **தன்னைத்தான் காக்கின் சினங்காக்க காவாக்கால்**
தன்னையே கொல்லுஞ் சினம்.

தன்னைத் தீமையிலிருந்து காத்துக்கொள்ள வேண்டுமானால், சினம் கொள்ளாமல் காத்துக்கொள்க: இல்லையேல், தீமை தரும் சினமே கொன்றொழிக்கும்.

கோபங்கொள்ளாமை

306 சினமென்னும் சேர்ந்தாரைக் கொல்லி இனமென்னும்
ஏமப் புணையைச் சுடும்.

> சினம் என்னும் நெருப்பு, தன்னைக் கொல்வதோடு தமக்குப் பாதுகாப்பாக இருக்கும் இனமென்னும் வாழ்க்கைப் படகினையும் பொசுக்கிவிடும்.

307 சினத்தைப் பொருளென்று கொண்டவன் கேடு
நிலத்தறைந்தான் கைபிழையா தற்று.

> நிலத்தைக் கையால் ஓங்கி அடிப்பவனுக்கு வலி எடுப்பது உறுதி; சினத்தைக் கொண்டு தீய செயலில் இறங்கினால் அவன் கெடுவது உறுதி.

308 இணர்எரி தோய்வன்ன இன்னா செயினும்
புணரின் வெகுளாமை நன்று.

> எரிநெருப்பினுள் இடுவது போன்ற கொடுமையை ஒருவன் செய்தாலும், அவனிடத்துச் சினங் கொள்ளா திருத்தலே நல்லது.

309 உள்ளிய தெல்லாம் உடனெய்தும் உள்ளத்தால்
உள்ளான் வெகுளி எனின்.

> உள்ளத்தில் சினம் சிறிதும் இல்லாதவனாக இருந்தால், அவன் எண்ணிய எண்ணமெல்லாம் நினைத்தவுடன் பெறமுடியும்.

310 இறந்தார் இறந்தார் அனையர் சினத்தைத்
துறந்தார் துறந்தார் துணை.

> சினத்தின் உச்சநிலை, ஒருவரைச் செத்தவர் போன்று ஆக்கும்; சினத்தை அறவே துறந்தால் துறவியராக ஆக்கும்.

32. இன்னாசெய்யாமை

311. சிறப்பீனும் செல்வம் பெறினும் பிறர்க்குஇன்னா
செய்யாமை மாசற்றார் கோள்.

> சிறப்புத் தரும் செல்வத்தைப் பெற்றாலும், அதைக் கொண்டு மற்றவர்க்குக் கெடுதல் செய்யாதிருப்பதே தூய்மையானவரின் பண்பு.

312. கறுத்துஇன்னா செய்தவக் கண்ணும் மறுத்தின்னா
செய்யாமை மாசற்றார் கோள்.

> சினமுற்றுத் தமக்கு ஒருவர் தீங்கிழைப்பினும், அவர்க்குத் தீங்கு செய்யாதிருத்தலே நல்லோரின் பண்பாகும்.

313. செய்யாமல் செற்றார்க்கும் இன்னாத செய்தபின்
உய்யா விழுமந் தரும்.

> தாம் தீங்கு இழைக்காதபோது, தமக்கு ஒருவர் தீங்கு இழைத்தாலும், அவர்க்குத் தீங்கு செய்தால் அது பின் தீராத துன்பம் தரும்.

314. இன்னாசெய் தாரை ஒறுத்தல் அவர்நாண
நன்னயஞ் செய்து விடல்.

> தமக்குத் துன்பம் செய்தவரைத் தண்டித்தல் என்பது அவரே வெட்கப்படும்படி அவர் செய்த தீங்கை மறந்து அவருக்கு நல்லது செய்தலே ஆகும்.

315. அறிவினான் ஆகுவ துண்டோ பிறிதின்நோய்
தந்நோய்போல் போற்றாக் கடை.

> பிறர் துன்பத்தைத் தனக்கு நேர்ந்த துன்பமாய் எண்ணி, அதனைப் போக்கத் தெரியாவிட்டால் அறிவு பெற்றிருந்தும் என்ன பயன்?

பிறர்க்குத் தீங்கு இழைக்காமை

316 **இன்னா எனத்தான் உணர்ந்தவை துன்னாமை**
வேண்டும் பிறன்கண் செயல்.

இவையிவை துன்பம் தரும் என்பதை உணர்ந்தவன், மற்றவர்க்கு அத்தகைய துன்பங்களைத் தருதல் கூடாது.

317 **எனைத்தானும் எஞ்ஞான்றும் யார்க்கும் மனத்தானாம்**
மாணாசெய் யாமை தலை.

எக்காலத்திலும் எவர்க்கும் மனத்தளவில் சிறிதும் தீமை புரியாதிருத்தலே சிறந்த பண்பாகும்.

318 **தன்னுயிர்கக்கு இன்னாமை தானறிவான் என்கொலோ**
மன்னுயிர்க்கு இன்னா செயல்.

தன்னுயிர்க்குத் தீங்கு செய்யும் செயலை அறிந்து வருந்தும் ஒருவன், மற்ற உயிருக்குத் தீங்கிழைக்க நினைப்பது ஏனோ?

319 **பிறர்க்கின்னா முற்பகல் செய்யின் தமக்குஇன்னா**
பிற்பகல் தாமே வரும்.

முற்பகலில் மற்றவர்க்குத் துன்பம் செய்தால், அதன் விளைவு பிற்பகலில் அவனை அறியாமலேயே அவனிடத்து வந்து சேரும்.

320 **நோயெல்லாம் நோய்செய்தார் மேலவாம் நோய்செய்யார்**
நோயின்மை வேண்டு பவர்.

துன்பம் அதனைச் செய்பவரை வந்தடையும்; துன்பம் வேண்டாதார் பிறருக்குத் துன்பம் செய்யமாட்டார்.

33. கொல்லாமை

321. அறவினை யாதெனின் கொல்லாமை கோறல்
பிறவினை எல்லாந் தரும்.

> எவ்வுயிரையும் கொல்லாதிருத்தலே அறமாகும்; பிற உயிர்களைக்கொல்லுதல் பாவத்தைக் கொண்டு வந்து சேர்க்கும்.

322. பகுத்துண்டு பல்லுயிர் ஓம்புதல் நூலோர்
தொகுத்தவற்றுள் எல்லாந் தலை.

> அறநூல்கள் வகுத்துக் கூறிய அறங்களுக்குள் தலையாயது, பகுத்து உண்டு, பல உயிர்களைத் துன்பத்திலிருந்து பாதுகாத்தலே.

323. ஒன்றாக நல்லது கொல்லாமை மற்றதன்
பின்சாரப் பொய்யாமை நன்று.

> அறங்களில் முதன்மையானது; எவ்வுயிரையும் கொல்லாதிருத்தலே; அதனை அடுத்து நிற்பது பொய்யாமையாகிய அறமாகும்.

324. நல்லாறு எனப்படுவது யாதெனின் யாதொன்றும்
கொல்லாமை சூழும் நெறி.

> நல்ல நெறி என்பது எந்த ஒரு சூழலிலும் எவ்வுயிரையும் கொல்லாமை என்ற நெறியைக் கடைப்பிடித்தலே.

325. நிலைஅஞ்சி நீத்தாருள் எல்லாம் கொலைஅஞ்சிக்
கொல்லாமை சூழ்வான் தலை.

> உலகநெறிக்கு அஞ்சிப் பற்று விட்டவரைக் காட்டிலும், கொலைக்கு அஞ்சிக் கொல்லாமையாகிய நெறியைப் போற்றுவோரே தலையாயவராவர்.

மனத்தாலும் உயிர்களைக் கொல்ல எண்ணாமை

326 கொல்லாமை மேற்கொண் டொழுகுவான் வாழ்நாள்மேல்
செல்லாது உயிருண்ணுங் கூற்று.

> உயிரைக் கவரும் கூற்றுவன் கூடக், கொல்லாமையைக் கடைப்பிடிப்பவரை எளிதில் நெருங்கமாட்டான்.

327 தன்னுயிர் நீப்பினும் செய்யற்க தான்பிறிது
இன்னுயிர் நீக்கும் வினை.

> தன் உயிரை விட்டுவிட நேர்ந்தாலும், பிறிதோர் உயிரைப் பறிக்கும் தீச்செயலை ஒருபோதும் செய்யாதே.

328 நன்றாகும் ஆக்கம் பெரிதெனினும் சான்றோர்க்குக்
கொன்றாகும் ஆக்கங் கடை.

> கொல்வதால் பெரும் ஆக்கமே வருமாயினும், அதனைச் சான்றோர் இழிவாகக் கருதி வெறுப்பர்.

329 கொலைவினைய ராகிய மாக்கள் புலைவினையர்
புன்மை தெரிவா ரகத்து.

> கொலைத் தொழில் செய்வதையே தொழிலாகக் கொண்டவரை, அதன் தன்மை அறிந்தவர், அவர்களை இழிதொழில் புரிபவராகவே கருதுவர்.

330 உயிர்உடம்பின் நீக்கியார் என்ப செயிர்உடம்பின்
செல்லாத்தீ வாழ்க்கை யவர்.

> உயிர்களை உடம்பிலிருந்து நீக்கும் கொலைத் தொழிலாளி, நோயுற்ற உடம்போடு நொந்த வாழ்வும் உடையவர்களாக இருப்பான்.

அறத்துப்பால் ▪ திருக்குறள் ▪ 75

34. நிலையாமை

331. நில்லாத வற்றை நிலையின என்றுணரும்
புல்லறி வாண்மை கடை.

> நிலையில்லாதவற்றை நிலையானது என்று மயங்கும் கீழ்மை அறிவு இழிவாக எண்ணத்தக்கது.

332. கூத்தாட்டு அவைக்குழாத் தற்றே பெருஞ்செல்வம்
போக்கும் அதுவிளிந் தற்று.

> பெருஞ்செல்வம் வருவதும் போவதும், கூத்து நடக்கும் அரங்கிற்குக் கூட்டம் வருவதும் போவதுமான கூடுதலும் கலைதலும் போன்றது.

333. அற்கா இயல்பிற்றுச் செல்வம் அதுபெற்றால்
அற்குப ஆங்கே செயல்.

> செல்வம் நிலையற்றது; அது வந்தடையுமானால் அதனைப் பெற்ற அக்கணமே ஏதாவதொரு நல்லறச் செயலைச் செய்துவிடுக.

334. நாளென ஒன்றுபோற் காட்டி உயிர்ஈரும்
வாளது உணர்வார்ப் பெறின்.

> தன்னை ஒரு கால அளவுபோல் காட்டும் நாள், உயிரை உடம்பினின்றும் அறுக்கும் வாள்.

335. நாச்செற்று விக்குள்மேல் வாராமுன் நல்வினை
மேற்சென்று செய்யப் படும்

> நாக்கு இழுத்து விக்கல் எழும் கடைசி காலத்திலாவது, நல்ல அறச்செயலை விரைந்து செய்யவேண்டும்.

நிலையற்ற வாழ்வின் இயல்பு

336 **நெருநல் உளனொருவன் இன்றில்லை என்னும்**
பெருமை உடைத்துஇவ் வுலகு.

நேற்று இருந்தவன் இன்று இல்லை என்று சொல்லப் படும் நிலையாமையைப் பெருமையாக உடையது இந்த உலகம்.

337 **ஒருபொழுதும் வாழ்வது அறியார் கருதுப**
கோடியும் அல்ல பல.

அடுத்த விநாடி என்ன நடக்கும் என்பதை அறியாதவர், நினைக்கும் எண்ணங்களோ கோடியைத் தாண்டும்.

338 **குடம்பை தனித்து ஒழியப் புள்பறந் தற்றே**
உடம்பொடு உயிரிடை நட்பு.

உடம்பிற்கும் உயிருக்கும் உள்ள தொடர்பு, முட்டை ஓடு தனித்துக்கிடக்க அதிலிருந்து பறவைக் குஞ்சு பறந்து செல்வது போன்றதாகும்.

339 **உறங்கு வதுபோலுஞ் சாக்காடு உறங்கி**
விழிப்பது போலும் பிறப்பு.

இறத்தல் தூக்கம் போன்றது; விழித்தல் பிறத்தல் போன்றது.

340 **புக்கில் அமைந்தின்று கொல்லோ உடம்பினுள்**
துச்சில் இருந்த உயிர்க்கு.

உடம்புக்குள் ஒண்டுக் குடித்தனம் நடத்திய உயிருக்கு, நிலையாகத் தங்குவதற்குரிய போக்கிடம் இல்லையோ?

35. துறவு

341
யாதனின் யாதனின் நீங்கியான் நோதல்
அதனின் அதனின் இலன்.

எவற்றின் மீதெல்லாம் பற்றுவைத்திருக்கும் ஒருவன், அவற்றை நீக்கினால், துன்பத்திலிருந்து விடுபடுவான்.

342
வேண்டின்உண் டாகத் துறக்க துறந்தபின்
ஈண்டுஇயற் பால பல.

மெய்யான துறவு வேண்டும் என எண்ணினால், ஆசைகளைத் துற; அப்படித் துறந்தால், ஆற்றுவதற்கான நற்செயல்கள் மண்ணில் பல.

343
அடல்வேண்டும் ஐந்தன் புலத்தை விடல்வேண்டும்
வேண்டிய வெல்லாம் ஒருங்கு.

ஐம்புலன்களால் வரும் ஆசையை அடக்கித் துறவில் வெற்றி பெற வழி, அப்புலன்கள் தரும் இன்பங்களை முற்றிலுமாகத் துறத்தலே.

344
இயல்பாகும் நோன்பிற்கொன்று இன்மை உடைமை
மயலாகும் மற்றும் பெயர்த்து.

தவத்திற்குரியது பொருளின் மீது பற்று இல்லாதிருத்தலே. பற்றிருக்குமானால் அது ஆசைக்குக் காரணமான மயக்கத்தைக் கொடுக்கும்.

345
மற்றும் தொடர்ப்பாடு எவன்கொல் பிறப்பறுக்கல்
உற்றார்க்கு உடம்பும் மிகை.

பிறவித்துன்பத்தைப் போக்கித் துறவு மேற்கொள்வோர்க்கு இந்த உடம்பும் ஒரு சுமையே! அவ்வாறிருக்க ஐம்புல இன்பங்களின் தொடர்பு எதற்காக?

அகப்பற்று, புறப்பற்று இவற்றை விடுத்தல்

346 யான் எனது என்னும் செருக்கு அறுப்பான் வானோர்க்கு
உயர்ந்த உலகம் புகும்.

> யான் என்னும் செருக்கும், பொருட்பற்றால் இது எனதுடைமை என்னும் செருக்கும் சிறிதும் இல்லாதவன் உயர்ந்த பேறு பெறுவான்.

347 பற்றி விடாஅ இடும்பைகள் பற்றினைப்
பற்றி விடாஅ தவர்க்கு.

> பொருள் மீது கொண்ட பற்று நீங்காதவரைக்கும் பிறவியாகிய துன்பங்களும் நீங்கா.

348 தலைப்பட்டார் தீரத் துறந்தார் மயங்கி
வலைப்பட்டார் மற்றை யவர்.

> பற்றினை முற்றும் துறந்தவர் மேனிலை அடைவர்; பிறரோ ஆசை வலையில் அகப்பட்டுக் கொள்வர்.

349 பற்றற்ற கண்ணே பிறப்பறுக்கும் மற்று
நிலையாமை காணப் படும்.

> பற்றினைவிட்ட அக்கணமே பிறவிப் பிணி அறுபடும்; அதனை விடாதபோது வாழ்வின் நிலையாமை புரிய வரும்.

350 பற்றுக பற்றற்றான் பற்றினை அப்பற்றைப்
பற்றுக பற்று விடற்கு.

> ஒரு சிறிதும் பற்றற்று இருக்கும் மெய்ஞ்ஞானியை விடாது பற்றுக; உலகப் பற்றுகளைத் துறக்க அதுதான் சிறந்த வழி.

36. மெய்யுணர்தல்

351
பொருளல்ல வற்றைப் பொருளென்று உணரும்
மருளானாம் மாணாப் பிறப்பு.

> பொய்ப்பொருளை, மெய்யெனக் கருதி அறியாமையால் மயங்கி உணர்பவன், இழிபிறப்புக்குக் காரணமாவான்.

352
இருள்நீங்கி இன்பம் பயக்கும் மருள்நீங்கி
மாசறு காட்சி யவர்க்கு.

> உலகில் உள்ளவை பொய்ம்மைக் காட்சிகள் எனத் தெளிந்த அறிவுடையோர்க்கு அறியாமை இருள் நீங்கும்; பேரின்பம் கிட்டும்.

353
ஐயத்தின் நீங்கித் தெளிந்தார்க்கு வையத்தின்
வானம் நணிய துடைத்து.

> ஐயத்திலிருந்து முற்றிலும் விடுபடும் தெளிந்த மெய் யறிவு கொண்டவர்க்கு வானம் வசப்படும்.

354
ஐயுணர்வு எய்தியக் கண்ணும் பயமின்றே
மெய்யுணர்வு இல்லா தவர்க்கு.

> ஐம்புலன்களால் உணரப்படும் மெய்யறிவு உடையோர், அதனைப் பெறவில்லையேல் அதனால் பயன் ஒன்றும் விளையப்போவதில்லை.

355
எப்பொருள் எத்தன்மைத் தாயினும் அப்பொருள்
மெய்ப்பொருள் காண்பது அறிவு.

> எப்பொருள் எந்தவிதமான இயல்புகளை உடையதாக இருந்தாலும், அப்பொருளின் உண்மைப் பொருளைத் தெளிந்து அறிவதே அறிவாகும்.

வாழ்வின் உண்மை இயல்பை உணர்தல்

356 **கற்றீண்டு மெய்ப்பொருள் கண்டார் தலைப்படுவர்**
மற்றீண்டு வாரா நெறி.

மெய்யறிவைக் கற்றுணர்ந்த மெய்ப்பொருளறிஞர் மண்ணில் மீண்டும் பிறவாத நிலையை மேற்கொள்வர்.

357 **ஓர்த்துள்ளம் உள்ளது உணரின் ஒருதலையாப்**
பேர்த்துள்ள வேண்டா பிறப்பு.

மெய்ப்பொருளை ஒருவனது உள்ளம் உள்ளபடி ஆராய்ந்துணருமானால், மீண்டும் இங்கே மறுபிறப்பு உண்டு என்று எண்ண வேண்டா.

358 **பிறப்பென்னும் பேதைமை நீங்கச் சிறப்பென்னும்**
செம்பொருள் காண்பது அறிவு.

பிறப்பு என்னும் அறியாமை நீங்குதற்குச் சிறப்பெனும் மெய்ப் பொருளைக் காண்பதே மேலான அறிவு.

359 **சார்புணர்ந்து சார்பு கெடஒழுகின் மற்றழித்துச்**
சார்தரா சார்தரு நோய்.

எல்லாப் பொருளுக்கும் சார்பாக விளங்கும் செம் பொருளை உணர்ந்து, பற்றற்று வாழ்ந்தால், கொடுந் துன்பங்கள் வந்து சேரா.

360 **காமம் வெகுளி மயக்கம் இவைமூன்றன்**
நாமம் கெடக்கெடும் நோய்.

காமம், சினம், அறியாமை இம்மூன்றையும் பூண்டோடு அழித்துவிட்டால், துன்பத்திலிருந்து விடுதலை கிடைக்கும்.

37. அவா அறுத்தல்

361
அவாஎன்ப எல்லா உயிர்க்கும்எஞ் ஞான்றும்
தவாஅப் பிறப்பீனும் வித்து.

> எல்லா உயிர்களுக்கும் எல்லாக் காலத்திற்கும் நீங்காது தொடர்ந்து வருகின்ற பிறப்பைத் தோற்றுவிப்பது ஆசை என்னும் விதையே.

362
வேண்டுங்கால் வேண்டும் பிறவாமை மற்றது
வேண்டாமை வேண்ட வரும்.

> ஒருவன் ஒன்றைப் பெற விரும்பினால், பிறவாமையை வேண்டுவான்; வேண்டாமை என்பதை விரும்பினால் பிறவாமை தானே அமையும்.

363
வேண்டாமை அன்ன விழுச்செல்வம் ஈண்டில்லை
யாண்டும் அஃதொப்பது இல்.

> எவற்றின் மீதும் ஆசையின்மையே சிறந்த செல்வம்; அதற்கு நிகரான செல்வம் எங்கும் இல்லை.

364
தூஉய்மை என்பது அவாவின்மை மற்றது
வாஅய்மை வேண்ட வரும்.

> ஆசைப்படாமையே உள்ளத் தூய்மைக்கு அடிப்படை; அத்தூய்மை வாய்மையால் தானே வெளிப்படும்.

365
அற்றவர் என்பார் அவாஅற்றார் மற்றையார்
அற்றாக அற்றது இலர்.

> ஆசையைத் துறந்தொழித்தோம் என்போரே பற்று அற்றவராவர்; ஆசையை ஒருபோதும் துறவாதவர் பற்று அற்றவர் ஆகார்.

ஆசையை விலக்கி வைத்தல்

366 அஞ்சுவ தோரும் அறனே ஒருவனை
வஞ்சிப்ப தோரும் அவா.

வாழ்க்கையில் ஒருவரை வஞ்சிப்பது ஆசை என்னும் கேடு; அதனைக் கண்டு அஞ்சி நடப்பதே அறநெறி.

367 அவாவினை ஆற்ற அறுப்பின் தவாவினை
தான்வேண்டு மாற்றான் வரும்.

ஆசையைத் துறந்துவிட்டால், இன்புற்று வாழ்வதற்கான நன்மைகள் விரும்பிய வண்ணமே வந்து சேரும்.

368 அவாஇல்லார்க் கில்லாகுந் துன்பம் அஃதுண்டேல்
தவாஅது மேன்மேல் வரும்.

ஆசையை விட்டவர்க்குத் துன்பமில்லை; அதை விடாது பற்றிக்கொண்டிருப்பவர்க்கு துன்பம் தொடர்ந்துவரும்.

369 இன்பம் இடையறா தீண்டும் அவாவென்னும்
துன்பத்துள் துன்பங் கெடின்.

துன்பங்களுக்குள் பெருந்துன்பமான ஆசை அழிந்தால், இடைவிடாத இன்பம் தடையில்லாது வந்து சேரும்.

370 ஆரா இயற்கை அவாநீப்பின் அந்நிலையே
பேரா இயற்கை தரும்.

நிறைவற்ற ஆசையை நீக்கிவிட்டால், அது பேரின்ப நிலைக்கு வழி வகுக்கும்.

38 ஊழ்

371 **ஆகூழால் தோன்றும் அசைவின்மை கைப்பொருள்**
போகூழால் தோன்றும் மடி.

ஒருவனுக்கு நல்வினை நேருமானால், அஃது ஊக்கம் தரும்; கைப்பொருளை இழக்கக் காரணமாகும் தீவினை நேர்ந்தால் அதுவே அவனைச் சோம்பலில் ஆழ்த்திவிடும்.

372 **பேதைப் படுக்கும் இழவூழ் அறிவகற்றும்**
ஆகலூழ் உற்றக் கடை.

தீய வினை நேருமானால், அஃது ஒருவனைப் பேதையாக்கும்; நல்வினை சேருமானால் அஃது ஒருவனை மேதையாக்கும்.

373 **நுண்ணிய நூல்பல கற்பினும் மற்றுந்தன்**
உண்மை யறிவே மிகும்.

ஒருவன் நுண்ணிய நூல்கள் பல கற்றாலும், அவனது வினைக்குத் தகுந்தபடி உண்மை அறிவே முந்தி நிற்கும்.

374 **இருவேறு உலகத்து இயற்கை திருவேறு**
தெள்ளிய ராதலும் வேறு.

உலக இயல்பு இருவிதமாய் அமைந்துள்ளது; பண உலகம் வேறு; அறிவுலகம் வேறு.

375 **நல்லவை எல்லாஅந் தீயவாம் தீயவும்**
நல்லவாம் செல்வம் செயற்கு.

செல்வம் சேர்க்கும் முயற்சியில் ஊழ் காரணமாக, நல்லவை யாவும் தீயதாகும்; தீயவை நல்லவையாதலும் உண்டு.

விதியின் இயல்பு

376 பரியினும் ஆகாவாம் பாலல்ல உய்த்துச்
சொரியினும் போகா தம.

பொருளைப் போற்றிக் காத்தாலும் தீவினையால் அது நீங்கும்; பொருளைப் புறந்தள்ளினாலும் நல்வினையால் அது நீங்காது வந்தடையும்.

377 வகுத்தான் வகுத்த வகையல்லால் கோடி
தொகுத்தார்க்கும் துய்த்தல் அரிது.

பொருளைக் கோடிக்கணக்கில் பாதுகாத்து வைப்பினும் அவற்றை அனுபவிக்க முடியாமல் போவது என்பது விதி வகுத்தவனின் விதி.

378 துறப்பார்மன் துப்புர வில்லார் உறற்பால
ஊட்டா கழியு மெனின்.

ஊழால் வரும் துன்பங்கள் ஒருவரை வருத்தாமல் இருந்தால் வறியவர்கூடத் துறவறம் மேற்கொள்ளார்.

379 நன்றாங்கால் நல்லவாக் காண்பவர் அன்றாங்கால்
அல்லற் படுவ தெவன்.

நன்மை விளையும் காலத்தில் மகிழ்தலும், தீயது நேரும்போது, துன்பப்படுவதும் எதற்கு?

380 ஊழிற் பெருவலி யாவுள மற்றொன்று
சூழினுந் தான்முந் துறும்.

ஊழைக்காட்டிலும் ஆற்றல் வாய்ந்தது எதுவும் இல்லை; அதனைத் தடுக்க எவ்வழிகளை ஆராய்ந்தாலும் அதுவே முந்திக்கொள்ளும்.

பொருட்பால் (39–108)

அரசியல்

39. இறைமாட்சி
40. கல்வி
41. கல்லாமை
42. கேள்வி
43. அறிவுடைமை
44. குற்றம் கடிதல்
45. பெரியாரைத் துணைக்கோடல்
46. சிற்றினம் சேராமை
47. தெரிந்து செயல்வகை
48. வலி அறிதல்
49. காலம் அறிதல்
50. இடன் அறிதல்
51. தெரிந்து தெளிதல்
52. தெரிந்து வினையாடல்
53. சுற்றம் தழால்
54. பொச்சாவாமை
55. செங்கோன்மை
56. கொடுங்கோன்மை
57. வெருவந்த செய்யாமை
58. கண்ணோட்டம்
59. ஒற்றாடல்
60. ஊக்கம் உடைமை
61. மடி இன்மை
62. ஆள்வினை உடைமை
63. இடுக்கண் அழியாமை

அமைச்சியல்

64. அமைச்சு
65. சொல்வன்மை
66. வினைத்தூய்மை
67. வினைத்திட்பம்
68. வினை செயல்வகை
69. தூது
70. மன்னரைச் சேர்ந்து ஒழுகல்
71. குறிப்பு அறிதல்
72. அவை அறிதல்
73. அவை அஞ்சாமை
74. நாடு
75. அரண்
76. பொருள் செயல்வகை
77. படைமாட்சி
78. படைச்செருக்கு

நட்பியல்

79. நட்பு
80. நட்பு ஆராய்தல்
81. பழைமை
82. தீ நட்பு
83. கூடா நட்பு
84. பேதைமை
85. புல்லறிவாண்மை
86. இகல்
87. பகை மாட்சி
88. பகைத்திறம் தெரிதல்
89. உட்பகை
90. பெரியாரைப் பிழையாமை
91. பெண்வழிச் சேறல்
92. வரைவில் மகளிர்
93. கள் உண்ணாமை
94. சூது
95. மருந்து

குடியியல்

96. குடிமை
97. மானம்
98. பெருமை
99. சான்றாண்மை
100. பண்புடைமை
101. நன்றியில் செல்வம்
102. நாண் உடைமை
103. குடி செயல்வகை
104. உழவு
105. நல்குரவு
106. இரவு
107. இரவச்சம்
108. கயமை

பொருட்பால்

39. இறைமாட்சி

381
படைகுடி கூழ்அமைச்சு நட்பரண் ஆறும்
உடையான் அரசருள் ஏறு.

> படை, மக்கள், உணவுப்பொருள், அமைச்சு, நட்பு, அரண் ஆகிய ஆறினையும் கொண்டிருப்பவன் தலையாய வேந்தன்.

382
அஞ்சாமை ஈகை அறிவூக்கம் இந்நான்கும்
எஞ்சாமை வேந்தர்க் கியல்பு.

> துணிவு, கொடை, சூழலறிவு, ஊக்கம் ஆகிய நான்கும் பெற்றிருத்தல் வேந்தருக்கு இருக்கவேண்டிய இயல்புகள்.

383
தூங்காமை கல்வி துணிவுடைமை இம்மூன்றும்
நீங்கா நிலனாள் பவர்க்கு.

> விரைந்து செயற்படுதல், கல்வியறிவு, நெஞ்சத்துணிவு ஆகிய மூன்றும் மண்ணாளும் வேந்தர்க்கு நீங்காது இருக்கவேண்டிய பண்புகளாகும்.

384
அறனிழுக்கா தல்லவை நீக்கி மறனிழுக்கா
மானம் உடைய தரசு.

> அறம் வழுவாமலும், அறமற்றவற்றை நீக்கியும், வீரம் குன்றாத் தன்மானமும், நாட்டின் மானமும் காப்பது அரச இயல்பு.

385
இயற்றலும் ஈட்டலுங் காத்தலும் காத்த
வகுத்தலும் வல்ல தரசு.

> வருவாயை உண்டாக்கும் வழியறிதல், சேமித்தல், அதனைக் காத்தல், காத்தவற்றைப் பகிர்ந்தளித்தல் ஆகியவற்றைத் திறம்பட மேற்கொள்பவனே அரசனாவான்.

மன்னனின் சிறப்பு

386 **காட்சிக் கெளியன் கடுஞ்சொல்லன் அல்லனேல்**
மீக்கூறும் மன்னன் நிலம்

மக்கள் காணுவதற்குரிய எளிமையும், இனியசொல் கூறும் இயல்பும் கொண்டிருப்பவனின் நாடு உலகோரால் புகழ் பெறும்.

387 **இன்சொலால் ஈத்தளிக்க வல்லார்க்குத் தன்சொலால்**
தான்கண் டனைத்திவ் வுலகு.

இனிய சொல் கூறி, மக்களுக்கு வேண்டுவன அளிக்கும் மன்னனின் செயற்பாட்டால் அவன் புகழடைவான்.

388 **முறைசெய்து காப்பாற்றும் மன்னவன் மக்கட்கு**
இறையென்று வைக்கப் படும்.

அறநெறி பிறழாது, மக்களைத் துன்பங்களினின்றும் பாதுகாக்கும் மன்னனை மக்கள் தெய்வமாகக் கொண்டாடுவர்.

389 **செவிகைப்பச் சொற்பொறுக்கும் பண்புடை வேந்தன்**
கவிகைக்கீழ்த் தங்கும் உலகு.

குறை கூறுவோரின் கசப்பான சொற்களைக் கேட்க நேர்ந்தாலும், அதனைப் பொறுத்துக் கொள்ளும் மன்னனின் குடைநிழலில் இந்த உலகம் தங்கும்.

390 **கொடையளி செங்கோல் குடியோம்பல் நான்கும்**
உடையானாம் வேந்தர்க் கொளி.

கொடை, இரக்கம், செங்கோல், குடிபாதுகாப்பு ஆகிய நான்கு பண்புகளைக் கொண்டவன் மன்னர்க் கெல்லாம் ஒளிவிளக்கு.

40 கல்வி

391 **கற்க கசடறக் கற்பவை கற்றபின்
நிற்க அதற்குத் தக.**

கற்க வேண்டிய நூல்களைக் குற்றமறக் கற்க. கற்றதற்குப்பின் தக்கவாறு வாழ்வை நன்னெறியில் செலுத்துக.

392 **எண்ணென்ப ஏனை எழுத்தென்ப இவ்விரண்டும்
கண்ணென்ப வாழும் உயிர்க்கு.**

அறிவியலுக்குக் கருவியாகும் எண்களையும், உணர்விற்குக் கருவியாகும் கலையியலையும் கற்றறிந்தோர் இரு கண்களாகப் போற்றுவர்.

393 **கண்ணுடையர் என்பவர் கற்றோர் முகத்திரண்டு
புண்ணுடையர் கல்லா தவர்.**

கண்ணுடையோர் என்போர் கற்றோரே; கல்லாதோர் கண்பெற்றிருந்தும் புண்ணுடையோரே.

394 **உவப்பத் தலைக்கூடி உள்ளப் பிரிதல்
அனைத்தே புலவர் தொழில்.**

உள்ளத்தால் இனிதே மகிழுமாறு கூடிப் பழகி, இனி, எப்போது கண்டு இனிமையாய்ப் பேசி அளவுளாவுவோம் என்ற ஏக்கத்தை நினைத்துப் பிரிதல் கற்றறிந்தோர் பண்புகளாகும்.

395 **உடையார்முன் இல்லார்போல் ஏக்கற்றுங் கற்றார்
கடையரே கல்லா தவர்.**

செல்வந்தரிடம் ஏழை பணிந்து நிற்பது போல, கற்றவர்முன் பணிந்து நின்று கற்றோரே கற்றவராவார். அப்படிக் கல்லாதவர் கடையவரே.

கல்வியின் மேன்மை

396 தொட்டனைத் தூறும் மணற்கேணி மாந்தர்க்குக்
கற்றனைத் தூறும் அறிவு.

மணற்கேணியைத் தோண்டத் தோண்டிய அளவே நீர் பெருகும்; மக்களுக்குக் கற்ற கல்வியின் அளவிற்கு அறிவு பெருகும்.

397 யாதானும் நாடாமால் ஊராமால் என்னொருவன்
சாந்துணையுங் கல்லாத வாறு.

கற்றவனுக்கு எல்லா நாடும் ஊரும் உறவுடையன. அப்படியிருக்க வாழ்நாள் இறுதிவரையும் கற்காமல் ஒருவன் எதற்காக வாழ்வது?

398 ஒருமைக்கண் தான்கற்ற கல்வி ஒருவற்கு
எழுமையும் ஏமாப் புடைத்து.

ஒருமுறை தான் கற்ற கல்வி, அவனது வாழ்நாள் தொடரும்வரை அவனுக்கு உற்ற துணையாக வரும்.

399 தாமின் புறுவது உலகின் புறக்கண்டு
காமுறுவர் கற்றறிந் தார்.

தாம் இன்பம் கொள்வதற்குக் காரணமான கல்வி உலகிற்கும் இன்பம் அளிப்பதுணர்ந்து கற்றறிந்தார் கல்வியையே மேலும் மேலும் விரும்புவர்.

400 கேடில் விழுச்செல்வம் கல்வி யொருவற்கு
மாடல்ல மற்றை யவை.

அழிவில்லாத செல்வம் ஒருவர் கற்ற கல்வியே; பிற செல்வங்கள் அனைத்தும் செல்வமாகா.

பொருட்பால் ▪ திருக்குறள் ▪ 91

41. கல்லாமை

401
அரங்கின்றி வட்டாடி யற்றே நிரம்பிய
நூலின்றிக் கோட்டி கொளல்.

> அறிவு நிரம்பிய நூல்களைக் கற்காமல், கற்றோர் அவையில் பேசுவது, சதுரங்கப் பலகை இல்லாமல் காய்களை உருட்டுவது போன்றது.

402
கல்லாதான் சொற்கா முறுதல் முலையிரண்டும்
இல்லாதாள் பெண்காமுற் றற்று.

> கல்வியறிவு அற்றவன் கற்றோர் அவையில் பேசவிரும்பும் உணர்வு, மார்பகம் இல்லாதவள் காம இன்பத்தை விரும்பினாற் போன்றது.

403
கல்லா தவரும் நனிநல்லர் கற்றார்முன்
சொல்லா திருக்கப் பெறின்.

> கற்றவர் அவையில் ஒன்றும் சொல்லாதிருப்பாரே யானால் கல்லாதவரும் நல்லவரே.

404
கல்லாதான் ஒட்பம் கழியநன் றாயினும்
கொள்ளார் அறிவுடை யார்.

> படிப்பறிவு இல்லாதார்க்குத் தோன்றும் அறிவுடைய கருத்தினைக் கற்றறிந்தோர், ஒரு பொருட்டாக மதிக்க மாட்டார்கள்.

405
கல்லா ஒருவன் தகைமை தலைப்பெய்து
சொல்லாடச் சோர்வு படும்.

> கல்லாதவன் தன்னை மிக்க அறிஞனாகக் காட்டிக் கொண்டு கற்றவர்முன் பேசும்போதே அவனது அறிவின்மை வெளிப்பட்டுவிடும்.

படிக்காதவரின் இழிவு

406 உளரென்னும் மாத்திரையர் அல்லால் பயவாக்
களரனையர் கல்லா தவர்.

கல்லாதவன் நடைப்பிணம் என்று சொல்லலாமே தவிர, அவன் எதற்கும் பயன்படாத களர் நிலத்திற்கு ஒப்பாவன்.

407 நுண்மாண் நுழைபுலம் இல்லான் எழில்நலம்
மண்மாண் புனைபாவை யற்று.

கற்றறிதலை நுட்பமாக ஆழ்ந்து நோக்காதவனின் அழகுமிக்க தோற்றம், மண்பொம்மையின் எழில் வாய்ந்த தோற்றத்தை ஒத்தது.

408 நல்லார்கண் பட்ட வறுமையின் இன்னாதே
கல்லார்கண் பட்ட திரு.

கல்விச் செல்வம் பெற்ற நல்லவரிடம் இருக்கும் வறுமையைக் காட்டிலும், கல்லாதவரிடம் இருக்கும் பொருட்செல்வம் துன்பம் தரும்.

409 மேற்பிறந்தா ராயினும் கல்லாதார் கீழ்ப்பிறந்தும்
கற்றார் அனைத்திலர் பாடு.

கல்லாதவன் மேட்டுக்குடியினராக இருந்தாலும், தாழ்ந்த குடியில் பிறந்த கற்றவனுக்கு ஒப்பாகமாட்டான்.

410 விலங்கொடு மக்கள் அனையர் இலங்குநூல்
கற்றாரோடு ஏனை யவர்.

அறிவு நூல்கள் கற்றவரைக் கல்லாதவரோடு ஒப்பிடுவது மக்களை விலங்கோடு ஒப்ப எண்ணுவதாகும்.

42 கேள்வி

411 **செல்வத்துட் செல்வம் செவிச்செல்வம் அச்செல்வம்**
செல்வத்து ளெல்லாந் தலை.

எல்லா வகையான செல்வங்களைக் காட்டிலும், காதால் கேட்டுணரும் அறிவுச் செல்வமே மேலானது.

412 **செவிக்குண வில்லாத போழ்து சிறிது**
வயிற்றுக்கும் ஈயப் படும்.

கேள்வியறிவாகிய செவிக்கு உணவு இல்லாமல் போனால், பசி தீரச் சிறிதளவு வயிற்றுக்கும் ஈயப் படும்.

413 **செவியுணவிற் கேள்வி யுடையார் அவியுணவின்**
ஆன்றாரோ டொப்பர் நிலத்து.

மண்ணுலகில் செவிக்கு உணவாகிய கேள்வி ஞானம் பெற்றோர் அவியுணவு உண்ணும் விண்ணுலகத் தார்க்கு நிகராவர்.

414 **கற்றில னாயினுங் கேட்க அஃதொருவற்கு**
ஒற்கத்தின் ஊற்றாந் துணை.

உறுதி பயக்கும் நூல்களைப் படித்தறியாவிடினும், கற்றவரிடமிருந்து கேட்க. மனம் தளரும்போது, அது உற்ற துணையாக ஊன்றுகோலாய் உதவும்.

415 **இழுக்கல் உடையுழி ஊற்றுக்கோல் அற்றே**
ஒழுக்க முடையார்வாய்ச் சொல்.

நல்லொழுக்கம் கொண்டவர் சொல்லும் நல்லுரை, வழுக்கு நிலத்தில் பிடித்துச் செல்லும் ஊன்றுகோல் போல் வாழ்க்கைக்குப் பாதுகாப்பாக உதவும்.

நல்லவற்றைக் கேட்கும் செவி அறிவு

416 **எனைத்தானும் நல்லவை கேட்க அனைத்தானும்**
ஆன்ற பெருமை தரும்.

நல்லுரை எவ்வளவு சிறிதெனினும் அதனைக் கேட்டு உணர்க. அதனைக் கேட்கும் அளவிற்குப் பெருமை தரும்.

417 **பிழைத்துணர்ந்தும் பேதைமை சொல்லா ரிழைத்துணர்ந்து**
ஈண்டிய கேள்வி யவர்.

நுட்பமான கேள்வியறிவினர், தாம் கற்றவற்றைப் பிழைபடவே உணர நேரினும், அவரது வாய் பிழைபடப் பேசாது.

418 **கேட்பினுங் கேளாத் தகையவே கேள்வியால்**
தோட்கப் படாத செவி.

கேள்வியறிவை உணராத செவிகள், ஓசையை உணரும் செவிப்புலன் இருந்தும் கேளாத செவிகளே.

419 **நுணங்கிய கேள்விய ரல்லார் வணங்கிய**
வாயின ராதல் அரிது.

நுட்பமான கேள்வியறிவு பெறாதவர்களிடம் பணிவான நாவடக்கம் என்பது இராது.

420 **செவியிற் சுவையுணரா வாயுணர்வின் மாக்கள்**
அவியினும் வாழினும் என்.

செவிச்சுவை விரும்பாது, வாய்ச்சுவை விரும்பி வாழ்வோர், இறந்ததால்தான் என்ன? இருந்தால் என்ன?

43. அறிவுடைமை

421
அறிவற்றங் காக்குங் கருவி செறுவார்க்கும்
உள்ளழிக்க லாகா அரண்.

> அறிவு, அழிவு வராமல் ஒருவரைக் காக்கும் கருவி. எப்பகைவராலும் உட்புகுந்து அழிக்க முடியாத தடுப்பு அரணாகும்.

422
சென்ற இடத்தால் செலவிடா தீதொரீஇ
நன்றின்பால் உய்ப்ப தறிவு.

> மனத்தை அதன் வழிப் போகவிடாது தடுத்துத் தீயன விலக்கி நல்ல நெறியில் செலுத்தச் செய்வதே அறிவு.

423
எப்பொருள் யார்யார்வாய்க் கேட்பினும் அப்பொருள்
மெய்ப்பொருள் காண்ப தறிவு.

> எந்த ஒரு கருத்தையும் யார் யார் வாய்ச்சொல்லிலிருந்து கேட்கநேரினும் அக்கருத்தின் உண்மைத்தன்மை இன்னது என்று அறிந்துணர்வதே அறிவு.

424
எண்பொருள வாகச் செலச்சொல்லித் தான்பிறர்வாய்
நுண்பொருள் காண்ப தறிவு.

> எளிமையாக மனத்தில் பதியும்படி சொல்வதோடு, பிறர் கூறும் சொற்கள் அரிய பொரு ளுடையவாயினும் நுணுக்கமான பொருளைக் காண்பது அறிவாகும்.

425
உலகம் தழீஇய தொட்பம் மலர்தலும்
கூம்பலும் இல்ல தறிவு.

> உலகத்தாரை நட்போடு அரவணைத்தல் அறிவாகும். அந்நட்பு, முதலில் மகிழ்வும், பின்பு வருத்தமும் கொள்ளாமல் இருப்பது அறிவினரின் சிறப்பு.

அறிவுடையோராய் இருத்தல்

426
எவ்வ துறைவது உலகம் உலகத்தோடு
அவ்வ துறைவ தறிவு.

உலகம் எந்த அறநெறி வழிச் செல்லுகிறதோ, அந்த வழியில் தம்மைப் பொருத்திக்கொள்வது அறிவின் திறமாகும்.

427
அறிவுடையார் ஆவ தறிவார் அறிவிலார்
அஃதறி கல்லா தவர்.

வருவதனை முன் கூட்டி அறியும் திறமுடையோரே அறிவுடையோராவர். அவ்வாறு அறியமாட்டாதவர் கல்லாதவர்.

428
அஞ்சுவ தஞ்சாமை பேதைமை அஞ்சுவது
அஞ்சல் அறிவார் தொழில்.

அஞ்சத் தக்கனவற்றிற்கு அஞ்சாமல் இருப்பது அறியாமை; அஞ்சத்தக்க செயலுக்கு அஞ்சி நடத்தல் அறிவுடையோர் செயல்.

429
எதிரதாக் காக்கும் அறிவினார்க் கில்லை
அதிர வருவதோர் நோய்.

பின்னர் நிகழ இருப்பதைத் தம் அறிவின் திறத்தால் உய்த்துணரும் அறிவினர்க்கு, அதிர வைக்கும் துன்பம் இல்லை.

430
அறிவுடையார் எல்லா முடையார் அறிவிலார்
என்னுடைய ரேனும் இலர்.

அறிவுடையோர் எல்லாம் பெற்றவராவர். அறிவு இல்லாதவர் எல்லாம் பெற்றிருந்தும் அறிவு இன்மையால் ஒன்றும் அற்றவராவர்.

பொருட்பால் ▪ திருக்குறள் ▪ 97

44. குற்றங்கடிதல்

431
செருக்குஞ் சினமும் சிறுமையும் இல்லார்
பெருக்கம் பெருமித நீர்த்து.

> செருக்கும், சினமும் கீழ்மைப் பண்பும் இல்லாதவரின் அகமும் புறமுமான வளர்ச்சி பெருமிதத்தோடு கூடிய மேன்மையான வாழ்வாகும்.

432
இவறலும் மாண்பிறந்த மானமும் மாணா
உவகையும் ஏதம் இறைக்கு.

> கஞ்சத்தன்மை, மேன்மையற்ற மானம், இழிவான மகிழ்ச்சி இவை வேந்தனுக்குக் கேடு விளைவிக்கும் குற்றங்களாகும்.

433
தினைத்துணையாம் குற்றம் வரினும் பனைத்துணையாக்
கொள்வர் பழிநாணு வார்.

> பழிக்கு அஞ்சி வாழும் பண்பினர், தினை அளவு குற்றம் தமக்கு நேருமானால், அதனைப் பனையள வாகக் கருதுவர்.

434
குற்றமே காக்க பொருளாகக் குற்றமே
அற்றந் தரூஉம் பகை.

> குற்றம் ஒருவருக்கு அழிவு தரும் பகை. குற்றம் சிறிதும் செய்யாமல் தம்மைக் காத்துக்கொள்க.

435
வருமுன்னர்க் காவாதான் வாழ்க்கை எரிமுன்னர்
வைத்தூறு போலக் கெடும்.

> குற்றம் வருமுன்பே அதிலிருந்து தம்மைப் பாதுகாத்துக் கொள்ளாதவனின் வாழ்க்கை, தீயின் முன் இட்ட வைக்கோல் போர் போல அழிந்துவிடும்

தன்னிடம் குறையில்லாமல் இருத்தல்

436
தன்குற்றம் நீக்கிப் பிறர்குற்றங் காண்கிற்பின்
என்குற்ற மாகும் இறைக்கு.

தன் குற்றத்தை முதலில் நீக்கிவிட்டுப் பின் மற்றவர் குற்றத்தைக் காணும் மன்னனுக்கு என்ன குற்றம் வந்துவிடும்?

437
செயற்பால செய்யாது இவறியான் செல்வம்
உயற்பால தன்றிக் கெடும்.

தமக்குச் செய்துகொள்ளவேண்டியவற்றைச் செய்யாது பொருளை மட்டுமே பாதுகாப்பவனது கருமியின் செல்வம் அழியும்.

438
பற்றுள்ளம் என்னும் இவறன்மை எற்றுள்ளும்
எண்ணப் படுவதொன் றன்று.

பொருளின் மேல் கொண்ட பற்றுள்ளமாகிய கஞ்சத்தனத்தைப் பிற குற்றங்களோடு ஒப்பவைத்து எண்ணமுடியாது.

439
வியவற்க எஞ்ஞான்றும் தன்னை நயவற்க
நன்றி பயவா வினை.

மிகுந்த புகழுக்குரியவனாக இருக்க நேர்ந்தாலும், தன்னைத் தான் வியந்து பேசாதே; நன்மை அளிக்காத செயலை ஒருபோதும் விரும்பாதே.

440
காதல காதல் அறியாமை உய்க்கிற்பின்
ஏதில ஏதிலார் நூல்.

தமக்கு விருப்பமானவற்றைப் பிறர் அறியாதவாறு துய்க்கவேண்டும். அவ்வாறு செய்தால் பிறரது பகையும் சூழ்ச்சியும் தோற்றுப்போகும்.

45 பெரியாரைத் துணைக்கோடல்

441 **அறனறிந்து மூத்த அறிவுடையார் கேண்மை**
திறனறிந்து தேர்ந்து கொளல்.

அறவழி நடக்கும் முதிர்ந்த அனுபவமிக்க அறிவினரின் நட்பினைப் பெறுதற்குரிய வகையறிந்து அவரைத் துணையாக்கிக் கொள்க.

442 **உற்றநோய் நீக்கி உறாஅமை முற்காக்கும்**
பெற்றியார்ப் பேணிக் கொளல்.

துன்பங்களை நீக்கிப் பிற்பாடு துன்பம் நேராமல் முன்பே காக்கும் பண்பினரை நண்பராகக் கொள்க.

443 **அரியவற்று ளெல்லாம் அரிதே பெரியாரைப்**
பேணித் தமராக் கொளல்.

பெரியவர்களை நட்பாக்கிக் கொண்டு அவரிடம் உறவை வளர்த்துக்கொள்வதே செயற்கரிய செயல்கள் எல்லாவற்றிலும் அரிய செயல்.

444 **தம்மிற் பெரியார் தமரா ஒழுகுதல்**
வன்மையு ளெல்லாந் தலை.

வலிமைகளில் சிறந்த வலிமையாவது, தம்மைக் காட்டிலும் உயர்ந்த பண்பினரை நட்பாக்கிக் கொள்வதே.

445 **சூழ்வார்கண் ணாக ஒழுகலான் மன்னவன்**
சூழ்வாரைச் சூழ்ந்து கொளல்.

மக்களின் குறையறியும் அமைச்சர்களைக் கண்ணாகக் கருதித் தேர்ந்தாய்ந்து சுற்றமாகக் கொள்வது மன்னனின் கடமை.

அனுபவம் முதிர்ந்த பெரியவர்களைத் துணையாகக் கொள்ளல்

446
தக்கா ரினத்தனாய்த் தானொழுக வல்லானைச்
செற்றார் செயக்கிடந்த தில்.

> தக்கவரை நட்பாக ஏற்று, நன்னெறியில் நடந்தால் பகைவரால் ஒன்றும் செய்துவிட முடியாது.

447
இடிக்குந் துணையாரை யாள்வரை யாரே
கெடுக்குந் தகைமை யவர்.

> தம்மைக் கடிந்து நல்ல அறிவுரை கூறும் பெரியாரைத் துணையாகக் கொண்டால், ஆட்சியாளரை எவர்தான் என்ன செய்துவிட முடியும்?

448
இடிப்பாரை இல்லாத ஏமரா மன்னன்
கெடுப்பா ரிலானுங் கெடும்.

> இடித்துரைத்து நல்ல அறிவுரை சொல்வோரை நட்பாகக் கொள்ளாத மன்னன், பிறரால் கெடாமலே தானே கெட்டொழிவான்.

449
முதலிலார்க்கு ஊதிய மில்லை மதலையாஞ்
சார்பிலார்க் கில்லை நிலை.

> முதலீடு சிறிதும் இல்லாதவனுக்கு வருவாய் இல்லை. தம்மைத் தாங்கும் பெரியோர் துணையில்லையெனில், நிலைத்த வாழ்வில்லை.

450
பல்லார் பகைகொளலிற் பத்தடுத்த தீமைத்தே
நல்லார் தொடர்கை விடல்.

> பெரியோரது நட்பினைக் கைவிடுதல், பலரோடு பகைத்துக் கொள்வதைக் காட்டிலும் பத்து மடங்கு தீமைதரும்.

46 சிற்றினம் சேராமை

451 **சிற்றினம் அஞ்சும் பெருமை சிறுமைதான்**
சுற்றமாச் சூழ்ந்து விடும்.

பெரியோர் சிற்றினம் கண்டு அஞ்சுவர்; பண்பில் சிறியோர், சிற்றினத்தைத் தமக்கு உறவாக்கிக் கொள்வர்.

452 **நிலத்தியல்பால் நீர்திரிந் தற்றாகும் மாந்தர்க்கு**
இனத்தியல்ப தாகும் அறிவு.

சேர்ந்த நிலத்தின் தன்மைக்கு ஏற்ப நீரின் இயல்பு மாறுபடும். அதுபோல் சேரும் இனத்திற்கு ஏற்ப மாந்தரின் செயலும் குணமும் மாறுபடும்.

453 **மனத்தானாம் மாந்தர்க் குணர்ச்சி இனத்தானாம்**
இன்னான் எனப்படுஞ் சொல்.

மனிதனின் உணர்ச்சிக்கு மனம் காரணமாகும்; ஒருவன் இப்படிப்பட்ட பண்புடையவன் என்று அடையாளப்படுத்த அவன் சேர்ந்த இனம் காரண மாகும்.

454 **மனத்து ளதுபோலக் காட்டி ஒருவற்கு**
இனத்துள தாகும் அறிவு.

அறிவு ஒருவனுக்கு மனத்தால் அமைவது போலத் தோற்றம் தந்தாலும், அவன் சார்ந்திருக்கும் இனத்தை ஒட்டியே அவ்வறிவு அமைந்திருக்கும்.

455 **மனந்தூய்மை செய்வினை தூய்மை இரண்டும்**
இனந்தூய்மை தூவா வரும்.

மனத்தூய்மை அதனால் வரும் செயலின் தூய்மை ஆகிய இரண்டும் ஒருவன் சார்ந்திருக்கும் இனத்தின் தூய்மைப்பண்பால் வெளிப்படும்.

பண்பு அற்ற கீழோரை நட்பாக்கிக் கொள்ளாமை

456. மனந்தூயார்க்கு எச்சம்நன் றாகும் இனந்தூயார்க்கு
இல்லைநன் றாகா வினை.

மனத்தூய்மை உடையவர்க்கு எவையும் நல்லனவாக அமையும்; நல்லினச் சேர்க்கை உடையவர்க்கு நன்மை ஆகாதது என்று எதுவுமில்லை.

457. மனநலம் மன்னுயிர்க் காக்கம் இனநலம்
எல்லாப் புகழும் தரும்.

மக்களுக்கு ஆக்கம் தருவது நல்ல மனமே; சார்ந்திருக்கும் இனநலமும் நன்றாயின் அஃது எல்லா நற்புகழும் தரும்.

458. மனநலம் நன்குடைய ராயினும் சான்றோர்க்கு
இனநலம் ஏமாப் புடைத்து.

சான்றோர் மனநலம் மிகப்பெற்றிருப்பினும் அவர்க்கு அமையும் இனநலமோ பாதுகாப்பாக அமைவதோடு நன்மையையும் விளைவிக்கும்.

459. மனநலத்தின் ஆகும் மறுமைமற் றஃதும்
இனநலத்தின் ஏமாப் புடைத்து.

மனத்தால் மறுமை இன்பம் உண்டாகும்; அவ்வின்பமும் சார்ந்திருக்கும் இனநலத்தால் மேலும் வலிமை அடையும்.

460. நல்லினத்தின் ஊங்குந் துணையில்லை தீயினத்தின்
அல்லற் படுப்பதூஉம் இல்.

நல்ல இனத்தைக் காட்டிலும் சிறந்த துணை வேறில்லை; தீய இனத்தைக் காட்டிலும் துன்பம் தருவது ஒன்றுமில்லை.

47. தெரிந்து செயல்வகை

461
அழிவதூஉம் ஆவதூஉம் ஆகி வழிபயக்கும்
ஊதியமும் சூழ்ந்து செயல்.

> ஒரு செயலை மேற்கொள்ளும்போது, அதனால், ஏற்படும் இழப்பையும், வரக்கூடிய ஆக்கத்தையும் அதனால் வரும் பயனையும் ஆராய்ந்து செயல் படவேண்டும்.

462
தெரிந்த இனத்தொடு தேர்ந்தெண்ணிச் செய்வார்க்கு
அரும்பொருள் யாதொன்றும் இல்

> ஒரு செயலில் இறங்கும்போது அதில் தேர்ச்சியும் பயிற்சியும் மிக்கவரோடு கலந்து செயற்பட்டால் அச்செயலை மேற்கொள்வார்க்கு அரிய செயல் ஒன்றில்லை.

463
ஆக்கம் கருதி முதலிழக்கும் செய்வினை
ஊக்கார் அறிவுடை யார்.

> பின்னால் கிடைப்பதாக இருக்கும் ஆக்கத்தைக் கருதித் தம் முதலீட்டை இழப்பதான செயலில் அறிவுடையார் இறங்கமாட்டார்.

464
தெளிவி லதனைத் தொடங்கார் இளிவென்னும்
ஏதப்பாடு அஞ்சு பவர்.

> இழிவு வந்துவிடக்கூடாது என்ற குற்றத்திற்கு அஞ்சி, ஒருவர் தமக்குத் தேவையில்லாத செயலை ஒருபோதும் மேற்கொள்ளமாட்டார்.

465
வகையறச் சூழா தெழுதல் பகைவரைப்
பாத்திப் படுப்பதோ ராறு.

> வகைதொகை அறியாது ஒரு செயலில் இறங்குதல், பகை என்னும் பயிரைப் பாத்தி கட்டி வளர்ப்பதாகி விடும்.

ஒன்றை ஆராயும் செயற்பாடு

466
செய்தக்க அல்ல செயக்கெடும் செய்தக்க
செய்யாமை யானுங் கெடும்.

செய்யத்தகாதவற்றை ஒருவன் செய்தால், கெடுதி உண்டாகும்; செய்யவேண்டியவற்றைச் செய்யாமல் இருந்தாலும் கெடுதி உண்டாகும்.

467
எண்ணித் துணிக கருமம் துணிந்தபின்
எண்ணுவம் என்பது இழுக்கு.

ஒரு செயலைச் செய்வதற்குமுன் பலமடங்கு ஆராய்ந்து துணிந்து செயல்படுக. துணிந்தபின் ஆராய்வோம் என்பது குற்றமாகும்.

468
ஆற்றின் வருந்தா வருத்தம் பலர்நின்று
போற்றினும் பொத்துப் படும்.

தக்க வழிகளில் செய்யவேண்டிய செயலைச் செய்யாத முயற்சி, பலர் துணையாக நின்று காத்தாலும் தீமை தரும்.

469
நன்றாற்ற லுள்ளுந் தவறுண்டு அவரவர்
பண்பறிந் தாற்றாக் கடை.

அவரவர் இயல்புகளை அறிந்துகொண்டு அவற்றிற்குத் தக்கபடி செயல்படாவிட்டால், செய்த நன்மையும் கூடத் தவறாகிப் போகும்.

470
எள்ளாத எண்ணிச் செயல்வேண்டும் தம்மோடு
கொள்ளாத கொள்ளாது உலகு.

இயல்புக்கு மாறான செயல்களைச் செய்யின் அதனை உலகம் இகழும்; உலகம் இகழாத செயல்களை ஆராய்ந்து மேற்கொள்ளவேண்டும்.

பொருட்பால் ▪ திருக்குறள்

48 வலியறிதல்

471 **வினைவலியும் தன்வலியும் மாற்றான் வலியும்**
துணைவலியும் தூக்கிச் செயல்.

செயலின் வலிமை, தன்வலிமை, மாற்றான் வலிமை, துணை வலிமை இவற்றைச் சீர் தூக்கி ஆய்ந்தபின் ஒரு செயலை மேற்கொள்ளவேண்டும்.

472 **ஒல்வ தறிவது அறிந்ததன் கண்தங்கிச்**
செல்வார்க்குச் செல்லாதது இல்.

தன்னால் முடியும் என்ற உறுதியோடு இறங்கினால் ஒருவரால் முடியாதது என்று எதுவுமில்லை.

473 **உடைத்தம் வலியறியார் ஊக்கத்தின் ஊக்கி**
இடைக்கண் முரிந்தார் பலர்.

தன் வலிமை அறியாது மிகுந்த ஆர்வத் தூண்டுதலால் ஒரு செயலில் இறங்கி, இடையிலேயே அது முடியாமல் மனம் நொந்துபோனவர் பலர்.

474 **அமைந்தாங்கு ஒழுகான் அளவறியான் தன்னை**
வியந்தான் விரைந்து கெடும்.

பிறரின் கருத்திற்கு ஒத்துப்போக மனமின்றித் தன் ஆற்றலின் வலிமை இவ்வளவுதான் என்பதை அறியாது தம்மை வியந்துகொள்பவர் விரைவில் கெடுவர்.

475 **பீலிபெய் சாகாடும் அச்சிறும் அப்பண்டஞ்**
சால மிகுத்துப் பெயின்.

மிகவும் மென்மை கொண்ட மயில் தோகையை அளவுக்கு மீறி வண்டியில் ஏற்றினால் அதன் அச்சு முறிந்திடக் காரணமாகும்.

வலிமை அறிந்து செயலாற்றுதல்

476 நுனிக்கொம்பர் ஏறினார் அஃதிறந்து ஊக்கின்
உயிர்க்கிறுதி ஆகி விடும்.

> செயல் ஊக்கத்தின் காரணமாக, மரத்தின் நுனிவரை ஏறினவர், அதற்கு அப்பாலும் ஏற முயன்றால், அவருக்கு அதுவே இறுதி முடிவாகிவிடும்.

477 ஆற்றின் அளவறிந்து ஈக அதுபொருள்
போற்றி வழங்கும் நெறி.

> வருவாயின் அளவு அறிந்து அதற்கு ஏற்பப் பொருளை வழங்குக; அதுதான் பொருளைப் பாதுகாக்கும் வழிமுறை.

478 ஆகாறு அளவிட்டி தாயினுங் கேடில்லை
போகாறு அகலாக் கடை.

> வருவாய் சிறிதெனினும் அது செலவாகும் வழிப் பெரிதாய்ப் போகாதிருந்தால் அதனால் கேடு நேர்ந்து விடாது.

479 அளவறிந்து வாழாதான் வாழ்க்கை உளபோல
இல்லாகித் தோன்றாக் கெடும்.

> தனக்கு வரும் வருவாய் அறிந்து, அதன்படி வாழத் தெரியாதவனுடைய வாழ்வு, முதலில் வளமாக உள்ளது போல் தோன்றிப் பின் அதுவும் ஒன்று மில்லாமல் போகும்.

480 உளவரை தூக்காத ஒப்புர வாண்மை
வளவரை வல்லைக் கெடும்.

> ஈட்டிய பொருளின் அளவை ஆராய்ந்து அறிய வேண்டும்; இல்லையேல் ஒருவனது செல்வத்தின் அளவு விரைந்து கெடும்.

49. காலமறிதல்

481
பகல்வெல்லும் கூகையைக் காக்கை இகல்வெல்லும்
வேந்தர்க்கு வேண்டும் பொழுது.

> பகலில் ஆந்தையைக் காக்கை எளிதாய்த் தாக்கி வென்றுவிடும். வேந்தனும் காலமறிந்து பகைவரை எளிதாய் வெல்லலாம்.

482
பருவத்தோடு ஒட்ட ஒழுகல் திருவினைத்
தீராமை ஆர்க்குங் கயிறு.

> காலமறிந்து ஒரு செயலை மேற்கொள்ளுதல், செல்வம் தம்மைவிட்டு விலகாமல் பிணைக்கும் கயிறாகும்.

483
அருவினை யென்ப உளவோ கருவியால்
காலம் அறிந்து செயின்.

> இந்த வினையை முடித்தற்குரிய கருவி இது என்றறிந்து ஒருவர், சரியான காலத்தையும் கணித்துச் செயற்பட்டால் செய்வதற்கு அரியது என்று ஒன்று உண்டோ? இல்லை.

484
ஞாலம் கருதினுங் கைகூடுங் காலம்
கருதி இடத்தாற் செயின்.

> தக்க காலத்தையும், இடத்தையும் அறிந்து ஒருவன் செயற்பட்டால் அவனுக்கு உலகத்தை வெல்லக்கூடிய வலிமை கூடும்.

485
காலம் கருதி இருப்பர் கலங்காது
ஞாலம் கருது பவர்.

> உலகை வெற்றிகொள்ள நினைப்போர் தக்க காலம் வரும்வரை பொறுமைகொண்டு மன உறுதியோடு காத்திருப்பர்.

செயலாக்குதற்குரிய காலக்கணிப்பு

486
ஊக்க முடையான் ஒடுக்கம் பொருதகர்
தாக்கற்குப் பேருந் தகைத்து.

பகைவரைத் தாக்கக் காத்திருக்கும் ஊக்கமுடையவன் பின் ஒதுங்குவது, சண்டையிடும் ஆடு தாக்குவதற்குப் பின்வாங்குவதைப் போன்றது.

487
பொள்ளென ஆங்கே புறம்வேரார் காலம்பார்த்து
உள்வேர்ப்பர் ஒள்ளி யவர்.

அறிவுடையார் தம் சினத்தை அக்கணமே வெளிப்படுத்தமாட்டார்; காலம் வரட்டும் என்று காத்திருந்து அடங்கியிருப்பர்;

488
செறுநரைக் காணின் சுமக்க இறுவரை
காணின் கிழக்காம் தலை.

பகைவரைக்காணின் அவரை வெல்வதற்கான காலம் வரும்வரை பணிவோடு காத்திருக்க; அவருக்கு முடிவு, வரும்போது அவரை வீழ்த்துக.

489
எய்தற் கரியது இயைந்தக்கால் அந்நிலையே
செய்தற் கரிய செயல்.

கிடைத்தற்கரிய வாய்ப்பு வரும்போது அதனை உடனே பயன்படுத்திக்கொண்டு அது கிட்டிய அக்கணமே செயற்கரியனவற்றைச் செய்துமுடிக்க.

490
கொக்கொக்க கூம்பும் பருவத்து மற்றதன்
குத்தொக்க சீர்த்த இடத்து.

கொக்கு, சரியான காலம் வாய்க்கும்போது இரையை நழுவ விடாது. ஒரு செயலை மேற்கொள்ளும் போது அதனை ஒத்து விரைந்து முடிக்க.

50. இடனறிதல்

491
தொடங்கற்க எவ்வினையும் எள்ளற்க முற்றும்
இடங்கண்ட பின்அல் லது.

> பகைவரை முற்றுதற்குரிய பொருத்தமான இடத்தை அறியுமுன் எந்த ஒரு செயலையும் தொடங்காதே; பகைவரின் பண்பையும் இகழாதே.

492
முரண்சேர்ந்த மொய்ம்பி னவர்க்கும் அரண்சேர்ந்தாம்
ஆக்கம் பலவுந் தரும்.

> போர் வல்லமை கொண்ட மன்னர்க்கு அரண் பாது காப்பாகும்; பல ஆக்கங்களுக்கு அது துணை நிற்கும்.

493
ஆற்றாரும் ஆற்றி அடுப இடனறிந்து
போற்றார்கண் போற்றிச் செயின்.

> போராற்றலில் வலிமையற்றவர், தக்க இடம் தேர்ந்து பகைவரை விழிப்புடன் எதிர்கொண்டால் வெற்றியடைவர்.

494
எண்ணியார் எண்ணம் இழப்பர் இடனறிந்து
துன்னியார் துன்னிச் செயின்.

> தக்க இடத்தைத் தேர்வதோடு அந்த இடத்தைச் சிக்கெனப்பற்றிப் போர் மேற்கொள்வாரானால், எதிராளி கூடத் தம் எண்ணத்தைக் கைவிடுவர்.

495
நெடும்புனலுள் வெல்லும் முதலை அடும்புனலின்
நீங்கின் அதனைப் பிற.

> முதலை, ஆழமான தண்ணீரில் எந்த உயிரையும் வெற்றி கொள்ளும்; அது நீரிலிருந்து வெளியேறினால் அதனைப் பிற உயிர்கள் எளிதாக வெற்றி கொள்ளும்.

தக்க சூழ்நிலைக்கான இடத்தைத் தெரிவு செய்தல்

496
கடலோடா கால்வல் நெடுந்தேர் கடலோடும்
நாவாயும் ஓடா நிலத்து.

நிலத்தில் ஓடும் தேர் வலிமையான சகடங்களைக் கொண்டிருந்தாலும் அதனால் கடலில் ஓட முடியாது; கடலில் ஓடும் கப்பல் நிலத்தில் ஓடமுடியாது.

497
அஞ்சாமை அல்லால் துணைவேண்டா எஞ்சாமை
எண்ணி இடத்தால் செயின்.

செய்ய நினைக்கும் செயலைத் தக்க இடம் தேர்ந்தாய்ந்து செய்தால், அச்செயல் வெற்றி பெற நெஞ்சுரம் தவிர வேறு துணைவேண்டுவதில்லை.

498
சிறுபடையான் செல்லிடம் சேரின் உறுபடையான்
ஊக்கம் அழிந்து விடும்.

சிறிய படையைக் கொண்டிருக்கும் ஒருவன், போர் செய்யத் தக்க இடத்தைத் தேர்ந்தால், பெரிய படை கொண்டவனும் ஊக்கம் குன்றிவிடுவான்.

499
சிறைநலனும் சீரும் இலரெனினும் மாந்தர்
உறைநிலத்தோடு ஒட்டல் அரிது.

பாதுகாப்பான அரணும், படை மாட்சியும் இல்லை யென்றாலும், பகைவரை அவர்இருக்கும் இடம் சென்று தாக்கி வெற்றி பெறுவது அரிது.

500
காலாழ் களரில் நரியடும் கண்ணஞ்சா
வேலாள் முகத்த களிறு.

வேலேந்திய வீரர்களைக் கொம்பால் குத்திய யானையின் கால் சேற்றில் சிக்கிவிடுமானால், சிறிய நரிகூட அதனை எளிதாகக் கொன்றுவிடும்.

பொருட்பால் • திருக்குறள் • 111

51 தெரிந்து தெளிதல்

501 **அறம்பொருள் இன்பம் உயிரச்சம் நான்கின்**
திறந்தெரிந்து தேறப் படும்.

ஒருவனைத் திறனறிந்து அவனிடம் நம்பிக்கை கொள்வதற்கு அறம், பொருள், இன்பம், உயிர்பற்றிய அச்சம் ஆகிய நான்கும் தேவை.

502 **குடிப்பிறந்து குற்றத்தின் நீங்கி வடுப்பரியும்**
நாணுடையான் கட்டே தெளிவு.

நல்ல குடிப்பிறப்பு, குற்றங்கள் சிறிதும் இல்லாமை, பழிக்கு நாணும் பண்பு ஆகியவற்றைக் கொண்டிருப் பவனே நம்பத்தகுந்தவன்.

503 **அரியகற்று ஆசற்றார் கண்ணும் தெரியுங்கால்**
இன்மை அரிதே வெளிறு.

அரிதான நூல்களைக் கற்றுக் குற்றம் இல்லாதவராக இருப்பின், அவரை ஆராயத் தொடங்கினால், அவரிடத்தும் அறியாமை இல்லாமல் இருத்தல் அரிது.

504 **குணம்நாடிக் குற்றமும் நாடி அவற்றுள்**
மிகைநாடி மிக்க கொளல்.

ஒருவனுடைய குணத்தையும், குற்றத்தையும் ஆராய்ந்தறிந்து அவற்றில் மிகுதியாக இருப்பது கொண்டு ஒருவனைத் தெளிவுற அறியவேண்டும்.

505 **பெருமைக்கும் ஏனைச் சிறுமைக்கும் தத்தம்**
கருமமே கட்டளைக் கல்.

பெருமையையும், சிறுமையையும் தேர்ந்து தெளிந்து உரசிப்பார்க்க அவரவரின் செயற்பாடுகளே உரை கல்லாகும்.

திறனை ஆராய்ந்து தெளிதல்

506
அற்றாரைத் தேறுதல் ஓம்புக மற்றவர்
பற்றிலர் நாணார் பழி.

உலக நடைமுறை அறியாதவராய் இருப்பவரை நம்பற்க; அவரிடம் உண்மையான பற்று இராது; அப்படிப்பட்டோர் பழிக்கு நாணவும் மாட்டார்கள்.

507
காதன்மை கந்தா அறிவறியார்த் தேறுதல்
பேதைமை எல்லாந் தரும்.

அறியவேண்டுவனவற்றை அறியாது வெறும் அன்பை மட்டுமே கொண்டிருப்பவரைத் தெளியாது போனால் அது அறியாமையாகும்.

508
தேரான் பிறனைத் தெளிந்தான் வழிமுறை
தீரா இடும்பை தரும்.

சிறிதும் அறிமுகமில்லாதவரை நம்பினால், அதுவே ஒருவரின் வழி முறையான வாழ்வியல் வளர்ச்சிக்குத் துன்பம் தரும்.

509
தேறற்க யாரையும் தேராது தேர்ந்தபின்
தேறுக தேறும் பொருள்.

எவரையும் நன்கு ஆராய்ந்து பார்க்காமல் எளிதில் நம்பிவிடாதே; அவரை நம்பிய பின், அவரது செயற்பாடுகளை ஐயமில்லாமல் நம்புக.

510
தேரான் தெளிவும் தெளிந்தான்கண் ஐயுறவும்
தீரா இடும்பை தரும்.

தெளிவாக ஆராயாது ஒருவனை நம்புவதும், அவன் மீது தெளிந்த நம்பிக்கை கொண்டபின் அவனை ஐயப்படுவதும் தீராத துன்பம் விளைவிக்கும்.

பொருட்பால் ▪ திருக்குறள் ▪ 113

52 தெரிந்து வினையாடல்

511 **நன்மையும் தீமையும் நாடி நலம்புரிந்த**
தன்மையான் ஆளப் படும்.

நன்மை தீமைகளின் விளைவறிந்து நன்மையான வற்றைச் செய்கின்ற இயல்பைக்கொண்டு ஒருவனைச் செயலாற்ற அமர்த்தவேண்டும்.

512 **வாரி பெருக்கி வளம்படுத்து உற்றவை**
ஆராய்வான் செய்க வினை.

வருமானம் வரும் வழியைப் பெருக்கி அதன் வழி உருவாகும் வளத்தை விரிவாக்கி இடையூறு நேரின் உடனே களைய வல்லவனே செயலுக்குத் தகுதியானவன்.

513 **அன்பறிவு தேற்றம் அவாவின்மை இந்நான்கும்**
நன்குடையான் கட்டே தெளிவு.

ஒருவனிடம் நம்பிக்கை வைத்து ஒரு செயலை ஒப்படைப்பதாயின், அவனது அன்பு, அறிவு, தெளிவு, ஆசையின்மை ஆகிய நான்கு பண்புகள் பற்றிய தெளிவுவேண்டும்.

514 **எனைவகையான் தேறியக் கண்ணும் வினைவகையான்**
வேறாகும் மாந்தர் பலர்.

எவ்வகையிலும் ஆராய்ந்து தெளிந்து மனம் விரும்பியபடி ஒருவரைப் பணியில் சேர்ப்பினும், அவரது செயற்பாடு வேறாகவும் இருக்கக்கூடும். அத்தகையோரே உலகில் மிகுதி.

515 **அறிந்தாற்றிச் செய்கிற்பாற்கு அல்லால் வினைதான்**
சிறந்தானென்று ஏவற்பாற் றன்று.

அறிவன அறிந்து ஒரு செயலைத் திறம்பட முடிப்ப வனிடமே பொறுப்பை ஒப்படைக்க வேண்டும். தனக்கு வேண்டியவன் என்பதற்காகப் பொறுப்பை ஒப்படைக்கக்கூடாது.

செயல் திறம் மிக்கவரை இனங்காணுதல்

516
செய்வானை நாடி வினைநாடிக் காலத்தோடு
எய்த உணர்ந்து செயல்.

> பணிமேற்கொள்பவனின் தன்மை, பணியின் தன்மை, பணி செய்யும் கால அளவு இவற்றை அறிந்து ஒருவனைச் செயலில் ஈடுபடுத்தவேண்டும்.

517
இதனை இதனால் இவன்முடிக்கும் என்றாய்ந்து
அதனை அவன்கண் விடல்.

> இச்செயலை முடித்தற்கு முழுத்தகுதியும் கொண்டவன் என்பதனை ஆராய்ந்து அச்செயல் முடிதற்கு அவனையே பொறுப்பாக்குக.

518
வினைக்குரிமை நாடிய பின்றை அவனை
அதற்குரிய னாகச் செயல்.

> இவனே இச்செயலைச் செய்யத்தக்கவன் என்று தேர்ந்தாய்ந்து தெளிந்த பின், அதனைச் செய்து முடிக்க, அவனையே முழுப்பொறுப்பாக்குக.

519
வினைக்கண் வினையுடையான் கேண்மைவே றாக
நினைப்பானை நீங்கும் திரு.

> செயலில் முழுமையான ஈடுபாட்டோடு திறமையாகச் செயல்படுபவனிடம் குற்றங்கண்டால், குற்றம் காண்பவன் தன் செல்வம் இழந்துபோவான்.

520
நாடோறும் நாடுக மன்னன் வினைசெய்வான்
கோடாமை கோடா துலகு.

> பணியாற்றுவோனை நாள்தோறும் மன்னன் கண்காணிக்கவேண்டும். செய்யும் செயலில் அவன் பிழையின்றிப் பணியாற்றினால் உலகம் கெடாது.

53 சுற்றந்தழால்

521 **பற்றற்ற கண்ணும் பழைமைபா ராட்டுதல்**
சுற்றத்தார் கண்ணே உள.

பொருள் அற்றவராயினும், அவரது சூழ்நிலை உணர்ந்து பழைய உறவை ஏற்றுப் போற்றும் பண்பு சுற்றத்தாரிடத்துக் காணப்படுவதாகும்.

522 **விருப்பறாச் சுற்றம் இயையின் அருப்பறா**
ஆக்கம் பலவும் தரும்.

அன்பு பாராட்டும் பண்புடைய சுற்றம் ஒருவருக்கு வாய்த்தால் அஃது அவருக்கு வாழ்வில் செல்வத்தையும் வளர்ச்சியையும் கொடுக்கும்.

523 **அளவளா வில்லாதான் வாழ்க்கை குளவளாக்**
கோடின்றி நீர்நிறைந் தற்று.

சுற்றத்தாரோடு கலந்து பழகாது இருப்பவன் வாழ்க்கை, கரையில்லாத குளத்தில் நீர் நிறைந்தது போன்றது.

524 **சுற்றத்தால் சுற்றப் படஒழுகல் செல்வந்தான்**
பெற்றத்தால் பெற்ற பயன்.

சுற்றத்தாரால் சூழ இருந்து அன்போடு அரவணைத்து, வாழ்தலே ஒருவன் செல்வம் பெற்றதால் அடையும் பயனாகும்.

525 **கொடுத்தலும் இன்சொலும் ஆற்றின் அடுக்கிய**
சுற்றத்தால் சுற்றப் படும்.

சுற்றத்தினர்க்கு வேண்டுவன கொடுப்பதையும், கனிவாகப் பேசுவதையும் மேற்கொண்டால், அவரைச் சுற்றத்தார் சூழ்ந்துகொள்வர்.

உறவை அரவணைத்தல்

526 **பெருங்கொடையான் பேணான் வெகுளி அவனின்**
மருங்குடையார் மாநிலத்து இல்.

சுற்றத்தார்க்கு வேண்டுவன அளிப்பதும், சினம் சிறிதும் இல்லாமலும் இருப்பானேல், அவனைப் போல் சுற்றமுடையவர் உலகில் யாரும் இல்லை.

527 **காக்கை கரவா கரைந்துண்ணும் ஆக்கமும்**
அன்னநீ ரார்க்கே உள.

காக்கை தனக்குக் கிடைத்ததை ஒளிமறைவின்றித் தன் இனத்தைக் கூட்டி உண்ணும். அது போன்ற பண்பினரின் வாழ்வில் ஆக்கம் வந்து சேரும்.

528 **பொதுநோக்கான் வேந்தன் வரிசையா நோக்கின்**
அதுநோக்கி வாழ்வார் பலர்.

வேந்தன் யாவரையும் பொதுவாக நோக்கிடாமல், அவரவர் தகுதியறிந்து நோக்கினால், அவனைச் சூழ்ந்திருந்து வாழ்வார் பலர்.

529 **தமராகித் தற்றுறந்தார் சுற்றம் அமராமைக்**
காரணம் இன்றி வரும்.

முன்பு சுற்றத்தாராக இருந்து, ஏதோ ஒரு காரணத்தால் தன்னை விட்டு விலகியவர், அக்காரணம் நீங்கியபின், மீண்டும் அவர்களைத் தங்கள் சுற்றத்தாராக இணைத்துக் கொள்வர்.

530 **உழைப்பிரிந்து காரணத்தின் வந்தானை வேந்தன்**
இழைத் திருந்து எண்ணிக் கொளல்.

கருத்துமாறுபாடு காரணமாகப் பிரிந்தவர், அக்காரணம் நீங்கிய பிறகு மீண்டும் தன்னை வந்தடைந்தவரை ஆராய்ந்து அவர்க்கு வேண்டுவன கொடுத்து ஏற்றுக் கொள்ளவேண்டும்.

54. பொச்சாவாமை

531
இறந்த வெகுளியின் தீதே சிறந்த
உவகை மகிழ்ச்சியிற் சோர்வு.

> மகிழ்ச்சியில் மூழ்கிக் கடமையை மறக்கும்படியான சோர்வு, கடுங்கோபம் கொள்வதைக் காட்டிலும் தீயதாகும்.

532
பொச்சாப்புக் கொல்லும் புகழை அறிவினை
நிச்ச நிரப்புக்கொன் றாங்கு.

> நிலைபெற்ற வறுமை வளர அறிவைக் கொல்லும்; மறதி வளர அது ஒருவனின் புகழைக் கொல்லும்.

533
பொச்சாப்பார்க் கில்லை புகழ்மை அதுஉலகத்து
எப்பால்நூ லோர்க்கும் துணிவு.

> தீராத மறதி உடையவர் புகழ் பெறுதல் இல்லை. இஃது எந்நூலார்க்கும் ஒப்ப முடிந்த உண்மை.

534
அச்ச முடையார்க்கு அரணில்லை ஆங்கில்லை
பொச்சாப் புடையார்க்கு நன்கு.

> அகத்தில் அச்சம் இருக்குமானால், புறத்தே நிற்கும் மதிலால் எந்தப் பயனும் இல்லை; மறதி கொண்டவர்க்குச் செல்வமிருந்தும் ஒரு பயனும் இல்லை.

535
முன்னுறக் காவாது இழுக்கியான் தன்பிழை
பின்னூறு இரங்கி விடும்.

> துன்பம் வரும் முன்பே தன்னைக் காத்துக் கொள்ள மறந்தவன், துன்பம் வந்தபின், தன் பிழை அறிந்து தன்னை நொந்துகொள்வான்.

மறதி கூடாமை

536 **இழுக்காமை யார்மாட்டும் என்றும் வழுக்காமை**
வாயின் அதுவொப்பது இல்.

மறதி இன்மை எல்லாக் காலங்களிலும் நீங்காமல் இருக்குமானால், அது போல நன்மை தருவது வேறு எதுவும் இருக்கமுடியாது.

537 **அரியஎன்று ஆகாத இல்லைபொச் சாவாக்**
கருவியால் போற்றிச் செயின்.

மறவாமை என்னும் கருவிகொண்டு தொடர்ந்து ஒருவன் செயலை மேற்கொண்டால் அவனால் ஆகாதது என்று ஒன்றுமில்லை.

538 **புகழ்ந்தவை போற்றிச் செயல்வேண்டும் செய்யாது**
இகழ்ந்தார்க்கு எழுமையும் இல்.

சான்றோர் புகழ்ந்துரைத்த செயல்களைப் போற்ற வேண்டும். அவ்வாறு செய்யாது மறப்பவர்களுக்கு எக்காலத்திலும் நன்மை இல்லை.

539 **இகழ்ச்சியின் கெட்டாரை உள்ளுக தாந்தம்**
மகிழ்ச்சியின் மைந்துறும் போழ்து.

கடமையை மறந்து மகிழ்ச்சியால் செருக்குடன் இருக்கின்ற ஒருவர், மறதி காரணமாகக் கெட்டொழிந்த வர்களை எண்ணிப் பார்க்கவேண்டும்.

540 **உள்ளியது எய்தல் எளிதுமன் மற்றுந்தான்**
உள்ளியது உள்ளப் பெறின்.

சாதனை புரியவேண்டும் என நினைத்து அதனையே இடைவிடாது நினைத்துச் செயல்படுவாரேயானால், அவர் நினைத்ததை முடித்தல் எளிது.

55. செங்கோன்மை

541
ஓர்ந்துகண் ணோடாது இறைபுரிந்து யார்மாட்டும்
தேர்ந்துசெய் வஃதே முறை.

> குற்றத்தின் தன்மையை ஆராய்ந்து, நடுநிலை தவறாது தக்க தண்டனை விதிப்பதே வேந்தனின் ஆட்சிமுறையாகும்.

542
வானோக்கி வாழும் உலகெல்லாம் மன்னவன்
கோல்நோக்கி வாழுங் குடி.

> உலக உயிர்கள் மழையை நோக்கி வாழும்; குடி மக்கள் மன்னனின் செங்கோல் நோக்கி வாழ்வர்.

543
அந்தணர் நூற்கும் அறத்திற்கும் ஆதியாய்
நின்றது மன்னவன் கோல்.

> அறவோர் வரையறுத்த நூலுக்கும், அறத்திற்கும் அடிப்படையாய் இருப்பது மன்னனின் செங்கோலாகும்.

544
குடிதழீஇக் கோலோச்சும் மாநில மன்னன்
அடிதழீஇ நிற்கும் உலகு.

> குடிமக்களை அரவணைத்துச் செங்கோல்வழி ஆட்சி புரியும் மன்னனின் அடியை இவ்வுலகு போற்றும்.

545
இயல்புளிக் கோலோச்சும் மன்னவன் நாட்ட
பெயலும் விளையுளும் தொக்கு.

> அறநெறி வழுவாது இயல்பாக அரசாளும் மன்னனின் ஆட்சியில் நாடு மழைவளம் காணும்; நல்ல விளைச்சலும் பெருகும்.

நேர்மையான ஆட்சி

546 **வேலன்று வென்றி தருவது மன்னவன்
கோலதூஉங் கோடா தெனின்.**

மன்னனுக்குப் போரில் வெற்றி தருவது அவன் கைப்பிடிக்கும் வேல் அன்று; கடைப்பிடிக்கும் வளையாத செங்கோலின் திறமே.

547 **இறைகாக்கும் வையகம் எல்லாம் அவனை
முறைகாக்கும் முட்டாச் செயின்.**

குடிமக்களை மன்னன் காப்பான். முறையாக நேர்மை யுடன் நல்லாட்சிபுரியும் மன்னனைச் செங்கோல் காக்கும்.

548 **எண்பதத்தான் ஓரா முறைசெய்யா மன்னவன்
தண்பதத்தான் தானே கெடும்.**

மக்கள் அணுகுவதற்கு எளியனாய் இருந்து அவர் களின் குறை கேட்டு முறை செய்யாத மன்னன் தாழ்ச்சியுற்றுக் கெடுவான்.

549 **குடிபுறங் காத்தோம்பிக் குற்றம் கடிதல்
வடுவன்று வேந்தன் தொழில்.**

மக்களை வருத்தாமல் பாதுகாத்து அரவணைத்தும், குற்றம் செய்வோரைத் தண்டித்தும் செயல்படுவது வேந்தனது தொழிலாகும்.

550 **கொலையிற் கொடியாரை வேந்தொறுத்தல் பைங்கூழ்
களைகட் டதனொடு நேர்.**

கொலை செய்யும் கொடியவனுக்கு மன்னன் கடுந்தண்டனை விதித்தல், பயிரிடையே வளர்ந்த களைகளை அழிப்பதற்கு ஒப்பாகும்.

56. கொடுங்கோன்மை

551
கொலைமேற்கொண் டாரிற் கொடிதே அலைமேற்கொண்டு
அல்லவை செய்தொழுகும் வேந்து.

> மக்களை அல்லற்படுத்தி அலைக்கழிக்கும் மன்னன், கொலைத்தொழிலைச் செய்யும் கொடியவர்களைக் காட்டிலும் மிகக் கொடியவன்.

552
வேலொடு நின்றான் இடுவென் றதுபோலும்
கோலொடு நின்றான் இரவு.

> செங்கோல் கைக்கொண்ட மன்னன் மக்களிடம் பொருள் பறிப்பது, கொடுங்கோல் கொண்டு வழிப்பறி செய்யும் கள்வன் இடு என்று கேட்பதைப் போன்றது.

553
நாடொறும் நாடி முறைசெய்யா மன்னவன்
நாடொறும் நாடு கெடும்.

> தனது நாட்டில் நிகழும் நன்மை தீமைகளை முறை யாக அறியாது ஆட்சி புரியும் மன்னனின் நாடு நாளுக்கு நாள் கெட்டொழியும்.

554
கூழுங் குடியும் ஒருங்கிழக்கும் கோல்கோடிச்
சூழாது செய்யும் அரசு.

> முறை தவறி எதனையும் ஆராயாது ஆட்சி புரியும் மன்னன், பொருள் வளத்தையும், தன் கீழடங்கிய மக்களையும் ஒரு சேர இழப்பான்.

555
அல்லற்பட்டு ஆற்றாது அழுதகண் ணீரன்றே
செல்வத்தைத் தேய்க்கும் படை

> மன்னனால் வன்கொடுமைக்கு ஆளாகி நாளும் அல்லற்பட்டு மக்கள் வடிக்கும் கண்ணீர், அவனது எல்லா வளத்தையும் அழிக்கும் படைக்கருவியாகும்.

மக்களுக்கு எதிரான ஆட்சி

556 மன்னர்க்கு மன்னுதல் செங்கோன்மை அஃதின்றேல்
மன்னாவாம் மன்னர்க்கு ஒளி.

> மன்னன் புகழ் ஆட்சி புரியத் துணைபுரிவது அவனது செங்கோல்; அஃது இல்லையானால் பிறவற்றால் வரும் புகழ் நிலைக்காது.

557 துளியின்மை ஞாலத்திற்கு எற்றற்றே வேந்தன்
அளியின்மை வாழும் உயிர்க்கு.

> மழை இல்லையென்றால் உயிர்களுக்குத் துன்பம்; மன்னனின் அருளாட்சி இல்லையெனில் மக்களுக்குத் துன்பம்.

558 இன்மையின் இன்னாது உடைமை முறைசெய்யா
மன்னவன் கோற்கீழ்ப் படின்.

> முறை செய்யாத மன்னனின் கொடுங்கோல் ஆட்சியின் கீழ், வறுமையாக இருப்பதைக்காட்டிலும் செல்வம் பெற்றிருப்பது துன்பத்தைத் தரும்.

559 முறைகோடி மன்னவன் செய்யின் உறைகோடி
ஒல்லாது வானம் பெயல்.

> நீதி தவறி ஆட்சி புரியும் மன்னன், மக்களைப் புறக்கணித்தால், அவனது நாட்டைப் பருவ மழை புறக்கணித்துவிடும்.

560 ஆபயன் குன்றும் அறுதொழிலோர் நூல்மறப்பர்
காவலன் காவான் எனின்.

> நாட்டைக் காவல் புரியும் மன்னன் சரியாக ஆட்சி செய்யாவிடில், ஆவின் பயன் குன்றும்; அறுதொழிலாளரும் மறைநூலை மறப்பர்.

57 வெருவந்த செய்யாமை

561 **தக்காங்கு நாடித் தலைச்செல்லா வண்ணத்தால்**
ஒத்தாங்கு ஒறுப்பது வேந்து.

ஒருவன் செய்த குற்றத்தைத் தக்க வழியில் ஆராய்ந்து, மீண்டும் அக்குற்றத்தைச் செய்யா வகையில் அதற்கேற்ற தண்டனையை அளிப்பவனே மன்னனாவான்.

562 **கடிதோச்சி மெல்ல எறிக நெடிதாக்கம்**
நீங்காமை வேண்டு பவர்.

ஆக்கத்தை நிலைநிறுத்த விரும்பும் மன்னன், கடுமையாக நடந்து கொள்வதுபோலக் காட்டிக் குற்றம் புரிந்தோர்க்கு அளவோடு தண்டனை தர வேண்டும்.

563 **வெருவந்த செய்தொழுகும் வெங்கோல னாயின்**
ஒருவந்தம் ஒல்லைக் கெடும்.

கொடுங்கோல் மன்னன் குடிகள் அஞ்சத்தக்க வகையில் கடுந்தண்டனையை அளிப்பானாயின், அவன் ஆட்சி விரைவில் கெட்டொழியும்.

564 **இறைகடியன் என்றுரைக்கும் இன்னாச்சொல் வேந்தன்**
உறைகடுகி ஒல்லைக் கெடும்.

'எம் மன்னன் கொடியவன்' என்று மக்களின் பழிச்சொல்லுக்கு ஆளாகும் மன்னன், வாழ்நாள் குறைந்து விரைவில் கெடுவான்.

565 **அருஞ்செவ்வி இன்னா முகத்தான் பெருஞ்செல்வம்**
பேஎய்கண் டன்னது உடைத்து.

அணுகுதற்கு அரியவனாயும், கடுகடுத்த முகத்தைக் கொண்டிருப்பவனாகவும் இருக்கும் மன்னனின் செல்வம், பேய் காத்த செல்வம் போன்றது.

அஞ்சத்தகுவனவற்றை விலக்கி வைத்தல்

566 **கடுஞ்சொல்லன் கண்ணிலன் ஆயின் நெடுஞ்செல்வம்**
நீடின்றி ஆங்கே கெடும்.

கடுஞ்சொல் சொல்பவனாகவும், கண்ணோட்டமின்றியும் மன்னன் இருப்பானேயானால் அவனது பெருஞ்செல்வம் நீடித்திராமல் அப்போதே கெட்டழியும்.

567 **கடுமொழியும் கையிகந்த தண்டமும் வேந்தன்**
அடுமுரண் தேய்க்கும் அரம்.

கடுமையான சொல்லும், அளவிற்கு மீறிய தண்டனையும் மன்னனது வலிமையை மழுங்கச் செய்யும் அரமாகும்.

568 **இனத்தாற்றி எண்ணாத வேந்தன் சினத்தாற்றிச்**
சீறின் சிறுகும் திரு.

அமைச்சர்களோடு கலந்து ஆராயாது, அரசன் சினம் மிகுந்து சீற்றம் கொண்டால், அது அவனது செல்வத்தைச் சுருங்கச் செய்யும்.

569 **செருவந்த போழ்திற் சிறைசெய்யா வேந்தன்**
வெருவந்து வெய்து கெடும்.

போர் சூழும் காலத்தில் தன்னைப் பாதுகாக்கத் தவறியவன் மிகுந்த அச்சம் கொண்டு அழிவான்.

570 **கல்லார்ப் பிணிக்கும் கடுங்கோல் அதுவல்லது**
இல்லை நிலக்குப் பொறை.

கல்லாதவர்களை அரசன் துணையாகக்கொண்டால் அதைவிட நாட்டுக்குப் பெருஞ்சுமை வேறு இல்லை.

58 கண்ணோட்டம்

571 **கண்ணோட்டம் என்னும் கழிபெருங் காரிகை**
உண்மையான் உண்டிவ் வுலகு.

கண்ணோட்டம் என்னும் பேரழகைக் கொண்டிருப்ப தால்தான், மண்ணுலகம் நிலைபெற்று இயங்கிவருகிறது.

572 **கண்ணோட்டத் துள்ளது உலகியல் அஃதிலார்**
உண்மை நிலக்குப் பொறை.

இரக்கவுணர்வால்தான் உலகநடைமுறை இயங்குகிறது. இரக்க நெஞ்சம் இல்லாதவர் மண்ணுக்குப் பாரம்.

573 **பண்என்னாம் பாடற்கு இயைபின்றேல் கண்என்னாம்**
கண்ணோட்டம் இல்லாத கண்.

பாட்டோடு பொருந்தாத பண் பயனற்றது. கண்ணோட்டம் இல்லாத கண்ணும் பயனற்றது.

574 **உளபோல் முகத்தெவன் செய்யும் அளவினால்**
கண்ணோட்டம் இல்லாத கண்.

கண்கள் முகத்தில் உள்ளன போலத் தோன்றினாலும், இரக்கத்தை வெளிப்படுத்தாத கண்களால் பயன் என்ன?

575 **கண்ணிற்கு அணிகலம் கண்ணோட்டம் அஃதின்றேல்**
புண்ணென்று உணரப் படும்

கண்ணுக்கு அணிகலன் கருணை; அஃது இல்லை யெனில் அது கண்ணன்று; வெறும் புண்.

இரக்கவுணர்வு

576 மண்ணோ டியைந்த மரத்தனையர் கண்ணோடு
இயைந்துகண் ணோடா தவர்.

கனிவான பார்வை இல்லாதவர், மண்ணோடு பொருந்தியிருந்தும் வளராத மரத்தோடு ஒப்பர்.

577 கண்ணோட்டம் இல்லவர் கண்ணிலர் கண்ணுடையார்
கண்ணோட்டம் இன்மையும் இல்.

இரக்க உணர்வு அற்றவர் கண்கள் இருந்தும் இல்லாதவரே; கண்ணுடையர் என்போர் இரக்கம் இல்லாதவராகவும் இரார்.

578 கருமம் சிதையாமல் கண்ணோட வல்லார்க்கு
உரிமை உடைத்திவ் வுலகு.

கடமையுணர்வு சிதையாமல் கண்ணோட்டம் கொண்டவர்க்கு இந்த உலகம் உரிமையுடையதாகும்.

579 ஒறுத்தாற்றும் பண்பினார் கண்ணும்கண் ணோடிப்
பொறுத்தாற்றும் பண்பே தலை.

தமக்கு ஒருவன் வருத்தும்படியான தீங்கிழைப்பினும் அவனது செயலைப் பொறுத்துக்கொண்டு இரக்கம் காட்டும் பண்பு தலைசிறந்தது.

580 பெயக்கண்டும் நஞ்சுண் டமைவர் நயத்தக்க
நாகரிகம் வேண்டு பவர்.

யாவரும் விரும்பிப்போற்றும் நாகரிகத்தைப் பேணு பவர், தம் நண்பர் நஞ்சையே தந்தாலும் அதனை உண்டு அமைதி காண்பர்.

பொருட்பால் • திருக்குறள்

59 ஒற்றாடல்

581 **ஒற்றும் உரைசான்ற நூலும் இவையிரண்டும்**
தெற்றென்க மன்னவன் கண்.

ஒற்றரையும், ஆட்சி சார்ந்த அறநூலையும் மன்னவன் இரு கண்களாகக் கருதித் தெளிவு கொள்ளவேண்டும்.

582 **எல்லார்க்கும் எல்லாம் நிகழ்பவை எஞ்ஞான்றும்**
வல்லறிதல் வேந்தன் தொழில்.

சுற்றிலும் நிகழும் எல்லாவற்றையும் எப்போதும் ஒற்றர்வழி விரைந்து அறிதல் மன்னர் கடமை.

583 **ஒற்றினான் ஒற்றிப் பொருள்தெரியா மன்னவன்**
கொற்றங் கொளக்கிடந்தது இல்.

நிகழும் எல்லாவற்றையும் ஒற்றரால் ஆராய்ந்தறிந்து, அதன் வழியில் செயற்படாத மன்னன் வெற்றி பெறுதல் இல்லை.

584 **வினைசெய்வார் தம்சுற்றம் வேண்டாதார் என்றாங்கு**
அனைவரையும் ஆராய்வது ஒற்று.

பணிபுரிவோர், சுற்றம், பகைவர் ஆகியோரின் சொல்லையும், செயலையும் ஆராய்ந்தறிபவனே ஒற்றனாவான்.

585 **கடாஅ உருவொடு கண்ணஞ்சாது யாண்டும்**
உகாஅமை வல்லதே ஒற்று.

மாறுவேடம் பூண்டு பிறர் ஐயுறாது எதற்கும் அஞ்சாது தான் அறிந்த செய்தியை மன்னர் தவிர, யாரிடத்தும் வெளிப்படுத்தாதவனே சிறந்த ஒற்றனாவான்.

உளவறிதல்

586 **துறந்தார் படிவத்த ராகி இறந்தாராய்ந்து**
என்செயினும் சோர்விலது ஒற்று.

துறவு வேடம் பூண்டு, அரிய இடத்திற்குச் சென்று, உண்மையறிந்து பிறர் துன்புறுத்தினாலும் சோர்வுறாது அதனை எவ்வகையிலும் வெளியிடாதவனே தகுதிவாய்ந்த ஒற்றன்.

587 **மறைந்தவை கேட்கவற் றாகி அறிந்தவை**
ஐயப்பாடு இல்லதே ஒற்று.

மறைவான தகவல்களைக் கேட்டறிந்து அதனை ஐயம் சிறிதுமின்றி ஆராய்ந்து தானே தெளிவு படுத்திக் கொள்பவன் ஒற்றன் ஆவான்.

588 **ஒற்றொற்றித் தந்த பொருளையும் மற்றுமோர்**
ஒற்றினால் ஒற்றிக் கொளல்.

ஒற்றன் அறிந்தவற்றை, மற்றொரு ஒற்றனைக்கொண்டு உண்மையை அறிந்து ஒப்புநோக்கி ஆராய்ந்து தெளிதல் வேண்டும்.

589 **ஒற்றொற் றுணராமை ஆள்க உடன்மூவர்**
சொற்றொக்க தேறப் படும்.

ஒற்றனை அவன் அறியாமல் வேறு ஓர் ஒற்றனைக் கொண்டறிக; ஒரு தகவலை ஒற்றர் மூவர் மூலம் ஆராய்ந்தறிந்து ஒன்றை உண்மை என்று தெளிக.

590 **சிறப்பறிய ஒற்றின்கண் செய்யற்க செய்யின்**
புறப்படுத்தான் ஆகும் மறை.

பிறர் அறியுமாறு தனி ஓர் ஒற்றனைச் சிறப்பித்தல் கூடாது; அப்படிச் செய்தால், அரசனே மறைவான தகவல்கள் வெளிவரக் காரணமாகிவிடுவான்.

60 ஊக்கமுடைமை

591 **உடையர் எனப்படுவது ஊக்கம் அஃதில்லார்**
உடையது உடையரோ மற்று.

ஊக்கமே ஒருவருக்குச் சிறப்பான உடைமையாகும். ஊக்கமில்லாதவர் பிற உடைமைகளைப் பெற்றிருப் பினும் உடையவர் ஆவதில்லை.

592 **உள்ளம் உடைமை உடைமை பொருளுடைமை**
நில்லாது நீங்கி விடும்.

உள்ளத்தின் ஊக்கமே ஒருவருக்கு நிலையான செல்வம். பிற செல்வங்கள் நிலையற்றன, தம்மை விட்டு நீங்குவன.

593 **ஆக்கம் இழந்தேமென்று அல்லாவார் ஊக்கம்**
ஒருவந்தம் கைத்துடை யார்.

மனத்திண்மையுடன் ஊக்கத்தைக் கைக்கொண்டவர், செல்வத்தை இழந்தாலும் வருந்தமாட்டார்.

594 **ஆக்கம் அதர்வினாய்ச் செல்லும் அசைவிலா**
ஊக்க முடையா னுழை.

மனத்தில் அசைக்கமுடியாத ஊக்கத்தைக் கொண்ட வனிடம் செல்வம் தானே வழி கேட்டு அவனைச் சென்றடையும்.

595 **வெள்ளத் தனைய மலர்நீட்டம் மாந்தர்தம்**
உள்ளத் தனையது உயர்வு.

நீர்ப்பூவின் தண்டு நீரளவு உயர உயர அதன் நீளமும் உயரும். ஒருவரது ஊக்கத்தின் அளவு உயர உயர வாழ்வியலும் உயரும்.

முயற்சியில் முனைப்புக் காட்டுதல்

596 **உள்ளுவ தெல்லாம் உயர்வுள்ளல் மற்றது**
தள்ளினுந் தள்ளாமை நீர்த்து.

நினைப்பதையெல்லாம் உயர்வாக நினைக்கவேண்டும். நினைத்தவாறு உயர்வு கிட்டாமல் போனாலும் உயர்வாக நினைத்ததை ஒருபோதும் கைவிடலாகாது.

597 **சிதைவிடத்து ஒல்கார் உரவோர் புதையம்பின்**
பட்டுப்பா டூன்றுங் களிறு.

அம்புகளால் தாக்குண்ட யானை, தளராமல், தன் பெருமையை நிலைநாட்டும். ஊக்கமுடையவர், தம் முயற்சிக்கு அழிவே நேர்வதாக இருந்தாலும் தம் பெருமையை நிலைநாட்டுவர்.

598 **உள்ளம் இலாதவர் எய்தார் உலகத்து**
வள்ளியம் என்னுஞ் செருக்கு.

உலகோரிடையே யாம் வள்ளன்மை உடையோம் என்ற செருக்கினை ஊக்கமில்லாதவர் ஒருபோதும் அடைய முடியாது.

599 **பரியது கூர்ங்கோட்டது ஆயினும் யானை**
வெரூஉம் புலிதாக் குறின்.

பெரிய தோற்றத்தையும், கூரிய கொம்பினையும் உடைய யானையை ஊக்கத்தோடு புலி தாக்கினால் யானை அஞ்சும்.

600 **உரமொருவற்கு உள்ள வெறுக்கை அஃதில்லார்**
மரம்மக்க ளாதலே வேறு.

மனவலிமையே ஒருவருக்கு ஊக்கம்; அவ்வூக்கம் இல்லாதவர், மக்களே போன்றவராயினும் வெறும் மரமே.

61 மடியின்மை

601 **குடியென்னும் குன்றா விளக்கம் மடியென்னும்**
மாசூர மாய்ந்து கெடும்.

தான் பிறந்த குடியாகிய அணையா விளக்கில் சோம்பல் என்னும் மாசு வந்து படியப் படிய அக்குடும்பம் ஒளி மங்கும்.

602 **மடியை மடியா ஒழுகல் குடியைக்**
குடியாக வேண்டு பவர்.

தான் பிறந்த குடியை நற்குடியாக உயர்த்த விரும்புபவர், முதலில் சோம்பலை அடியோடு நீக்கி முயற்சியை மேற்கொள்வர்.

603 **மடிமடிக் கொண்டொழுகும் பேதை பிறந்த**
குடிமடியும் தன்னினும் முந்து.

சோம்பலைத் தன் உடைமையாகக் கொண்ட அறிவிலி பிறந்த குடி, அவன் அழிவதற்கு முன்னேயே அழிந்துவிடும்.

604 **குடிமடிந்து குற்றம் பெருகும் மடிமடிந்து**
மாண்ட உஞற்றி லவர்க்கு.

சோம்பலில் சுகங்கண்டு எந்த முயற்சியிலும் முனைப்புக்காட்டாது முடங்கிக்கிடந்தால் அவனது குடும்பப் பெருமை அழியும்; குற்றமும் பெருகும்.

605 **நெடுநீர் மறவி மடிதுயில் நான்கும்**
கெடுநீரார் காமக் கலன்.

ஒரு செயலைத் தள்ளிப்போடுதல், மறதி, சோம்பல், உறக்கம் ஆகிய நான்கும் கெட்டழிவார் விரும்பி ஏறும் மரக்கலமாகும்.

சோம்பல் இல்லாதிருத்தல்

606
படியுடையார் பற்றமைந்தக் கண்ணும் மடியுடையார்
மாண்பயன் எய்தல் அரிது.

மன்னனின் ஆதரவும் நட்பும் கிட்டிய ஒருவன், சோம்பேறியாக இருந்தால், அதனால் அவன் அடையப் போகும் பயன் யாதுமில்லை.

607
இடிபுரிந்து எள்ளுஞ்சொல் கேட்பர் மடிபுரிந்து
மாண்ட உஞற்றி லவர்.

சோம்பலால் முயற்சியைக் கைவிட்டவர்களைப் பார்த்துப் பிறர் எள்ளி நகையாடுவர்; அத்தகையோர் இடித்துரைக்கும் பேச்சினையும் கேட்கவும் நேரும்.

608
மடிமை குடிமைக்கண் தங்கின்தன் ஒன்னார்க்கு
அடிமை புகுத்தி விடும்.

குடும்பத்தில் சோம்பல் குடியேறிவிட்டால், அக் குடும்பத்தைப் பகைவர் அடிமைப்படுத்த நேரிடும்.

609
குடியாண்மை யுள்வந்த குற்றம் ஒருவன்
மடியாண்மை மாற்றக் கெடும்.

சோம்பல் இல்லாது முயற்சியால் முன்னேற நினைத்தால், அவனது குடும்பத்தில் உண்டாகும் குற்றங்குறை அகலும்.

610
மடியிலா மன்னவன் எய்தும் அடியளந்தான்
தாஅய தெல்லாம் ஒருங்கு.

தன் திருவடியால் திருமால் அளந்த நிலப்பரப்பினை, சோம்பல் அற்ற மன்னன் நினைத்தால் அடைய முடியும்.

62. ஆள்வினையுடைமை

611
அருமை உடைத்தென்று அசாவாமை வேண்டும்
பெருமை முயற்சி தரும்.

> செயலைச் செய்வதற்கு அரியது என எண்ணி மனந்தளர்ந்துவிடக் கூடாது. அச்செயலைச் செய்து முடிப்பதற்கான பெருமையை முயற்சி பெற்றுத்தரும்.

612
வினைக்கண் வினைகெடல் ஓம்பல் வினைக்குறை
தீர்ந்தாரின் தீர்ந்தன்று உலகு.

> ஒரு செயலை முடிக்காமல் அரைகுறையாக விட்ட வரை உலகம் கைவிடும்; ஆர்வத்தோடு தொடங்கிய செயலை முடிக்காமல் இருக்கக்கூடாது.

613
தாளாண்மை என்னும் தகைமைக்கண் தங்கிற்றே
வேளாண்மை என்னுஞ் செருக்கு.

> பிறர்க்கு உதவுதல் என்ற பெருமித உணர்வு, விடா முயற்சி என்னும் தகுதியில் அடங்கியுள்ளது.

614
தாளாண்மை இல்லாதான் வேளாண்மை பேடிகை
வாளாண்மை போலக் கெடும்.

> முயற்சியுடன் கூடிய உழைப்பில்லாதவனின் வள்ளண்மை, கோழை கைபிடித்த வாள் போல், பயனற்றது.

615
இன்பம் விழையான் வினைவிழைவான் தன்கேளிர்
துன்பம் துடைத்தூன்றும் தூண்.

> இன்பத்தைச்சற்றேனும் விரும்பாமல், தன் செயலில் கண்ணும் கருத்துமாக இருந்து செயல்புரிபவன், சுற்றத்தாரின் துன்பங்களைத் தாங்கும் தூண் ஆவான்.

இடைவிடாத முயற்சி

616 முயற்சி திருவினை ஆக்கும் முயற்றின்மை
இன்மை புகுத்தி விடும்.

விடாமுயற்சி செல்வத்தை வளர்க்கும்; முயற்சி இன்றிச் சோம்பிக் கிடப்போரின் உள்ளத்தில் வறுமை நுழைந்துவிடும்.

617 மடியுளாள் மாமுகடி என்ப மடியிலான்
தாளுளாள் தாமரையி னாள்.

சோம்பேறியிடம் மூதேவி குடியிருப்பாள்; சோம்பல் சிறிதும் இல்லாதவனின் முயற்சியில் திருமகள் வீற்றிருப்பாள்.

618 பொறியின்மை யார்க்கும் பழியன்று அறிவறிந்து
ஆள்வினை இன்மை பழி.

மாற்றுத் திறனாளியாக இருப்பது எவர்க்கும் பழி ஆகாது; அறியத்தக்கனவற்றை அறிந்து முயற்சி மேற்கொள்ளாமையே பழியாகும்.

619 தெய்வத்தான் ஆகா தெனினும் முயற்சிதன்
மெய்வருத்தக் கூலி தரும்.

செயலில் இறங்கி வினைபுரிவதற்குத் தெய்வத்தின் துணை வாய்க்காவிட்டாலும், விடாமுயற்சியின் துணை, ஒருவருக்குப் பயனளிக்காமல் போகாது.

620 ஊழையும் உப்பக்கம் காண்பர் உலைவின்றித்
தாழாது உஞற்று பவர்.

கொஞ்சமும் சோர்வின்றிக் காலம் போற்றி விடா முயற்சியோடு செயல் ஆற்றுவோர், விதியையும் மாற்றியமைக்கும் வல்லமை பெறுவர்.

63. இடுக்கண்அழியாமை

621
இடுக்கண் வருங்கால் நகுக அதனை
அடுத்தூர்வது அஃதொப்ப தில்.

துன்பம் நேரும்போது, மனங்கலங்காது சிரித்து மகிழ்க; துன்பத்தைத் துடைக்க அதுதான் சிறந்த வழி;

622
வெள்ளத் தனைய இடும்பை அறிவுடையான்
உள்ளத்தின் உள்ளக் கெடும்.

வெள்ளம் அடித்துச் செல்வதுபோன்ற துன்பம் பெருகிவரினும், அறிவுடையோன் தன் ஊக்கத்தினால் எதிர்கொள்ள அத்துன்பம் ஒன்று மில்லாமல் அழியும்.

623
இடும்பைக்கு இடும்பை படுப்பர் இடும்பைக்கு
இடும்பை படாஅ தவர்.

துன்பம் வந்தபோது, அதற்காகச் சிறிதும் மனம் கலங்காதவர், துன்பத்தைத் துன்பப்படுத்தி வெற்றி காண்பர்.

624
மடுத்தவா யெல்லாம் பகடன்னான் உற்ற
இடுக்கண் இடர்ப்பாடு உடைத்து.

மேடு பள்ளம் இருப்பினும், வண்டியை இழுத்துச் செல்லும் காளையைப் போன்ற கடின முயற்சி யுடையவனால் துன்பங்கள் துவண்டுபோகும்.

625
அடுக்கி வரினும் அழிவிலான் உற்ற
இடுக்கண் இடுக்கட் படும்.

துன்பங்கள் தொடர்ந்துவரினும் அதனால் மனங் கலங்காதவனைக் கண்டு துன்பமே துன்பப்படும்.

மனம் துவண்டுபோகாமை

626 அற்றேமென்று அல்லற் படுபவோ பெற்றேமென்று
ஓம்புதல் தேற்றா தவர்.

பொருள் பெற்றோம் என எண்ணி அதனைப் பேணிக் காக்கத்தெரியாதவர், அது தன்னை விட்டுப் போகும்போது துயரம் அடைவரோ?

627 இலக்கம் உடம்பிடும்பைக் கென்று கலக்கத்தைக்
கையாறாக் கொள்ளாதாம் மேல்.

துன்பங்களின் கூடம் இந்த உடம்பு என்று உணரும் உணர்வினர், எந்நாளும் மனக்கலக்கம் கொள்வதில்லை.

628 இன்பம் விழையான் இடும்பை இயல்பென்பான்
துன்பம் உறுதல் இலன்.

இன்பத்தை விரும்பி ஏற்காது, துன்பம் வரும்போது அது இயல்பானது என்று தெளிவடைந்தவன் எந்நாளும் துன்பம் அடையமாட்டான்.

629 இன்பத்துள் இன்பம் விழையாதான் துன்பத்துள்
துன்பம் உறுதல் இலன்.

இன்பமான காலத்தில் அதனை எண்ணி மகிழாதவன், துன்பம் வரும்போது துன்பம் கொள்ள மாட்டான்.

630 இன்னாமை இன்பம் எனக்கொளின் ஆகுந்தன்
ஒன்னார் விழையுஞ் சிறப்பு.

துன்பத்தை இன்பமாகக் கருதும் பக்குவம் பெற்ற வனைப் பகைவரும் வியந்து போற்றிச் சிறப்பிப்பர்.

64. அமைச்சு

631
கருவியும் காலமும் செய்கையும் செய்யும்
அருவினையும் மாண்டது அமைச்சு.

> செயலைச் செய்தற்குத் தக்க கருவி, உகந்த காலம், செயல்வகை, செய்யும் செயலை ஆற்றுதற்கான தனித்தன்மை இவற்றைச் சிறப்பாக எண்ணிச் செயற்படுபவனே நல்ல அமைச்சன்.

632
வன்கண் குடிகாத்தல் கற்றறிதல் ஆள்வினையோடு
ஐந்துடன் மாண்டது அமைச்சு.

> வீரம், குடிப் பாதுகாப்பு, அறநூல்களைக் கற்றல், அதன்வழி அறிந்து தெளிதல், விடாமுயற்சி ஆகிய ஐந்தும் சிறப்பாகப் பெற்றவனே அமைச்சனாவான்.

633
பிரித்தலும் பேணிக் கொளலும் பிரிந்தார்ப்
பொருத்தலும் வல்ல தமைச்சு.

> பகைவரைப் பிரித்தல், தம் நெருக்கத்திற்குரியவரை அரவணைத்துக் கொள்ளுதல், பிரிந்துசென்றவரைச் சேர்த்துக்கொள்ளுதல் இவற்றில் திறமிக்கவனே அமைச்சன்.

634
தெரிதலும் தேர்ந்து செயலும் ஒருதலையாச்
சொல்லலும் வல்லது அமைச்சு.

> ஒருசெயலை ஆய்ந்தறிதல், தெளிதல், செய்தற்குரிய வழிவகையின் திறனறிதல், அறிந்தவற்றைத் துணிந்து சொல்லுதல் ஆகியவற்றில் வல்லவனே அமைச்சன்.

635
அறனறிந்து ஆன்றமைந்த சொல்லான்எஞ் ஞான்றும்
திறனறிந்தான் தேர்ச்சித் துணை.

> அறத்தின் இயல்பினை அறிந்து அறிவார்ந்த சொல்லாற்றல் உடையவனாய், செயலாற்றுவதில் திறமை மிக்கவனாய் இருப்பவனே மன்னனுக்குத் துணையாவான்.

அமைச்சர்க்கான பண்பு

636 மதிநுட்பம் நூலோடு உடையார்க்கு அதிநுட்பம்
யாவுள முன்நிற் பவை.

நுண்ணறிவும், நூலறிவும் கொண்டவரை எதிர் கொள்ளும் சூழ்ச்சிதான் எது?

637 செயற்கை அறிந்தக் கடைத்தும் உலகத்து
இயற்கை அறிந்து செயல்.

ஒரு செயலை அறிந்து அதனைச் செய்வதற்கான வழிகளை நூல்வழி அறிந்தாலும், உலக நடை முறைக்கு ஏற்பச் செய்யவேண்டும்.

638 அறிகொன்று அறியான் எனினும் உறுதி
உழையிருந்தான் கூறல் கடன்.

தக்கவரின் பேச்சை ஏற்காமலும், அறிந்திருக்க வேண்டியதைப் பெறாதவனாகவும் இருந்தாலும் அரசனுக்கு உறுதி தரும் அறிவுரைகளைச் சொல்லுதல் அமைச்சர் கடமை.

639 பழுதெண்ணும் மந்திரியின் பக்கத்துள் தெவ்வோர்
எழுபது கோடி உறும்.

அருகில் இருந்து கொண்டு மன்னனுக்குக் கேடுதரும் அமைச்சனைவிட எழுபது கோடி பகைவர் மேலானவர்.

640 முறைப்படச் சூழ்ந்தும் முடிவிலவே செய்வர்
திறப்பாடு இலாஅ தவர்.

ஒரு செயலை முறைப்பட எண்ணி அதில் முழுக் கவனம் செலுத்தாதவரின் செயல் அரைகுறையாகவே இருக்கும்.

65. சொல்வன்மை

641
நாநலம் என்னும் நலனுடைமை அந்நலம்
யாநலத்து உள்ளதூஉம் அன்று.

> நாவன்மையே ஒருவருக்குச் சிறப்புத் தருவதாகும். அச்சிறப்பு ஏனைய சிறப்புகளைவிடத் தனிப் பெருமை உடையது.

642
ஆக்கமுங் கேடும் அதனால் வருதலால்
காத்தோம்பல் சொல்லின்கட் சோர்வு.

> சொல்லும் சொற்களால் ஆக்கமும், கேடும் விளையும். எனவே, பேசும் சொற்களில் எப்பிழையும் நேராத வாறு தம்மைக் காத்துக்கொள்ளவேண்டும்.

643
கேட்டார்ப் பிணிக்கும் தகையவாய்க் கேளாரும்
வேட்ப மொழிவதாம் சொல்.

> கேட்பவரை ஈர்க்கும் திறனும், கேளாதாவரை விரும்பிக் கேட்கத் தூண்டித் தம் பக்கம் இழுக்கும் திறனும் கொண்டதே சிறந்த பேச்சு.

644
திறனறிந்து சொல்லுக சொல்லை அறனும்
பொருளும் அதனினூஉங்கு இல்.

> கேட்போரின் மனநிலையைத் தேர்ந்தறிந்து சொற்களைப் பேசுக; அதைவிடச் சிறந்த அறமும் பொருளும் வேறில்லை.

645
சொல்லுக சொல்லைப் பிறிதோர்சொல் அச்சொல்லை
வெல்லுஞ்சொல் இன்மை அறிந்து.

> பேசும் சொற்களில் அச்சொல்லை விஞ்சும் வேறொரு சொல் இல்லை என்பதை அறிந்து கொண்டு அச்சொல்லைத் திறனோடு பேசுக.

பேச்சாற்றல்

646 **வேட்பத்தாஞ் சொல்லிப் பிறர்சொல் பயன்கோடல்**
மாட்சியின் மாசற்றார் கோள்.

கேட்பவர் விழைந்து சொல்லுதலும், பிறர் கூறும் பேச்சில் அதன் பயன் அறிந்து ஏற்றுக் கொள்ளுதலும் குற்றமற்ற பேச்சுக்கலையாகும்.

647 **சொலல்வல்லன் சோர்விலன் அஞ்சான் அவனை**
இகல்வெல்லல் யார்க்கும் அரிது.

வலிமையான பேச்சாற்றல் கொண்டவன், சோர்வின்றிப் பேசுபவன், எதற்கும் அஞ்சாத இயல்பினன்; அப்படிப்பட்டவனை வெற்றி கொள்வது எளிதன்று.

648 **விரைந்து தொழில்கேட்கும் ஞாலம் நிரந்தினிது**
சொல்லுதல் வல்லார்ப் பெறின்.

சொல்லத்தக்க கருத்துகளை வகுத்துக்கொண்டு பேசும் ஆற்றல் கொண்டவரின் பேச்சினை உலகம் விரைந்து கேட்டு அதன்படி நடக்கும்.

649 **பலசொல்லக் காமுறுவர் மன்றமா சற்ற**
சிலசொல்லல் தேற்றா தவர்.

நல்ல கருத்துகளைச் சுருக்கமாகச் சொல்லத் தெரியாதவர்களே பல சொற்களைச் சொல்வதில் விருப்பங் கொள்வர்.

650 **இணரூழ்த்தும் நாறா மலரனையர் கற்றது**
உணர விரித்துரையா தார்.

தாம் கற்றதைப் பிறர் உணருமாறு விரித்துரைக்கத் தெரியாதவர், கொத்தாக மலர்ந்திருப்பினும் வாசமில்லா மலருக்கு ஒப்பாவர்.

66 வினைத்தூய்மை

651 **துணைநலம் ஆக்கம் தருஉம் வினைநலம்**
வேண்டிய எல்லாந் தரும்.

ஒருவருக்குத் தக்க துணையால் ஆக்கம் வரும்; நற்செயலின் விளைவால் அது வேண்டிய நன்மை களையும் பெற்றுத்தரும்.

652 **என்றும் ஒருவுதல் வேண்டும் புகழொடு**
நன்றி பயவா வினை.

ஒருவருக்குப் புகழும் நன்மையும் தராத செயல்களின் விளைவை எண்ணிப்பார்த்து அவற்றை எக்காலத்தும் புறக்கணிக்கவேண்டும்.

653 **ஓஒதல் வேண்டும் ஒளிமாழ்கும் செய்வினை**
ஆஅதும் என்னு மவர்.

முன்னேறவேண்டும் என்று நினைப்போர், தமது மதிப்பைக் கெடுக்கக் காரணமாகும் செயலில் இறங்கக் கூடாது.

654 **இடுக்கண் படினும் இளிவந்த செய்யார்**
நடுக்கற்ற காட்சி யவர்.

சிறிதும் கலக்கம் இல்லாத நெஞ்சினர், எத்தகைய துன்பம் நேரினும் ஒருபோதும் இழிந்த செயல்களில் இறங்கமாட்டார்கள்.

655 **எற்றென்று இரங்குவ செய்யற்க செய்வானேல்**
மற்றன்ன செய்யாமை நன்று.

இப்படிச் செய்துவிட்டோமே என்று பின்னர் வருந்தும் படியான செயலைச் செய்யாதே. அத்தவற்றினை மறுபடியும் செய்யாமல் இருப்பதே நல்லது.

செயலில் தூய்மை காத்தல்

656 ஈன்றாள் பசிகாண்பான் ஆயினுஞ் செய்யற்க
சான்றோர் பழிக்கும் வினை.

கடும்பசியால் தாய் வாடுவதைப் பார்க்கப் பொறாதவன், அப்பசியை நீக்க, பெரியோர் பழிக்கும் செயல்களைச் செய்யக்கூடாது.

657 பழிமலைந்து எய்திய ஆக்கத்தின் சான்றோர்
கழிநல் குரவே தலை.

பழிக்குக் காரணமாகிச் சேர்த்துவைத்த செல்வத்தைக் காட்டிலும், சான்றோர் அடைந்துள்ள வறுமை மேலானது.

658 கடிந்த கடிந்தொரார் செய்தார்க்கு அவைதாம்
முடிந்தாலும் பீழை தரும்.

சான்றோரால் விலக்கப்பட்ட செயல்கள், ஒருசமயம் பயனைத் தருவதுபோல் இருந்தாலும், இறுதியில் துன்பமே தரும்.

659 அழக்கொண்ட எல்லாம் அழப்போம் இழப்பினும்
பிற்பயக்கும் நற்பா லவை.

நற்செயல்கள் மூலம் கிடைத்த செல்வத்தை இழக்க நேரினும் பிற்பாடு அது வந்துசேரும். ஆனால் பிறரை அழச்செய்து கவர்ந்த செல்வம், அவனையே அழச்செய்யுமாறு பறிபோகும்.

660 சலத்தால் பொருள்செய்தே மார்த்தல் பசுமண்
கலத்துள்நீர் பெய்திரீஇ யற்று.

ஒருவனை வஞ்சித்துப் பொருள் சேர்த்து அதனைப் பாதுகாத்து வைப்பது, பச்சை மண்குடத்தில் நீரைப் பெய்து பாதுகாப்பது போன்றது.

67. வினைத்திட்பம்

661
வினைத்திட்பம் என்பது ஒருவன் மனத்திட்பம்
மற்றைய எல்லாம் பிற.

> ஒரு செயலைச் செய்துமுடிக்க மன உறுதி வேண்டும். பிற உறுதிகள் எல்லாம் அதற்குப் பிறகுதான்.

662
ஊறொரால் உற்றபின் ஒல்காமை இவ்விரண்டின்
ஆறென்பர் ஆய்ந்தவர் கோள்.

> இடையூறு நேராமல் காத்துக்கொள்ளுதல், அது வந்த பின்னால் மனம் தளராமை ஆகிய இரண்டும் ஆராய்ந்தறிந்த அறிஞர் கண்ட வழிகளாகும்.

663
கடைக்கொட்கச் செய்தக்கது ஆண்மை இடைக்கொட்கின்
எற்றா விழுமந் தரும்.

> ஒரு செயலைச் செய்து முடித்த பின்பே அது பற்றிய கருத்தை வெளிப்படுத்துவதே ஆண்மை. இடையில் வெளிப்படுத்துவதினால் அது நீங்காத் துன்பம் தரும்.

664
சொல்லுதல் யார்க்கும் எளிய அரியவாம்
சொல்லிய வண்ணம் செயல்.

> இதனை இப்படிச் செய்யலாம் என்று சொல்லி வாயளப்பது மிக எளிது; ஆனால், சொல்லிய வண்ணம் செய்துமுடிப்பது அரிது.

665
வீறெய்தி மாண்டார் வினைத்திட்பம் வேந்தன்கண்
ஊறெய்தி உள்ளப் படும்.

> ஒன்றில் மிக்க திறமையோடு செயற்படுபவனின் செயலருமையை மதித்து நாடாளும் மன்னன் அவனைப் போற்றிக்கொண்டாடுவான்.

செயலுக்கான மன உரம்

666 **எண்ணிய எண்ணியாங்கு எய்துப எண்ணியார்**
திண்ணியர் ஆகப் பெறின்.

ஒருவர் தாம் எண்ணிய எண்ணங்களுக்குச் செயல் வடிவம் தந்து உறுதியாகச் செயற்பட்டால் அவர் எண்ணியவாறே அது முழுமை பெறும்.

667 **உருவுகண்டு எள்ளாமை வேண்டும் உருள்பெருந்தேர்க்கு**
அச்சாணி அன்னார் உடைத்து.

பெரிய தேர் இயங்குதற்குச் சிறிய அச்சாணி போல, செயலுறுதி கொண்டோரை இவ்வுலகில் காணலாம். ஒருவரின் சிறிய உருவினைக் கண்டு அவரை இகழ்வது கூடாது.

668 **கலங்காது கண்ட வினைக்கண் துளங்காது**
தூக்கங் கடிந்து செயல்.

ஒரு செயலைச் செய்யும்போது தெளிந்த மனத்தோடும், சோர்வு இன்றியும், காலத்தின் அருமை கருதியும் விரைந்தும் செய்ய வேண்டும்.

669 **துன்பம் உறவரினும் செய்க துணிவாற்றி**
இன்பம் பயக்கும் வினை.

ஒருவர் தாம் மேற்கொள்ளும் செயலில் தொடக்கத்தே துன்பம் நேரினும் நெஞ்சுரத்தோடு அச்செயலைச் செய்க, முடிவில் அது மகிழ்ச்சியளிக்கும்.

670 **எனைத்திட்பம் எய்தியக் கண்ணும் வினைத்திட்பம்**
வேண்டாரை வேண்டாது உலகு.

உறுதியான மனவலிமை இல்லாதவர் வேறு எத்தகைய வலிமையுடையவராக இருந்தாலும் உலகம் அவரைப் புறக்கணிக்கும்.

68 வினைசெயல்வகை

671 **சூழ்ச்சி முடிவு துணிவெய்தல் அத்துணிவு**
தாழ்ச்சியுள் தங்குதல் தீது.

ஒரு செயலைச் செய்து முடிக்கத் தேவையான துணிவு வேண்டும். சற்றே காலந்தாழ்த்தினால் தீமை தான் விளையும்.

672 **தூங்குக தூங்கிச் செயற்பால தூங்கற்க**
தூங்காது செய்யும் வினை.

ஒரு செயலைக் காலந்தாழ்த்திச் செய்யலாம் என்றால் அதனைத் தள்ளிப் போடுக; உடனே முடிக்க வேண்டிய தாக இருப்பின் அதனை விரைந்து முடித்துவிடுக.

673 **ஒல்லும்வா யெல்லாம் வினைநன்றே ஒல்லாக்கால்**
செல்லும்வாய் நோக்கிச் செயல்.

ஒரு செயலைச் செய்ய இயலுமிடத்துச் செய்வது நல்லது; தக்க சூழல் அமையாமல் போனால், வாய்ப்பு வந்ததும் முடிவதற்கு ஏதுவானதைச் செய்து முடிக்கலாம்.

674 **வினைபகை என்றிரண்டின் எச்சம் நினையுங்கால்**
தீயெச்சம் போலத் தெறும்.

செய்யும் செயலையும், அகற்றவேண்டிய பகையையும் பாதியில் நிறுத்தினால், அது தீப் பொறிபோலப் பெருகிக் கேட்டினை உண்டாக்கும்.

675 **பொருள்கருவி காலம் வினையிடனொடு ஐந்தும்**
இருள்தீர எண்ணிச் செயல்.

ஒரு செயலை மேற்கொள்ள எண்ணுகையில், அதற்குரிய பொருள், கருவி, காலம், வினை, செய்தற் குரிய இடம் ஆகிய ஐந்தனையும் தெளிந்த பின் மயக்கம் இல்லாமல் செயற்படுக.

செயற்பாட்டின் வகை

676. முடிவும் இடையூறும் முற்றியாங்கு எய்தும்
படுபயனும் பார்த்துச் செயல்.

ஒரு செயலை முடிக்கும் நிலை, அதற்கு வரும் இடையூறு, செயல் முடிந்த பின் விளையும் பயன் ஆகியவற்றைச் சீர்தூக்கிச் செய்க.

677. செய்வினை செய்வான் செயன்முறை அவ்வினை
உள்ளறிவான் உள்ளம் கொளல்.

ஒரு செயலைச் செய்ய நினைப்பவன் அத்துறையில் தேர்ந்து அதன் நுட்பம் தெரிந்தவனின் கருத்தினை அறிந்துகொண்டு செயல்பட வேண்டும்.

678. வினையான் வினையாக்கிக் கோடல் நனைகவுள்
யானையால் யானையாத் தற்று.

ஒரு செயலைச் செய்யும்போது அதனோடு ஒத்த வேறொரு செயலையும் முடித்துக்கொள்க; அது பயிற்சி யானையைக்கொண்டு வேறொரு யானையைப் பிடித்தல் போன்றது.

679. நட்டார்க்கு நல்ல செயலின் விரைந்ததே
ஒட்டாரை ஒட்டிக் கொளல்.

நண்பருக்கு நல்லதைச் செய்தலைவிடப் பகைவர்க்கு நல்லது செய்து அவரை நட்பாக்கிக் கொள்வதை விரைந்து செய்க.

680. உறைசிறியார் உள்நடுங்கல் அஞ்சிக் குறைபெறின்
கொள்வர் பெரியார்ப் பணிந்து.

சிறு இடத்தை ஆள்பவன், பெரும்பகைக்கு அஞ்சினால், வலிமை மிக்க பெரியவர்களோடு பணிந்து அவர்களை நட்பாக்கிக் கொள்வான்.

69 தூது

681 **அன்புடைமை ஆன்ற குடிப்பிறத்தல் வேந்தவாம்**
பண்புடைமை தூதுரைப்பான் பண்பு.

அன்பு காட்டுதல், தகுதிப்பாடுடைய குடிப்பிறப்பு, மன்னன் விரும்பும் நல்ல பண்பு ஆகியன தூதர்க் குரிய நல்லியல்புகளாகும்.

682 **அன்பறிவு ஆராய்ந்த சொல்வன்மை தூதுரைப்பார்க்கு**
இன்றி யமையாத மூன்று.

அன்பு, அறிவு, ஆராய்ந்தறிந்துரைக்கும் சொல் வன்மை ஆகிய மூன்றும் தூதுரைப்பார்க்கு வேண்டிய தகுதிகளாகும்.

683 **நூலாருள் நூல்வல்லன் ஆகுதல் வேலாருள்**
வென்றி வினையுரைப்பான் பண்பு.

வேல் கைக்கொண்ட பகைவரிடத்து அஞ்சாமல் சென்று, தன் மன்னனுக்கு வெற்றி தேடித் தரும் தூதுவன் ஆட்சியியல் கற்றவருள் மேம்பட்டவனாவான்.

684 **அறிவுரு வாராய்ந்த கல்விஇம் மூன்றன்**
செறிவுடையான் செல்க வினைக்கு.

தேர்ந்த அறிவு, மிடுக்கான தோற்றப்பொலிவு, எடுத்துக்கொண்ட துறையில் ஆழ்ந்தகல்வி இம்மூன்றும் உடையான் தூதுரைக்கச் செல்க.

685 **தொகச் சொல்லித் தூவாத நீக்கி நகச்சொல்லி**
நன்றி பயப்பதாம் தூது.

சொல்வதைத் தொகுத்தும், சொல்லத்தகாதவற்றை நீக்கியும், பகைமன்னன் மகிழுமாறு இணக்கமாக எடுத்துரைத்தும் தன் மன்னனின் நலம் நாடுபவனே தூதனாவான்.

தூதுவரின் இயல்பு

686 கற்றுக்கண் அஞ்சான் செலச்சொல்லிக் காலத்தால்
தக்கது அறிவதாம் தூது.

> நூல்களைக் கற்றுத் துணிவோடும், தம் கருத்தை ஏற்குமாறு எடுத்துரைத்தும் காலத்தோடு செயல் முடிப்பவனே தூதனாவான்.

687 கடனறிந்து காலங் கருதி இடனறிந்து
எண்ணி உரைப்பான் தலை.

> தன் கடமை அறிந்து ஏற்ற காலமும் சூழலும் இடமும் தெளிந்து சிந்தித்துச் செயல் முடிப்பவனே தூதரில் தலைமையானவன்.

688 தூய்மை துணைமை துணிவுடைமை இம்மூன்றின்
வாய்மை வழியுரைப்பான் பண்பு.

> எண்ணத்தில் தூய்மை, அரவணைக்கும் சுற்றம், செயலில் பின்வாங்காத துணிவு ஆகியவை தூது செல்வோருக்குரிய தகுதிகளாகும்.

689 விடுமாற்றம் வேந்தர்க்கு உரைப்பான் வடுமாற்றம்
வாய்சேரா வன்க ணவன்.

> பகையரசன்முன் தூது சொல்லச் செல்பவன், குற்றமற்ற சொற்களை வாய்தவறிச் சொல்லாத மனத் திண்மை உடையவனாக இருக்கவேண்டும்.

690 இறுதி பயப்பினும் எஞ்சாது இறைவற்கு
உறுதி பயப்பதாம் தூது.

> தன் உயிருக்கு இறுதி நேரினும், அஞ்சாது தன் மன்னனுக்காக உரைக்கவேண்டிய கருத்தைப் பகையரசனிடம் உரைத்து அதில் வெற்றி காண்பவன் நல்ல தூதனாவான்.

70. மன்னரைச் சேர்ந்தொழுகுதல்

691
அகலாது அணுகாது தீக்காய்வார் போல்க
இகல்வேந்தர்ச் சேர்ந்தொழுகு வார்.

> பகைமன்னரை அணுகும்போது மிகவும் விலகிச் செல்லாமலும், மிக அருகில் நெருங்காமலும், தீயில் குளிர்காய்பவர் போல, இடைநிலையில் நின்று தம் கடமையை ஆற்றுக.

692
மன்னர் விழைப விழையாமை மன்னரால்
மன்னிய ஆக்கந் தரும்.

> மன்னன் விரும்புவனவற்றைத் தானும் விரும்பும் பண்பு அமைச்சனிடம் இல்லாதிருப்பின் அவனுக்கு மன்னனால் ஆக்கம் விளையும்.

693
போற்றின் அரியவை போற்றல் கடுத்தபின்
தேற்றுதல் யார்க்கும் அரிது.

> அமைச்சர் தவறு நேராதவாறு தம்மைக் காத்துக் கொள்ளவேண்டும். மன்னரின் ஐயத்திற்கு ஆளானால் அதனை எளிதில் அகற்றமுடியாது.

694
செவிச்சொல்லும் சேர்ந்த நகையும் அவித்தொழுகல்
ஆன்ற பெரியா ரகத்து.

> மன்னர் அருகிருக்க, பிறரிடத்து இரகசியம் பேசக் கூடாததோடு, உடன் சிரிப்பதையும் தவிர்த்தல் வேண்டும்.

695
எப்பொருளும் ஓரார் தொடரார்மற் றப்பொருளை
விட்டக்கால் கேட்க மறை.

> மன்னன் மறைவாகப் பேசும்போது ஒட்டுக் கேட்கா மலும், அது பற்றி வினவாமலும், மன்னன் தன்னிடம் உரைக்கும்போது மட்டும் கேட்டு அறிக.

மன்னனைச் சார்ந்து நிற்றல்

696 **குறிப்பறிந்து காலங் கருதி வெறுப்பில**
வேண்டுப வேட்பச் சொலல்.

குறிப்புணர்ந்தும், தக்க காலமறிந்தும், வெறுப்பின்றியும் மன்னனின் மனம் இணக்கமாக ஏற்றுக் கொள்ளும்படியும் ஒன்றைக் கூறவேண்டும்.

697 **வேட்பன சொல்லி வினையில எஞ்ஞான்றும்**
கேட்பினும் சொல்லா விடல்.

மன்னன் எதனை விரும்புகிறானோ அதனை மட்டும் எடுத்துரைக்க வேண்டும்; பயனற்ற சொற்களை அவன் கேட்பினும் அதனைச் சொல்லாமல் விடவேண்டும்.

698 **இளையர் இனமுறையர் என்றிகழார் நின்ற**
ஒளியோடு ஒழுகப் படும்.

இவன் நமக்கு இளையவன்; இந்த வகையில் உறவினன் என்று மன்னரைத் தாழ்வாக எண்ணிச் செயல்படக்கூடாது.

699 **கொளப்பட்டேம் என்றெண்ணிக் கொள்ளாத செய்யார்**
துளக்கற்ற காட்சி யவர்.

மன்னனால் நாம் பெரிதும் மதிக்கப்பட்டிருக்கிறோம் என்று உரிமை எடுத்துக்கொண்டு, அவனுக்கு எதிரான செயலில் தேர்ந்த அறிவினர் இறங்கி விட மாட்டார்கள்.

700 **பழையம் எனக்கருதிப் பண்பல்ல செய்யும்**
கெழுதகைமை கேடு தரும்.

மன்னனுக்கு நாம் பழைய நண்பர் என்ற உரிமையில் பண்பற்ற செயல் புரிபவராயின் அது தீங்கு விளைவிக்கும்.

71. குறிப்பறிதல்

701
கூறாமை நோக்கக் குறிப்பறிவான் எஞ்ஞான்றும்
மாறாநீர் வையக்கு அணி.

> ஒன்றைச் சொல்வதற்கு முன்பே ஒருவரது முகத்தைப் பார்த்து அவரது மனத்தில் உள்ளதைக் கூறுபவன், கடல்சூழ் உலகுக்கு அணிபோன்றவன் ஆவான்.

702
ஐயப் படாஅது அகத்தது உணர்வானைத்
தெய்வத்தோ டொப்பக் கொளல்.

> மனத்தில் இருப்பதை ஐயமின்றித் துணிந்து கூறும் வல்லவனைத் தெய்வத்தோடு ஒப்பக் கருதவேண்டும்.

703
குறிப்பிற் குறிப்புணர் வாரை உறுப்பினுள்
யாது கொடுத்தும் கொளல்.

> முகங்காட்டும் குறிப்பினால் மனத்தில் உள்ளதை அறியவல்லவரை யாதானும் ஒன்றைக் கொடுத்து அவரைத் துணையாக்கிக் கொள்ளவேண்டும்.

704
குறித்தது கூறாமைக் கொள்வாரோ டேனை
உறுப்போ ரனையரால் வேறு.

> மனக்குறிப்பினை அறியவல்லவரோடு, பிறரை ஒப்பிடுகையில், மற்றவர் உறுப்பால் மட்டுமே ஒப்புடையவர்; அறிவால் வேறானவர்.

705
குறிப்பிற் குறிப்புணரா வாயின் உறுப்பினுள்
என்ன பயத்தவோ கண்?

> முகக்குறிப்பினால் மனக்குறிப்பினை அறியமாட்டாத வராயின், முகத்தில் உள்ள கண்களால் வேறு பயன் எதுவாக இருக்க முடியும்?

706 **அடுத்தது காட்டும் பளிங்குபோல் நெஞ்சம்**
கடுத்தது காட்டும் முகம்.

தன் முன்னே இருக்கும் பொருளைத் தானே காட்டும் கண்ணாடி போல, ஒருவரின் கடுகடுத்த நெஞ்சை முகம் காட்டிவிடும்.

707 **முகத்தின் முதுக்குறைந்தது உண்டோ உவப்பினும்**
காயினும் தான்முந் துறும்.

மனத்தே தோன்றும் மகிழ்ச்சியையும், வெறுப்பையும் காட்டுவதில் முகம் முந்திக்கொள்ளும். அந்த முகத்தைவிட அறிவிக்கும் திறன் வேறு எதற்கும் உண்டோ?

708 **முகம்நோக்கி நிற்க அமையும் அகம்நோக்கி**
உற்ற துணர்வார்ப் பெறின்.

முகத்தை நோக்கி உள்ளத்தில் இருப்பதை உணர்பவர் முன் நின்றாலே போதும், தான் உற்றதனைக் குறிப் பறிந்து தீர்ப்பார். அவரது குறிப்பறிந்து வேண்டுவன செய்வார்.

709 **பகைமையும் கேண்மையும் கண்ணுரைக்கும் கண்ணின்**
வகைமை உணர்வார்ப் பெறின்.

கண்களின் வேறுபாட்டினை உணரவல்லாரைப் பெற்றால், பகையையும் நட்பையும் எப்படியேனும் கண்கள் சொல்லாமலே சொல்லிவிடும்.

710 **நுண்ணியம் என்பார் அளக்குங்கோல் காணுங்கால்**
கண்ணல்லது இல்லை பிற.

நுட்பமான அறிவுடையவர் என்பதற்கான அளவு கோல் கண்ணைத் தவிரப் பிறிதில்லை.

72 அவை அறிதல்

711 **அவையறிநது ஆராய்ந்து சொல்லுக சொல்லின்**
தொகையறிந்த தூய்மை யவர்.

சொல்லின் வகைதொகை அறிந்த நற்பண்பினர், ஒன்றைப் பேசும்போது, அவையின் நிலையை அறிந்தாராய்ந்து பேசவேண்டும்.

712 **இடைதெரிந்து நன்குணர்ந்து சொல்லுக சொல்லின்**
நடைதெரிந்த நன்மை யவர்.

சொல்லின் நடையினை ஆய்ந்த அறிவினர், அவையின் இயல்பையும் சூழலையும் அறிந்து பேசவேண்டும்.

713 **அவையறியார் சொல்லல்மேற் கொள்பவர் சொல்லின்**
வகையறியார் வல்லதூஉம் இல்.

அவையின் தன்மை இது என்று அறியாமல் பேசுவோர், சொற்களின் வகையறியார்; கற்கும் வல்லமையும் அறியார்.

714 **ஒளியார்முன் ஒள்ளிய ராதல் வெளியார்முன்**
வான்சுதை வண்ணம் கொளல்.

அறிவுமிக்கவர் அவையில் தாமும் அறிவு மிக்கவராக உரையாற்றவேண்டும். அறிவில்லாதோர் அவையில் தாமும் வெள்ளந்தியாய் நடிக்க வேண்டும்.

715 **நன்றென்ற வற்றுள்ளும் நன்றே முதுவருள்**
முந்து கிளவாச் செறிவு.

அறிவார்ந்த கூட்டத்தில் ஒருவன் முந்திக்கொண்டு எதனையும் பேசாத அடக்கம், நன்மைகள் பல வற்றுள்ளும் மிக்க நன்மை தரும்.

அரங்கத்தில் பேசும் தகுதி

716 ஆற்றின் நிலைதளர்ந் தற்றே வியன்புலம்
ஏற்றுணர்வார் முன்னர் இழுக்கு.

> பரவலான அறிவுடையோர், அவையில் குற்றம் உண்டாகும்படி பேசி விடுவது, நன்னெறியில் இருந்து ஒருவன் தடுமாறுதல் போன்றது.

717 கற்றறிந்தார் கல்வி விளங்கும் கசடறச்
சொல்தெரிதல் வல்லார் அகத்து.

> குற்றமற்ற சொற்களை ஆராய்ந்தறியும் வல்லவரிடம் அவர் கற்றறிந்த புலமைத் திறன் விளக்கமுற அமைந்திருக்கும்.

718 உணர்வ துடையார்முன் சொல்லல் வளர்வதன்
பாத்தியுள் நீர்சொரிந் தற்று.

> சொல்லும் பொருள்களை உணர்த்தலின்றித் தாமே உணரவல்ல அவையில் ஒரு கருத்தைச் சொல்லுதல், வளர்ந்துவரும் பாத்தியில் நீர் ஊற்றியது போன்றதாகும்.

719 புல்லவையுள் பொச்சாந்தும் சொல்லற்க நல்லவையுள்
நன்கு செலச்சொல்லு வார்.

> கற்றறிந்த நல்ல அவையில் கேட்போர் மனத்தில் பதியுமாறு பேசுவோர், கற்றறியாத கூட்டத்தில் மறந்தும் பேசற்க.

720 அங்கணத்துள் உக்க அமிழ்தற்றால் தங்கணத்தார்
அல்லார்முன் கோட்டி கொளல்.

> தம்மைப் போலக் கற்ற இனத்தார் அல்லாத கூட்டத்தில் அரிய கருத்தை எடுத்துரைத்தல், தூய்மையற்ற அங்கணத்தில் கொட்டிய அமிழ்தம் போன்று பாழாகும்.

பொருட்பால் ▪ திருக்குறள் ▪ 155

73 அவை அஞ்சாமை

721 **வகையறிந்து வல்லவை வாய்சோரார் சொல்லின்**
தொகையறிந்த தூய்மை யவர்.

சொற்களின் தொகை அறிந்த நற்பண்பினர், கற்றவர் அவையின் இயல்பறிந்து வாய்தவறிப் பிழையான வற்றைக் கூறமாட்டார்கள்.

722 **கற்றாருள் கற்றார் எனப்படுவர் கற்றார்முன்**
கற்ற செலச்சொல்லு வார்.

கற்றவர்முன், தாம் கற்றவற்றை அவர் மனங்கொள்ளு மாறு அவையில் எடுத்துரைக்க வல்லவர், கற்றவர் களுள் தலைசிறந்தவர் ஆவார்.

723 **பகையகத்துச் சாவார் எளியர் அரியர்**
அவையகத்து அஞ்சா தவர்.

பகைக்களத்தில் துணிவோடு போர் செய்து மடிபவர் மிகுதி; அவைக் களத்தில் துணிவோடு பேச வல்லவர் சிலரே.

724 **கற்றார்முன் கற்ற செலச்சொல்லித் தாம்கற்ற**
மிக்காருள் மிக்க கொளல்.

கற்றறிந்த அறிஞர்முன் தாம் கற்றவற்றைப் பிறர் மனங்கொள்ளுமாறு சொல்வதோடு, தம்மினும் மிகக் கற்றவரிடம் கேட்டுக்கொள்வது மிகுதியாக இருக்கவேண்டும்.

725 **ஆற்றின் அளவறிந்து கற்க அவையஞ்சா**
மாற்றங் கொடுத்தற் பொருட்டு.

அவைக்கு அஞ்சாமல் அங்குக் கேட்கப்படும் கேள்விகளுக்குத் தக்க பதில் அளிக்க அளவை நூல்களில் தேர்ச்சி பெறுக.

அரங்கில் பேசுதற்குரிய துணிவு

726 வாளொடென் வன்கண்ணர் அல்லார்க்கு நூலொடென்
நுண்ணவை அஞ்சு பவர்க்கு.

பகைக்களத்தில் கோழையாய் இருப்பவன் கையில் பிடித்திருக்கும் வாளால் பயனில்லை; அவைக் களத்தில் பேச அஞ்சுவோர்க்குத் தாம் கற்ற நூலால் பயனில்லை.

727 பகையகத்துப் பேடிகை ஒள்வாள் அவையகத்து
அஞ்சு மவன்கற்ற நூல்.

அவைக்களத்தில் பேச அஞ்சும் ஒருவனின் நூலறிவு, பகைக்களத்தில் போர் செய்ய அஞ்சும் கோழை தன் கையில் பிடித்திருக்கும் கூரிய வாள் ஒத்தது.

728 பல்லவை கற்றும் பயமிலரே நல்லவையுள்
நன்கு செலச்சொல்லா தார்.

நல்லோர் நிறைந்திருக்கும் அவையில் உளங் கொள்ளுமாறு சொல்லும் வல்லமையற்றவன் பல நூல்களைப் படித்திருந்தும் பயனற்றவனே.

729 கல்லா தவரின் கடையென்ப கற்றறிந்தும்
நல்லா ரவையஞ்சு வார்.

எவ்வளவுதான் கற்றறிந்தாலும், அவையில் பேச அஞ்சுபவன், கல்லாதவரைக் காட்டிலும் கடையரே.

730 உளரெனினும் இல்லாரொடு ஒப்பர் களன்அஞ்சிக்
கற்ற செலச்சொல்லா தார்.

தாம் கற்றதைக் கேட்போர் உள்ளம் பிணிக்குமாறு சொல்லும் தகுதியற்றவன், உயிரோடு இருப்பினும் இறந்தவர்க்கு ஒப்பாவான்.

74. நாடு

731
தள்ளா விளையுளும் தக்காரும் தாழ்விலாச்
செல்வரும் சேர்வது நாடு.

> வளமான விளைச்சலைச் செய்வோர், அறவோர், செல்வம் படைத்தோர் ஆகியோர் ஒருங்கே வாழ்வதே நாடாகும்.

732
பெரும்பொருளால் பெட்டக்க தாகி அருங்கேட்டால்
ஆற்ற விளைவது நாடு.

> பெரும் பொருள் வளம் கொண்டதாய், யாவரும் விரும்பக்கூடியதாய், கேடு இன்றி விளைச்சல் மிகுதியும் உடையதாய் இருப்பதே நாடு.

733
பொறையொருங்கு மேல்வருங்கால் தாங்கி இறைவற்கு
இறையொருங்கு நேர்வது நாடு.

> மக்களின் சுமையெல்லாம் பொறுமையாய்த் தாங்கி நின்று, நாடு நன்னிலை அடைய மன்னனுக்கு திறைபொருள் பெற்றுத்தருவது நாடாகும்.

734
உறுபசியும் ஓவாப் பிணியும் செறுபகையும்
சேரா தியல்வது நாடு.

> மக்களை உறுத்தும் பசியும், தீராத நோயும், அழிக்க வரும் படையும் அண்டாமல் நல்ல முறையில் இயங்குவதே நாடாகும்.

735
பல்குழுவும் பாழ்செய்யும் உட்பகையும் வேந்தலைக்கும்
கொல்குறும்பும் இல்லது நாடு.

> பலவாறு வேறுபட்டுக் கிடக்கும் குழுவும், பாழ்படுத்தும் உட்பகையும், அரசை உருக்குலைக்கும் கொடுமையாளரும் இல்லாமல் இருப்பதே நாடாகும்.

நாட்டின் இயல்பு

736
கேடறியாக் கெட்ட இடத்தும் வளங்குன்றா
நாடென்ப நாட்டின் தலை.

பகைவரின் கேட்டினை அறியாததும், இயற்கையால் கேடு சூழினும் தன் வளத்தில் குன்றாதிருப்பதுமே தலை சிறந்த நாடு.

737
இருபுனலும் வாய்ந்த மலையும் வருபுனலும்
வல்லரணும் நாட்டிற்கு உறுப்பு.

மண்ணீர், விண்ணீர் ஆகிய இரு நீர்வளமும், வளம் தரும் மலையும், வற்றாத ஆறும், வலிமையான அரணும் நாட்டுக்கு உறுப்புகளாகும்.

738
பிணியின்மை செல்வம் விளைவின்பம் ஏமம்
அணியென்ப நாட்டிற்கிவ் வைந்து.

நோயின்மை, செல்வமுடைமை, விளை பொருளுடைமை, இன்பமுடைமை, காவலுடைமை ஆகிய ஐந்தும் நாட்டிற்கு அணிகளாகும்.

739
நாடென்ப நாடா வளத்தன நாடல்ல
நாட வளந்தரு நாடு.

எதற்கும் பிறரை எதிர்பார்க்காது, தன்னிறைவுடன் வளம் பெருகி இருப்பதே நாடாகும், பிறரைத் தேடி வளம் சேர்க்கும் நாடு நாடாதல் இல்லை.

740
ஆங்கமை வெய்தியக் கண்ணும் பயமின்றே
வேந்தமை வில்லாத நாடு.

ஒரு நாடு, மேலே கூறிய நன்மைகள் பெற்றிருந்த போதும் நல்லரசு வாய்க்கப்பெறாத நாட்டிற்கு அவற்றால் பயன் ஒன்றுமில்லை.

75 அரண்

741 **ஆற்று பவர்க்கும் அரண்பொருள் அஞ்சித்தற்**
போற்று பவர்க்கும் பொருள்.

போர் தொடுக்கச் செல்பவர்க்கும், பகைவர்க்கு அஞ்சித் தம்மைக் காத்துக் கொள்பவர்க்கும் அரண் இன்றியமையாத உறுப்பாகும்.

742 **மணிநீரும் மண்ணும் மலையும் அணிநிழற்**
காடும் உடையது அரண்.

நீர்சூழ் அகழி, பரந்த நெடுவெளி, பாதுகாப்பாக விளங்கும் மலை, நிழல்தரும் செறிந்த காடு ஆகிய வற்றைக் கொண்டு திகழ்வது இயற்கை அரணாகும்.

743 **உயர்வகலம் திண்மை அருமைஇந் நான்கின்**
அமைவரண் என்றுரைக்கும் நூல்.

உயரம், அகலம், வலிமை, பகைவர் நெருங்குதற்குரிய அருமை ஆகிய நான்கும் உடையதாய் அரண் அமைந்திருக்க வேண்டும் என்றுரைக்கும் போர்க் கலை நூல்.

744 **சிறுகாப்பிற் பேரிடத்த தாகி உறுபகை**
ஊக்கம் அழிப்ப தரண்.

தாக்கவரும் பகைவரின் எண்ணத்தைக் கெடுக்க வல்லதாய், தம்மைக் காக்க வல்லதற்கேற்பச் சிறியதாகவும், உட்பரப்புப் பெரியதாகவும் அரண் அமைந்திருத்தல் வேண்டும்.

745 **கொளற்கரிதாய்க் கொண்டகூழ்த் தாகி அகத்தார்**
நிலைக்கெளிதாம் நீரது அரண்.

பகைவர் கைப்பற்றுவதற்கு அரிதாகவும், உள்ளிருப் போருக்கு உண்பொருள் குறையாததாகவும், உள்ளிலிருந்து பகைவரை எதிர்க்க எளிதாகவும் விளங்கவல்லது அரண்.

கோட்டைப் பாதுகாப்பு

746 எல்லாப் பொருளும் உடைத்தாய் இடத்துதவும்
நல்லாள் உடையது அரண்.

அரணுள் இருப்போர்க்குத் தேவையான பொருள் களை உடையதாகவும், வெளியே இருந்து தாக்குதல் நடத்துவோரை எதிர்க்கும் வீரர்களை உடையதாகவும் திகழவல்லது அரண்.

747 முற்றியும் முற்றா தெறிந்தும் அறைப்படுத்தும்
பற்றற் கரியது அரண்.

வெளியிலிருந்து முற்றுகை இட்டுச் சூழ்ந்தும், சூழாமல் நெருங்கிவந்து தாக்கியும், சூழ்ச்சியால் கைப்பற்ற இயலாததுமான காத்தல் தன்மை உடையது அரண்.

748 முற்றாற்றி முற்றி யவரையும் பற்றாற்றிப்
பற்றியார் வெல்வது அரண்.

உள்ளிருப்போர், அரணுக்கு வெளிப்புறத்தே முற்றுகையிட்ட பகையை எதிர்க்க வல்லதாகவும், உள்ளிருந்தே போரிட்டு வெல்வதாகவும் அமையப் பெறுவது அரண்.

749 முனைமுகத்து மாற்றலர் சாய வினைமுகத்து
வீறெய்தி மாண்டது அரண்.

போர்முனையின் வாயிலிலேயே பகைவர் அழியுமாறு, உள்ளிருப்போர் புரியும் போர்த் திறத்தால் வீறு பெற்ற மறவர்களைக் கொண்ட சிறப்புடையது அரண்.

750 எனைமாட்சித் தாகியக் கண்ணும் வினைமாட்சி
இல்லார்கண் இல்லது அரண்.

எவ்வளவு சிறப்பும் மேன்மையும் பெற்றிருந்தாலும் போர் வல்லமை இல்லாதவர்க்கு அரணால் விளையப் போகும்பயன் எதுவுமில்லை.

76. பொருள் செயல்வகை

751
பொருளல் லவரைப் பொருளாகச் செய்யும்
பொருளல்லது இல்லை பொருள்.

> ஒரு பொருட்டாக மதிக்கத்தக்காதவரையும் மதிக்கும் படிச் செய்வது பொருட்செல்வமேயன்றி வேறில்லை.

752
இல்லாரை எல்லாரும் எள்ளுவர் செல்வரை
எல்லாரும் செய்வர் சிறப்பு.

> செல்வம் இல்லையேல், பிறரால் இகழப்படுவார்கள்; தீயவராயினும் செல்வம் இருக்குமானால் எல்லோராலும் கொண்டாடப்படுவார்கள்.

753
பொருளென்னும் பொய்யா விளக்கம் இருளறுக்கும்
எண்ணிய தேயத்துச் சென்று.

> பொருள் என்னும் அணையா விளக்கு, தான் நினைத்திருக்கும் இடத்திற்குச் சென்று பகையாகிய இருளை அழிக்கும்.

754
அறன்ஈனும் இன்பமும் ஈனும் திறனறிந்து
தீதின்றி வந்த பொருள்.

> தீமையில்லாத வழியில் வந்த பொருள் ஒருவனுக்கு அறத்தையும், இன்பத்தையும் அளிக்கும்.

755
அருளொடும் அன்பொடும் வாராப் பொருளாக்கம்
புல்லார் புரள விடல்.

> அருள்வழியிலும் அன்புவழியிலும் பொருந்திவராத பொருளை ஏற்றுக்கொள்ளாமல் விலக்கி வைக்க வேண்டும்.

பொருளுக்கான ஆக்கம்

756
உறுபொருளும் உல்கு பொருளும்தன் ஒன்னார்த்
தெறுபொருளும் வேந்தன் பொருள்.

> உரிமையால் வந்த பொருள், வரிப்பொருள், பகை
> வரால் கிடைக்கும் திறைப்பொருள் ஆகிய மூன்றும்
> மன்னனுக்கு உடைமையான பொருள்களாகும்.

757
அருளென்னும் அன்பீன் குழவி பொருளென்னும்
செல்வச் செவிலியால் உண்டு.

> அன்புத்தாய் ஈன்றெடுத்த அருள் என்னும் குழந்தை
> பொருள் என்னும் செல்வங் கொண்ட செவித்தாயால்
> வளரும்.

758
குன்றேறி யானைப் போர் கண்டற்றால் தன்கைத்தொன்று
உண்டாகச் செய்வான் வினை.

> ஒருவன் தன் கையிலுள்ள பொருளைக் கொண்டு
> ஒரு செயலைத் தொடங்குதல், குன்றேறி யானைப்
> போரைக் காண்பது போன்றது.

759
செய்க பொருளைச் செறுநர் செருக்கறுக்கும்
எஃகதனிற் கூரிய தில்.

> பொருளை ஈட்டுக. பகைவரின் செருக்கினை அறுக்க
> வல்ல கூரிய வாள் அதைத் தவிர வேறு இல்லை.

760
ஒண்பொருள் காழ்ப்ப இயற்றியார்க்கு எண்பொருள்
ஏனை இரண்டும் ஒருங்கு.

> நல்வழியில் பொருளை மிகுதியாகப் பெற்றவர்க்கு
> அறம்புரிந்து வாழ்தலும், இன்பந்துய்த்தலும்
> எளிதாகும்.

77. படை மாட்சி

761
உறுப்பமைந்து ஊறஞ்சா வெல்படை வேந்தன்
வெறுக்கையுள் எல்லாம் தலை.

> எல்லாப் படையுறுப்புகளும் வலிமைமிக்கதாய் அமைந்து, களத்தில் அஞ்சாமல் வெற்றி காணும் படையே மன்னர்க்குரிய செல்வங்களுள் தலையாயது.

762
உலைவிடத்து ஊறஞ்சா வன்கண் தொலைவிடத்துத்
தொல்படைக் கல்லால் அரிது.

> போர்க்களத்தில் படை சிதைந்து, வலிமை குன்றினாலும் விழுப்புண்ணுக்கு அஞ்சாத வீரம் பரம்பரையாக வந்த படைக்கு ஆகுமேயன்றிப் பிறர்க்கு ஆகா.

763
ஒலித்தக்கால் என்னாம் உவரி எலிப்பகை
நாகம் உயிர்ப்பக் கெடும்.

> எலியாகிய பகைக் கூட்டம் ஒன்றுதிரண்டு கடல்போல் கத்தினால் என்ன பயன்? ஒரு பாம்பு மூச்சுவிட்ட அளவிலே அக்கூட்டம் அழிந்தொழியும்.

764
அழிவின்றி அறைபோகா தாகி வழிவந்த
வன்க ணதுவே படை.

> படைக்கு அழிவு நேராததாயும், வஞ்சனைக்கு ஆளாகாததாயும் வழி வழியாக வரும் வீர மரபுடையதுமே சிறந்த படையாகும்.

765
கூற்றுடன்று மேல்வரினும் கூடி எதிர்நிற்கும்
ஆற்ற லதுவே படை.

> எமனே நேர்நின்று எதிர்க்க வரினும் அவனையும் எதிர்நின்று தாக்கும் வல்லமை பெறுவதே சிறந்த படையாகும்.

படைச் சிறப்பு

766
மறமானம் மாண்ட வழிச்செலவு தேற்றம்
எனநான்கே ஏமம் படைக்கு.

    வீரம். மானம், வீர மரபின் வழிச் செல்லுதல், மன்னனால் தேறப்படல் ஆகிய நான்கும் படைக்குக் காவலாகும்.

767
தார்தாங்கிச் செல்வது தானை தலைவந்த
போர்தாங்கும் தன்மை அறிந்து.

    மாற்றார் படையைப் புறந்தள்ளும் வகையில், முன்வரிசைப் படையைத் தடுத்துத் தான் மேற் செல்வதே வல்லமை கொண்ட படையாகும்.

768
அடல்தகையும் ஆற்றலும் இல்லெனினும் தானை
படைத்தகையால் பாடு பெறும்.

    எதிர்க்கும் வீரமும், தடுக்கும் வல்லமையும் இல்லை யென்றாலும், பேரணி வகுத்து நிற்கும் படையின் பெருமிதத்தோற்றமே பெருமை தரும்.

769
சிறுமையும் செல்லாத் துனியும் வறுமையும்
இல்லாயின் வெல்லும் படை.

    எண்ணிக்கையில் சிறிதும், மனவெறுப்பும் வறுமையும் இல்லையெனின், அப்படை பகைவரை வெற்றி கொள்ளும்.

770
நிலைமக்கள் சால உடைத்தெனினும் தானை
தலைமக்கள் இல்வழி இல்.

    போர்க்களத்தில் படைவீரர்கள் பலர் இருப்பினும், வலிமை கொண்ட படைத்தலைவர் இல்லாவிட்டால் படை சிறக்காது.

78. படைச்செருக்கு

771
என்னைமுன் நில்லன்மின் தெவ்விர் பலரென்னை
முன்நின்று கல்நின் றவர்.

> எதிரிகளே! என்தலைவன் முன் நிற்காதீர்கள். அவனோடு போர் செய்து மாண்டு நடுகல்லாகி நிற்பவர் பலர்.

772
கான முயலெய்த அம்பினில் யானை
பிழைத்தவேல் ஏந்தல் இனிது.

> காட்டு முயலைக் குறிவைத்துக்கொன்ற வேலினை ஏந்துவதைக் காட்டிலும், யானைக்குக் குறிவைத்துத் தவறிய வேலைக் கைக்கொள்வதே நன்று.

773
பேராண்மை என்ப தறுகண்ஒன் றுற்றக்கால்
ஊராண்மை மற்றதன் எஃகு.

> பேராண்மை என்பது எதற்கும் அஞ்சாத பெரு வீரம். பகைவர்க்குத் தாழ்வு வந்தபோது அவர்க்கு உதவுதல் பேராண்மையினும் வலிமை வாய்ந்தது.

774
கைவேல் களிற்றொடு போக்கி வருபவன்
மெய்வேல் பறியா நகும்.

> கையில் உள்ள வேலை எதிரே வரும் யானை மீது எறிந்துவிட்டு, வேறு வேலைத் தேடும் வீரன் தன் மார்பில் தைத்திருந்த வேலைப் பறித்துப் பெருமிதம் கொள்வான்.

775
விழித்தகண் வேல்கொண் டெறிய அழித்திமைப்பின்
ஓட்டன்றோ வன்க ணவர்க்கு.

> பகைவரைச் சினந்த கண்கள் அவர் வேல் எறியவும், அதற்கு அஞ்சிக் கண்கள் இமைத்த அளவிலேயே அது புறங்காட்டும் தோல்வியன்றோ!

வீரரின் பெருமிதம்

776 விழுப்புண் படாதநாள் எல்லாம் வழுக்கினுள்
வைக்கும்தன் நாளை எடுத்து.

> கடந்த காலத்தில் தன் மீது விழுப்புண்பட்ட நாள்களை எண்ணிப்பார்க்கும் வீரன், விழுப்புண்படாத நாள்களை எல்லாம் வீண் நாள்களாகக் கருதிக் கொள்வான்.

777 சுழலும் இசைவேண்டி வேண்டா உயிரார்
கழல்யாப்புக் காரிகை நீர்த்து.

> தனக்கிருக்கும் நிலைத்த புகழை விரும்பி, உயிரை ஒருபொருட்டாக மதிக்காத வீரர், தம் காலில் கட்டிக் கொள்ளும் வீரக்கழல் அவருக்கு அழகு தருவதே!

778 உறின்உயிர் அஞ்சா மறவர் இறைவன்
செறினும்சீர் குன்றல் இலர்.

> உயிரைத் துச்சமென நினைக்கும் படைவீரன், அரசனே தடுத்தாலும் தன் வீர உணர்ச்சியில் குன்றிவிடமாட்டான்.

779 இழைத்தது இகவாமைச் சாவாரை யாரே
பிழைத்தது ஒறுக்கிற் பவர்.

> தாம் கொண்ட சூளுரையால், போர்க்களம் சென்று வீரம் காட்டி, மாய்ந்த வீரனின் தோல்வியை யாரேனும் இகழ்வரோ?

780 புரந்தார்கண் நீர்மல்கச் சாகிற்பின் சாக்காடு
இரந்துகோள் தக்கது உடைத்து.

> தம்மைக் காத்த மன்னரின் கண்களில் இருந்து கண்ணீர் கசியும்படி வீரமரணம் நேருமானால், அந்த இறப்புக் கூட இரந்தேனும் ஏற்றுக் கொள்ளத் தக்க பெருமையுடையதே.

பொருட்பால் • திருக்குறள் • 167

79 நட்பு

781 **செயற்கரிய யாவுள நட்பின் அதுபோல்**
வினைக்கரிய யாவுள காப்பு.

நட்பினைப் போலச் செயற்கு அரிய செயல்கள் எவை உள்ளன? நட்பைப்போலப் பாதுகாப்பு வேறொன்றுமில்லை.

782 **நிறைநீர நீரவர் கேண்மை பிறைமதிப்**
பின்னீர பேதையார் நட்பு.

அறிவில் நிறைவுடையவரின் நட்பு நாளும் வளரும் நிறைமதி போன்றது; அறிவிலார் நட்போ நாளும் தேயும் குறைமதி போன்றது.

783 **நவில்தொறும் நூல்நயம் போலும் பயில்தொறும்**
பண்புடை யாளர் தொடர்பு.

நல்ல பண்பினரிடம் பழகி நட்புக் கொள்வது, கற்குந்தோறும் இன்பம் பயக்கவல்ல நூலின் அருமையை உணர்வது போன்றது.

784 **நகுதற் பொருட்டன்று நட்டல் மிகுதிக்கண்**
மேற்சென்று இடித்தற் பொருட்டு.

நட்புக் கொள்வது கூடிச் சிரித்து மகிழ்வதற்காக மட்டும் அன்று; தவறு செய்தால் அவரைக் கடிந்துரைத்துத் திருத்துதற்கும் உரியது.

785 **புணர்ச்சி பழகுதல் வேண்டா உணர்ச்சிதான்**
நட்பாங் கிழமை தரும்.

ஒருவரோடு ஒருவர் நட்புக் கொண்டு பழகுவதற்குக் காரணங்கள் வேண்டுவதில்லை. இருவரின் ஒத்த உணர்ச்சியே நட்பிற்குரிய உரிமையை எடுத்துக் கொள்ளும்.

நட்பின் இயல்புகள்

786 **முகநக நட்பது நட்பன்று நெஞ்சத்து**
அகநக நட்பது நட்பு.

முகமலர்ச்சி காட்டி நட்புக்கொள்வது நட்பாகாது; அகமலர்ச்சி கொண்டு இனிமையாகப் பழகுவதே நட்பு.

787 **அழிவி னவைநீக்கி ஆறுய்த்து அழிவின்கண்**
அல்லல் உழப்பதாம் நட்பு.

அழிவு தரும் தீய செயலில் இருந்து காப்பாற்றி, நல்வழிப்படுத்தி அழிவு வரும் காலத்தில் துன்பம் நேரின் தானும் அதில் பங்கேற்பதே நல்ல நட்பு.

788 **உடுக்கை இழந்தவன் கைபோல ஆங்கே**
இடுக்கண் களைவதாம் நட்பு.

ஆடை நழுவும்போது உடனே விரைந்து சரிசெய்யும் கையின் செயல்போல, நண்பனுக்குத் துன்பம் வந்தபோது அதனை அக்கணமே சென்று நீக்குதல் சிறந்த நட்பாகும்.

789 **நட்பிற்கு வீற்றிருக்கை யாதெனின் கொட்பின்றி**
ஒல்லும்வாய் ஊன்றும் நிலை.

நட்பின் உச்சநிலை எதுவெனில், எந்த ஒரு வேறுபாடின்றி வாய்ப்பு நேரும்போதெல்லாம் உற்ற துணையாகி உதவி செய்து அவரைத் தாங்குவதே.

790 **இனையர் இவரெமக்கு இன்னம்யாம் என்று**
புனையினும் புல்லென்னும் நட்பு.

எமக்கு இவர் இத்தன்மையர்; இவர்க்கு யாம் இத்தன்மையுடையோம் என நட்பினைப் புனைந்து கூறின் அது நட்பிற்கு இழிவாகும்.

80 நட்பாராய்தல்

791 நாடாது நட்டலிற் கேடில்லை நட்டபின்
வீடில்லை நட்பாள் பவர்க்கு.

நன்கு ஆராயாமல் நட்புச் செய்வது இறுதிவரை கேடு தரும். அது போன்ற நட்பிலிருந்து விடுபடுவது என்பது இயலாது.

792 ஆய்ந்தாய்ந்து கொள்ளாதான் கேண்மை கடைமுறை
தான்சாந் துயரம் தரும்.

பலமுறை பழகியும் ஆராய்ந்து பாராத நட்பு, இறுதியில் சாவதற்குக் காரணமான துன்பத்தைத் தரும்.

793 குணமும் குடிமையும் குற்றமும் குன்றா
இனனும் அறிந்தியாக்க நட்பு.

ஒருவரது பண்பு, குடிப்பிறப்பு, குற்றம், குறைவில்லாத இனத்தினரிடையே காணும் அன்பு இவற்றை ஆராய்ந்து நட்புக் கொள்ளவேண்டும்.

794 குடிப்பிறந்து தன்கண் பழிநாணு வானைக்
கொடுத்தும் கொளல்வேண்டும் நட்பு.

நல்ல குடியில் பிறந்து சிறிதேனும் பழி தமக்கு வந்து விடக்கூடாது என்று அஞ்சுபவனை எப்பாடு பட்டாவது நட்பாக்கிக்கொள்வது நன்று.

795 அழச்சொல்லி அல்லது இடித்து வழக்கறிய
வல்லார்நட்பு ஆய்ந்து கொளல்.

அழச்சொல்லி, நெறி தவறிய இடத்துக்கண்டித்து, உலக நடப்பை அறிவுறுத்தி அமையவல்லாரின் நட்பினை ஆராய்ந்து பெறுக.

நண்பர்களைத் தேரும் திறன்

796 **கேட்டினும் உண்டோர் உறுதி கிளைஞரை**
நீட்டி அளப்பதோர் கோல்.

கேட்டிலும் ஒரு நன்மை இருக்கிறது. துன்பம் வந்துற்றபோது நண்பர் எப்படிச் செயற்படுகிறார் என்பதற்கான அளவுகோல் அதுதான்.

797 **ஊதியம் என்பது ஒருவற்குப் பேதையார்**
கேண்மை ஒரீஇ விடல்.

அறிவிலியின் நட்பைக் கைவிடுதலே ஒருவருக்குக் கிடைக்கும் பேறு என்று சொல்லப்படும்.

798 **உள்ளற்க உள்ளம் சிறுகுவ கொள்ளற்க**
அல்லற்கண் ஆற்றறுப்பார் நட்பு.

ஊக்கத்தைக் குன்றச்செய்யும் தீய எண்ணங்களை நினையாதே; துன்பம் நேரும்போது கைவிடுவார் நட்பைக்கொள்ளாதே.

799 **கெடுங்காலைக் கைவிடுவார் கேண்மை அடுங்காலை**
உள்ளினும் உள்ளஞ் சுடும்.

தமக்குக் கேடு வந்த நேரத்தில் கைவிடுவார் நட்பினை, இறக்கும் தறுவாயில் நினைத்தாலும் நெஞ்சு சுடும்.

800 **மருவுக மாசற்றார் கேண்மைஒன் றீத்தும்**
ஒருவுக ஒப்பிலார் நட்பு.

குற்றம் சிறிதும் அற்றவரின் நட்பினைப் பெறுதற்குக் கைகுலுக்குக; பழகுதற்குச் சிறிதும் ஒத்துவராத தீய நட்பினை ஒன்றைக் கொடுத்தாயினும் கைவிடுக.

81. பழைமை

801
பழைமை எனப்படுவது யாதெனின் யாதும்
கிழமையைக் கீழ்ந்திடா நட்பு.

> பழகிய நண்பர்கள் தம் உரிமையால் தமக்குச் செய்ய நினைப்பதைப் புறக்கணிக்காமல் அன்போடு ஏற்றுக் கொள்ளுதலே பழைமை எனப்படும்.

802
நட்பிற்கு உறுப்புக் கெழுதகைமை மற்றதற்கு
உப்பாதல் சான்றோர் கடன்.

> நட்புரிமையால் நண்பர் செய்யத்தக்கதைச் செய்வாரே யானால், அதனை மனமகிழ்ந்து ஏற்றுக் கொள்ளுதலே சான்றோரின் கடமை.

803
பழகிய நட்பெவன் செய்யுங் கெழுதகைமை
செய்தாங்கு அமையாக் கடை.

> நட்பின் உரிமையால் நண்பர் ஒன்றைச் செய்யின் அதனை மனம் மகிழ்ந்து ஏற்காவிடின் நெருங்கிப் பழகியதற்கு என்ன பயன்?

804
விழைதகையான் வேண்டி இருப்பர் கெழுதகையால்
கேளாது நட்டார் செயின்.

> தான் விரும்பாததை நட்புரிமையால் ஒன்றைக் கேளாமலேயே செய்வாராயின் அதனை மனமுவந்து ஏற்றுக்கொள்ள வேண்டும்.

805
பேதைமை ஒன்றோ பெருங்கிழமை என்றுணர்க
நோதக்க நட்டார் செயின்.

> மனம் நோகும்படி ஒரு செயலை நண்பர் செய்தால், அதற்கு அறியாமையைக் காரணமாக்காதே. அவர் உரிமையால் செய்தது என்று உணர்க.

நட்புரிமை

806. எல்லைக்கண் நின்றார் துறவார் தொலைவிடத்தும்
தொல்லைக்கண் நின்றார் தொடர்பு.

நட்பின் வரம்புக்குள் இருப்பவரால், தமக்குக் கேடு சூழுமாயினும், பழகிய நட்புரிமையை ஒருபோதும் கைவிடார்.

807. அழிவந்த செய்யினும் அன்பறார் அன்பின்
வழிவந்த கேண்மை யவர்.

தமக்கு நண்பர் கேடு செய்தாலும்கூட, நட்பின் காரணமாக அவர் மீது அன்பு மாறாதிருப்பர்.

808. கேளிழுக்கம் கேளாக் கெழுதகைமை வல்லார்க்கு
நாளிழுக்கம் நட்டார் செயின்.

நண்பர் செய்த பிழையைப் பிறர் சொன்னாலும் கூட, அதனை ஏற்காமல், நட்பின் உண்மைத் தன்மையைத் தெரிந்துகொள்ள வாய்ப்புக் கிடைத்த நாளாகக் கருதலாம்.

809. கெடாஅ வழிவந்த கேண்மையார் கேண்மை
விடாஅர் விழையும் உலகு.

உரிமை அற்றுப்போகாமல் தொன்றுதொட்டுக் கெடாது வரும் நட்பினை ஒரு போதும் கைவிடாதவரை உலகம் விரும்பும்.

810. விழையார் விழையப் படுப பழையார்கண்
பண்பின் தலைப்பிரியா தார்.

பழைய நண்பர் தவறு செய்யினும் நட்பைக் கைவிடாத பண்பினரைப் பகைவரும் விரும்பிப் போற்றுவர்.

82. தீ நட்பு

811
பருகுவார் போலினும் பண்பிலார் கேண்மை
பெருகலிற் குன்றல் இனிது.

> பருகுவார் போல் நடித்துப் பழகும் பண்பில்லாதவரின் நட்பு, வளர்வதைவிடத் தேய்ந்து குறைவது இனிது.

812
உறின்நட்டு அறின்ஒரூஉம் ஒப்பிலார் கேண்மை
பெறினும் இழப்பினும் என்.

> தேவை கருதிப் பழகி அது கிட்டாதபோது, கைவிடும் நட்பால் பெறப்போவதும் என்ன? இழக்கப்போவதும் என்ன?

813
உறுவது சீர்தூக்கும் நட்பும் பெறுவது
கொள்வாரும் கள்வரும் நேர்.

> பயனை எதிர்பார்த்து, என்ன கிட்டும் என்று நினைக்கும் நண்பரும், பொருள் ஒன்றையே கவர நினைக்கும் பொதுமகளிரும் கள்வரும் ஒன்றே.

814
அமரகத்து ஆற்றறுக்கும் கல்லாமா அன்னார்
தமரின் தனிமை தலை.

> போர்க்களத்தில் தன்னைத் தள்ளிவிட்டு ஓடும் பயிற்சி இல்லாத குதிரை போன்றவர்களின் நட்பை விடத் தனித்து நிற்கும் தன்மை மேலானது.

815
செய்தேமஞ் சாராச் சிறியவர் புன்கேண்மை
எய்தலின் எய்தாமை நன்று.

> உரிய காலத்தில் தமக்குப் பாதுகாவலாக அமையாத தீய நட்பைப் பெறுவதைவிட அந்நட்பைப் பெறாமல் இருத்தலே சிறப்பாகும்.

தீமை பயக்கும் நட்பின் இயல்பு

816
பேதை பெருங்கெழீஇ நட்பின் அறிவுடையார்
ஏதின்மை கோடி உறும்.

> பேதைமை கொண்ட நண்பரின் நெருக்கத்தைவிட, அறிவுடையவருடன் கொண்டிருக்கும் பகைமை கோடி மடங்கு நன்மை தரும்.

817
நகைவகைய ராகிய நட்பின் பகைவரால்
பத்தடுத்த கோடி உறும்.

> உதட்டில் மட்டும் சிரிப்பைக் காட்டும் நண்பர்களை விடப் பகைவரால் வரும் துன்பம் பத்துக் கோடி மடங்கு நன்மை தரும்.

818
ஒல்லும் கருமம் உடற்று பவர்கேண்மை
சொல்லாடார் சோர விடல்.

> தம்மால் நிறைவேற்ற நினைக்கும் செயலுக்கு இடையூறாக இருப்பவரின் நட்பை அவரிடம் சொல்லாமலே கைவிடுக.

819
கனவினும் இன்னாது மன்னோ வினைவேறு
சொல்வேறு பட்டார் தொடர்பு.

> சொல்வது வேறு, செய்வது வேறு என்றிருக்கும் நட்பு கனவிலும் வந்து துன்புறுத்தும்.

820
எனைத்தும் குறுகுதல் ஓம்பல் மனைக்கெழீஇ
மன்றில் பழிப்பார் தொடர்பு.

> வீட்டில் புகழ்ந்துபேசி, வெளியில் அவமானப்படுத்தும் நட்பினைச் சிறிதேனும் அணுகவிடாது காத்துக் கொள்க.

பொருட்பால் ▪ திருக்குறள்

83 கூடா நட்பு

821 **சீரிடம் காணின் எறிதற்குப் பட்டடை**
நேரா நிரந்தவர் நட்பு.

மனம் பொருந்தாத நட்பு, வாய்ப்பு நேரும் சமயத்தில் இரும்பை அடித்துத் துண்டாக நசுக்க உதவும் பட்டடை போன்றது.

822 **இனம்போன்று இனமல்லார் கேண்மை மகளிர்**
மனம்போல வேறு படும்.

அன்போடு பேசிப் பழகி உறவுடையோர் போல் நடிக்கும் போலி நட்பு, பொருள்நோக்கம் கொண்ட பொதுமகளிர் மனம் போல்வதாகும்.

823 **பலநல்ல கற்றக் கடைத்து மனநல்லர்**
ஆகுதல் மாணார்க் கரிது.

நல்ல நூல்களைக் கற்றிருந்தாலும், அதனால் நல்லியல் போடு பழகுதல் தீய மனத்தோர்க்கு இயலாது.

824 **முகத்தின் இனிய நகாஅ அகத்தின்னா**
வஞ்சரை அஞ்சப் படும்.

முகத்தால் இனிமையாய்ச் சிரித்துப் பழகி, உள்ளத்தில் தீமை கொண்ட வஞ்சக நட்பிற்கு அஞ்ச வேண்டும்.

825 **மனத்தின் அமையா தவரை எனைத்தொன்றும்**
சொல்லினால் தேறற்பாற்று அன்று.

மனத்தோடு பொருந்தாத நட்பினரின் வஞ்சனைச் சொற்களை நம்பி அவரை நண்பராகக் கொள்ளக் கூடாது.

புறக்கணிக்கத்தக்க நட்பு

826 நட்டார்போல் நல்லவை சொல்லினும் ஒட்டார்சொல்
ஒல்லை உணரப் படும்.

நண்பர் போலிருந்து நன்மை பயக்கப் பேசும் சொற்களைச் சொன்னாலும் .நம்மோடு ஒட்டாதவரின் சொல் வஞ்சகம் நிறைந்தது என்பதை விரைவில் வெளிப்படுத்திவிடும்.

827 சொல்வணக்கம் ஒன்னார்கண் கொள்ளற்க வில்வணக்கம்
தீங்கு குறித்தமை யான்.

வில் வணக்கம் தீமைக்கு அறிகுறி; சொல்வணக்கம் கூடா நட்பிற்கு அறிகுறி.

828 தொழுதகை யுள்ளும் படையொடுங்கும் ஒன்னார்
அழுதகண் ணீரும் அனைத்து.

கும்பிடும் பகைவர் கைகளுக்குள் கொலைக்கருவி ஒளிந்திருக்கும்; அவர் அழுத கண்ணீரில் நீலிக் கண்ணீர் மறைந்திருக்கும்.

829 மிகச்செய்து தம்மெள்ளு வாரை நகச்செய்து
நட்பினுள் சாப்புல்லற் பாற்று.

நட்பினை மிகுதியாக வெளிக்காட்டி, அகத்தில் தம்மை இகழ்ந்துரைப்பவரோடு நாமும் சிரித்துப்பேசி மகிழ்ந்தவாறே அந்நட்பைத் துடைத்தழிக்க வேண்டும்.

830 பகைநட்பாம் காலம் வருங்கால் முகம்நட்டு
அகநட்பு ஒரீஇ விடல்.

பகைவர் நண்பராக நெருங்கி வரும் காலம் வரும் போது, முகத்தளவில் நட்புக்கொண்டு அகத்தளவில் ஒதுக்கி வைக்கவேண்டும்.

84. பேதைமை

831
பேதைமை என்பதொன்று யாதெனின் ஏதங்கொண்டு
ஊதியம் போக விடல்.

> பேதைமை என்பது யாதெனில், தீமையைக் கைக்
> கொண்டு நன்மையைக் கைவிடலாகும்.

832
பேதைமையுள் எல்லாம் பேதைமை காதன்மை
கையல்ல தன்கட் செயல்.

> அறியாமையுள் எல்லாம் மிக்க அறியாமையாவது,
> தன் தகுதி தெரிந்தும், தனக்கு ஆகாத தேவையில்லாத
> ஒன்றில் மிகுந்த விருப்பம் கொள்வதாகும்.

833
நாணாமை நாடாமை நாரின்மை யாதொன்றும்
பேணாமை பேதை தொழில்.

> பேதையின் பண்புகளாவன பழிச்சொல்லுக்கு
> வெட்கப்படாமை, நன்மையில் நாட்டமின்மை,
> அன்பின்மை, பாதுகாவாமை ஆகியவையாம்.

834
ஓதி உணர்ந்தும் பிறர்க்குரைத்தும் தானடங்காப்
பேதையின் பேதையார் இல்.

> நூல்களைக் கற்றும், கற்றதைப் பிறர்க்குக் கற்பித்தும்
> அவற்றின் வழி நடக்காத பேதைமையை விடவும்
> உலகில் வேறு பேதை இருக்கமுடியாது.

835
ஒருமைச் செயலாற்றும் பேதை எழுமையும்
தான்புக் கழுந்தும் அளறு.

> எழுபிறப்புகளிலும் நுழைந்து அழுந்தக்கூடிய
> நரகத்தைப் பேதை ஒரு பிறவியிலேயே தேடிக்
> கொள்வான்.

அறியாமையின் இயல்பு

836 பொய்படும் ஒன்றோ புனைபூணும் கையறியாப்
பேதை வினைமேற் கொளின்.

> பேதை ஒரு செயலை மேற்கொண்டால் அது குற்றமாகிப் போகும்; கைவிலங்கு பூணும்படியான துன்பத்தை அடைவான்.

837 ஏதிலார் ஆரத் தமர்பசிப்பர் பேதை
பெருஞ்செல்வம் உற்றக் கடை.

> பேதைக்கு எதிர்பாராமல் பெருஞ்செல்வம் கிட்டினால், அயலவர் வயிறார உண்டு கொழுப்பர்; அவனுடைய உறவினரோ வயிறு வாடப் பசியால் நொந்துகிடப்பர்.

838 மையல் ஒருவன் களித்தற்றால் பேதைதன்
கையொன்று உடைமை பெறின்.

> பேதையின் கையில் பெருஞ்செல்வம் கிடைத்தால், அவனது போக்கு, பித்தன் கள்ளுண்டு மயங்கித் திரிவது போன்றதாகும்.

839 பெரிதினிது பேதையார் கேண்மை பிரிவின்கண்
பீழை தருவதொன் றில்.

> பேதையிடம் நட்புக் கொண்டாடுவது ஒருவகையில் இனியது. ஏனெனில், அவனைவிட்டு விலகும்போது யாருக்கும் எந்தத் துன்பமும் ஏற்படாதல்லவா!

840 கழாஅக்கால் பள்ளியுள் வைத்தற்றால் சான்றோர்
குழாஅத்துப் பேதை புகல்.

> சான்றோர் கூட்டத்தில் பேதை புகுவது, தூய்மையான அறையில் கால் கழுவாது நுழைவது போன்றது.

பொருட்பால் ▪ திருக்குறள்

85 புல்லறிவாண்மை

841 **அறிவின்மை இன்மையுள் இன்மை பிறிதின்மை**
இன்மையா வையாது உலகு.

இன்மைகள் பல இருப்பினும் மிகுந்த இன்மை என்பது அறிவின்மையே; மற்றயின்மையை உலகு ஒரு பொருட்டாகக் கருதாது.

842 **அறிவிலான் நெஞ்சுவந்து ஈதல் பிறிதியாதும்**
இல்லை பெறுவான் தவம்.

அறிவிலான் மனமுவந்து ஒரு பொருளைக் கொடை யாகத் தந்தால், அதற்குக் காரணம் வேறொன்று மில்லை. பெறுவோன் செய்த நற்பேறே!

843 **அறிவிலார் தாந்தம்மைப் பீழிக்கும் பீழை**
செறுவார்க்கும் செய்தல் அரிது.

அறிவற்றவன் தனக்குத்தானே துன்பம் விளைவித்துக் கொள்வான்; அதற்குப் பகை என்ற ஒன்று வேண்டிய தில்லை.

844 **வெண்மை எனப்படுவ தியாதெனின் ஒண்மை**
உடையம்யாம் என்னும் செருக்கு.

அறிவுடையோம் யாம் என்று தன்னைத்தானே புகழ்ந்துகொள்ளும் செருக்கு புல்லறிவு எனப்படும்.

845 **கல்லாத மேற்கொண் டொழுகல் கசடற**
வல்லதூஉம் ஐயம் தரும்.

படித்தறியாத நூல்களைப் படித்ததுபோலப் பாசாங்கு செய்யும் பேதை, தெளிவுற அவன் படித்தறிந்த பிறநூல்கள் பற்றிய ஐயம் பிறர்க்கு உண்டாகும்.

இழிவான அறிவு

846 **அற்றம் மறைத்தலோ புல்லறிவு தம்வயின்**
குற்றம் மறையா வழி.

தன் குற்றங்களைக் களைய நினைக்காதவன், மறைக்கவேண்டிய உறுப்புகளை மட்டும் ஆடையால் மறைத்துக்கொள்ளுதல் ஒரு வகையில் பேதைமையே.

847 **அருமறை சோரும் அறிவிலான் செய்யும்**
பெருமிறை தானே தனக்கு.

மறைக்கவேண்டியவற்றை வெளிப்படுத்திவிடும் பேதை, தனக்குத்தானே துன்பத்தைத் தேடிக் கொள்வான்.

848 **ஏவவும் செய்கலான் தான்தேறான் அவ்வுயிர்**
போஒம் அளவுமோர் நோய்.

அறிவுமிக்கவர் சொன்னாலும் கேளான்; தானாக எதையும் அறியவும் மாட்டான்; அப்படிப்பட்டவனின் உயிர் போகுமளவும் ஒரு நோய்தான்.

849 **காணாதான் காட்டுவான் தான்காணான் காணாதான்**
கண்டானாம் தான்கண்ட வாறு.

பேதைக்கு அறிவூட்டுபவனும் அறிவற்றவனாகி விடுகிறான்; அறிவு இல்லாதவனோ தானறிந்ததையே அறிவெனக்கொள்வான்.

850 **உலகத்தார் உண்டென்பது இல்லென்பான் வையத்து**
அலகையா வைக்கப் படும்.

உலகத்தார் உண்டு என்று எல்லோராலும் ஒப்புக் கொண்ட ஒன்றை இல்லை என்று மறுப்பவன் அஞ்சத்தகுந்த பேயாகக் கருதப்படுவான்.

86. இகல்

851
இகலென்ப எல்லா உயிர்க்கும் பகலென்னும்
பண்பின்மை பாரிக்கும் நோய்.

> உயிரினங்கள் அனைத்தும் பிற உயிர்களோடு
> பொருந்தாமையாகிய தீய குணத்தை வளர்க்கும்
> நோயைக் குற்றம் என்று கூறுவர்.

852
பகல்கருதிப் பற்றா செயினும் இகல்கருதி
இன்னாசெய் யாமை தலை.

> தனக்கு வேண்டாததை ஒருவன் செய்யினும்,
> அவனிடத்து மாறுபட்டு அவனுக்குத் தீங்கிழைக்காமல்
> இருப்பது சிறந்த பண்பாகும்.

853
இகலென்னும் எவ்வநோய் நீக்கின் தவலில்லாத்
தாவில் விளக்கம் தரும்.

> மாறுபடுதல் என்னும் துன்ப நோயை மனத்திலிருந்து
> நீக்கிவிட்டால், அது நீடித்த புகழை உண்டாக்கும்.

854
இன்பத்துள் இன்பம் பயக்கும் இகலென்னும்
துன்பத்துள் துன்பங் கெடின்.

> மனத்திரிபு என்னும் துன்பங்களுள் கொடிய துன்பம்,
> இல்லையெனில் அதைவிட மேலான இன்பம் வேறு
> இல்லை.

855
இகலெதிர் சாய்ந்தொழுக வல்லாரை யாரே
மிகலூக்கும் தன்மை யவர்.

> மன வேறுபாட்டிற்கு இடங்கொடுக்காது அதனைப்
> புறக்கணித்து ஒதுங்கிப் போய்விடுபவரை வம்புக்கு
> இழுக்க யாரால் இயலும்?

வேறுபடுதல்

856 இகலின் மிகலினிது என்பவன் வாழ்க்கை
தவலும் கெடலும் நணித்து.

பிறரிடம் மன மாறுபாடு கொள்வதிலேயே இன்பம் காணும் ஒருவரின் வாழ்க்கை சிதறிப்போகும்; அவன் கெட்டழிய அதிக நாள் ஆகாது.

857 மிகல்மேவல் மெய்ப்பொருள் காணார் இகல்மேவல்
இன்னா அறிவி னவர்.

மாறுபாட்டை விரும்பி ஏற்கும் தீய பண்பினர், வாழ்வியலுக்கு மேன்மை தரும் உண்மைப் பொருளை அறியமாட்டார்கள்.

858 இகலிற்கு எதிர்சாய்தல் ஆக்கம் அதனை
மிகலூக்கின் ஊக்குமாம் கேடு.

மாறுபாட்டைப் புறக்கணிப்பவனுக்கு ஆக்கம் சேரும்; மாறுபாட்டுணர்ச்சியில் மிகுதியும் முனைந்து நின்றால் கேடு சூழும்.

859 இகல்காணான் ஆக்கம் வருங்கால் அதனை
மிகல்காணும் கேடு தரற்கு.

நன்மை விளையும்போது எந்த வேறுபாட்டையும் கருதாதவன், தனக்குக் கேடு வரும்போது, அதனைப் பெரிதாக எண்ணிக்கொள்வான்.

860 இகலானாம் இன்னாத எல்லாம் நகலானாம்
நன்னயம் என்னும் செருக்கு.

பகையோடு மாறுபடத் துன்பம் விளையும்; நயந்த நட்பால் இன்பம் பெருகும்.

87 பகைமாட்சி

861 **வலியார்க்கு மாறேற்றல் ஓம்புக ஓம்பா**
மெலியார்மேல் மேக பகை.

தன்னைவிட வலிமையுள்ளவனைப் பகைக்காதே; மெலிராய் இருந்து தம்மை மதிக்காதவரிடம் பகைகொள்க.

862 **அன்பிலன் ஆன்ற துணையிலன் தான்துவ்வான்**
என்பரியும் ஏதிலான் துப்பு.

அன்பற்றவன்; நல்ல துணையைக் கைக்கொள்ளாதவன்; வலிமையற்றவன் இப்படிப்பட்டவன் பகைவரை எப்படி வெல்வான்?

863 **அஞ்சும் அறியான் அமைவிலன் ஈகலான்**
தஞ்சம் எளியன் பகைக்கு.

அஞ்சுபவன்; பகையை வெல்லும் வகை அறியாதவன்; மற்றவரோடு இணங்கிப் போகாதவன்; ஈகை நெஞ்சம் இல்லாதவன் பகைவர்க்கு எளிதாகப் பணிவான்.

864 **நீங்கான் வெகுளி நிறையிலன் எஞ்ஞான்றும்**
யாங்கணும் யார்க்கும் எளிது.

சினத்திலிருந்து நீங்காதவனாய், மனத்திண்மை சிறிதும் அற்றவனாய் இருக்கும் ஒருவனை எக்காலத்திலும் எவ்விடத்தும் எவர்க்கும் வெல்லுதல் எளிது.

865 **வழிநோக்கான் வாய்ப்பன செய்யான் பழிநோக்கான்**
பண்பிலன் பற்றார்க்கு இனிது.

நல்வழியைக் கற்காதவன்; நல்வாய்ப்புகளை அறியாதவன்; தமக்கு நேரும் பழியை நோக்காதவன்; பண்பற்றவன் இப்படிப்பட்டவன் பகைவர்க்கு எளியவனாய் ஆகிவிடுவான்.

பகையினரின் மேன்மை

866
காணாச் சினத்தான் கழிபெருங் காமத்தான்
பேணாமை பேணப் படும்.

> எதையும் ஆராயாது கடுஞ்சினம் கொண்டவன்;
> எல்லை கடந்த காமத்தை உடையவன் இப்படிப்பட்ட
> வனது பகைமையை பகைவரும் விரும்பி ஏற்பர்.

867
கொடுத்தும் கொளல்வேண்டும் மன்ற அடுத்திருந்து
மாணாத செய்வான் பகை.

> தன்னோடு இருந்து பொருந்தாத செயலைச்
> செய்பவனது பகையை, அவன் விரும்பியவற்றைக்
> கொடுத்தாவது அவனைத் தன்னிடம் தக்கவைத்துக்
> கொள்ள வேண்டும்.

868
குணனிலனாய்க் குற்றம் பலவாயின் மாற்றார்க்கு
இனனிலனாம் ஏமாப் புடைத்து.

> குணக்கேடனாகவும், குற்றங்களைப் பெருக்கிக்
> கொண்டவனாயும் இருப்பவனுக்கு யாரும் துணை
> யாக வரமாட்டார்கள்; பகைவர் அவனை எளிதாய்
> வெற்றி கொள்வர்.

869
செறுவார்க்குச் சேணிகவா இன்பம் அறிவிலா
அஞ்சும் பகைவர்ப் பெறின்.

> அறிவற்றவனாகவும், கோழையாகவும் உள்ள பகைவர்
> வாய்த்தால், வெற்றி பெற நினைப்பவர்க்குரிய
> மகிழ்ச்சி கிட்டிய தூரத்தில் கிட்டும்.

870
கல்லான் வெகுளும் சிறுபொருள் எஞ்ஞான்றும்
ஒல்லானை ஒல்லாது ஒளி.

> போர்க்கலையைக் கற்காதவன், சினமிக்கவன்,
> பிறர்க்குச் சிறுபொருளைக்கூடத் தராதவன் இப்படிப்
> பட்டவனுக்குப் புகழ் ஒளி கிட்டாது.

88 பகைத்திறம் தெரிதல்

871 **பகைஎன்னும் பண்பி லதனை ஒருவன்**
நகையேயும் வேண்டற்பாற்று அன்று.

பகை என்ற பண்பில்லாத செயலைச் சிரித்துப்பழகும் விளையாட்டாகக்கூட விரும்புதல் கூடாது.

872 **வில்லேர் உழவர் பகைகொளினும் கொள்ளற்க**
சொல்லேர் உழவர் பகை.

வில்லேர் உழவர்களாகிய பகையைக் கூடக் கொள்ளலாம்; சொல்லேர் உழவர்களாகிய அறிஞரைப் பகைத்துக்கொள்ளாதே.

873 **ஏமுற் றவரினும் ஏழை தமியனாய்ப்**
பல்லார் பகைகொள் பவன்.

தனியாளாய் இருந்துகொண்டு பலரைப் பகைப்பவன், பைத்தியத்தைக் காட்டிலும், அறிவற்றவனே ஆவான்.

874 **பகைநட்பாக் கொண்டொழுகும் பண்புடை யாளன்**
தகைமைக்கண் தங்கிற்று உலகு.

பகைவரிடத்து நட்போடு பழகும் பண்புடையவனின் பெருந்தன்மையில் இவ்வுலகம் தங்கியுள்ளது.

875 **தன்துணை இன்றால் பகையிரண்டால் தான்ஒருவன்**
இன்துணையாக் கொள்கவற்றின் ஒன்று.

தனக்கும் துணை இல்லை; எதிர்க்கும் பகைவரோ இருவர்; இப்படிப்பட்ட சூழ்நிலையில், ஒருவரை நட்பாக்கிக்கொள்க.

மாற்றாரின் பகைத்திறனை அறிதல்

876
தேறினும் தேறா விடினும் அழிவின்கண்
தேறான் பகாஅன் விடல்.

பகைவரை முன்னமே ஆய்ந்து தெளியினும் தெளியாதிருப்பினும், அழிவு நேரும்போது, அவனை நெருங்காமலும், நீங்காமலும் ஒருவித நடுநிலை காத்தல் நலம்.

877
நோவற்க நொந்தது அறியார்க்கு மேவற்க
மென்மை பகைவர் அகத்து.

தன் துன்பத்தைத் தாமே அறிந்து உதவாதவரிடம் எதையும் கூறாதே. வலிமையின்மையை ஒருபோதும் பகைவரிடத்தில் வெளிக்காட்டதே.

878
வகையறிந்து தற்செய்து தற்காப்ப மாயும்
பகைவர்கண் பட்ட செருக்கு.

போர் இயல்பினை அறிந்து, தன்னை வலிமையாக்கிக் கொண்டால் எதிரியின் செருக்கு அழியும்.

879
இளைதாக முள்மரம் கொல்க களையுநர்
கைகொல்லும் காழ்த்த இடத்து.

முள்மரத்தை அது செடியாக முளைக்கும்போதே கிள்ளி எறிக. அது வளர்ந்தபோது வெட்டுவோரின் கைகளைப் பதம் பார்த்துவிடும்.

880
உயிர்ப்ப உளரல்லர் மன்ற செயிர்ப்பவர்
செம்மல் சிதைக்கலா தார்.

பகைவரின் செருக்கை அழிக்காது போனால், அப்பகைவர் பெருமூச்சுவிட்ட அளவில் எதிர்ப்பவரின் உயிருக்கு உத்தரவாதம் இல்லை.

பொருட்பால் திருக்குறள்

89. உட்பகை

881
நிழல்நீரும் இன்னாத இன்னா தமர்நீரும்
இன்னாவாம் இன்னா செயின்.

> நிழலும் நீரும் கெடுதி விளைவிக்குமானால், அது தீயதே; இனிய உறவினர், துன்பம் விளைவிப்பவராயிருந்தால் அதுவும் அத்தகையதே.

882
வாள்போல் பகைவரை அஞ்சற்க அஞ்சுக
கேள்போல் பகைவர் தொடர்பு.

> வாள்போல் வெளிப்படையான பகைமைக்கு அஞ்ச வேண்டா; உறவினர்போல் வேடமிடும் உட்பகைக்கு அஞ்சுக.

883
உட்பகை அஞ்சித்தற் காக்க உலைவிடத்து
மட்பகையின் மாணத் தெறும்.

> உட்பகைக்கு அஞ்சித் தற்காத்துக்கொள்ள வேண்டும். அப்படிக் காவாது போனால், மண்ணின் திரிபால் ஏற்படும் நிலநடுக்கம் போல அழிவைத் தரும்.
>
> (தமிழறிஞர் முனைவர் தெ.ஞானசுந்தரம் அவர்கள், மட்பகை என்பதற்கு நிலநடுக்கம் என்று பொருள் கொள்வர்)

884
மனமாணா உட்பகை தோன்றின் இனமாணா
ஏதம் பலவும் தரும்.

> உள்ளத்தோடு ஒட்டாத உட்பகை உருவாகுமானால், இனத்தாரோடு அது ஒட்டாததோடு துன்பத்தையும் தரும்.

885
உறல்முறையான் உட்பகை தோன்றின் இறல்முறையான்
ஏதம் பலவும் தரும்.

> உறவினரிடம் உட்பகை விளையுமானால், அது இறுதிவரை துன்பத்தைத் தந்து கொண்டிருக்கும்.

மனத்தின்கண் தோன்றும் இனப்பகையின் இயல்பு

886
ஒன்றாமை ஒன்றியார் கட்படின் எஞ்ஞான்றும்
பொன்றாமை ஒன்றல் அரிது.

> மனம் ஒன்றிய இனத்தாரோடு உட்பகை தோன்றினால், அழிவிலிருந்து அதனைக் காத்துக்கொள்ளுதல் என்பது அரிது.

887
செப்பின் புணர்ச்சிபோல் கூடினும் கூடாதே
உட்பகை உற்ற குடி.

> உட்பகை உண்டாகுமானால், ஒட்டி வாழ்ந்த குடிகள் மனத்தால் பொருந்தாமல் சாடிவேறு, மூடிவேறு என்பதுபோல இருக்க நேரிடும்.

888
அரம்பொருத பொன்போலத் தேயும் உரம்பொருது
உட்பகை உற்ற குடி.

> அரத்தினால் தேய்க்கப்படும் இரும்பு தேயும்; அதுபோல, உட்பகை கொண்ட குடி தேய்ந்தழியும்.

889
எட்பக வன்ன சிறுமைத்தே ஆயினும்
உட்பகை உள்ளதாங் கேடு.

> மனவேறுபாடு எள்ளின் பிளவு போல் மிகச் சிறிதாகத் தோன்றினும், உட்பகை உண்டாகுமானால் அது பெருங்கேட்டினை விளைவிக்கும்.

890
உடம்பாடு இலாதவர் வாழ்க்கை குடங்கருள்
பாம்போடு உடனுறைந் தற்று.

> மனப்பொருத்தம் இல்லாது கூடி வாழ்தல் என்பது, குடிசையில் பாம்போடு சேர்ந்து வாழ்வது போன்றது.

90. பெரியாரைப் பிழையாமை

891
ஆற்றுவார் ஆற்றல் இகழாமை போற்றுவார்
போற்றலுள் எல்லாம் தலை.

> வினைமுடிக்கவல்ல ஆற்றலுடையவரை இகழா திருத்தலே. ஒருவன் தன்னைக் காத்துக் கொள்வதில் தலையாய நெறி.

892
பெரியாரைப் பேணாது ஒழுகிற் பெரியாரால்
பேரா இடும்பை தரும்.

> திறனும் ஆற்றலும் வாய்ந்த பெரியாரை மதியாது போனால், அவரால் பெருந்துன்பம் தமக்கு வந்து சேரும்.

893
கெடல்வேண்டின் கேளாது செய்க அடல்வேண்டின்
ஆற்று பவர்கண் இழுக்கு.

> பகைவரை அழிக்க நினைத்தால், அதனை முடிக்கும் ஆற்றல் வாய்ந்த பெரியாரைக் கேட்டுச் செய்க. கெட விரும்பினால், அவரைக் கேட்காமலேயே செய்க.

894
கூற்றத்தைக் கையால் விளித்தற்றால் ஆற்றுவார்க்கு
ஆற்றாதார் இன்னா செயல்.

> ஆற்றல் வாய்ந்தவர்க்குத் தீங்கிழைப்பது, எமனைக் கைநீட்டி முன்கூட்டியே அழைப்பது போலாகும்.

895
யாண்டுச் சென்று யாண்டும் உளராகார் வெந்துப்பின்
வேந்து செறப்பட் டவர்.

> வலிமையுள்ள மன்னனின் சினத்திற்கு ஆளானவன் எங்குச் சென்று எப்படி ஒளிந்தாலும் தப்ப இயலாது.

896 **எரியால் சுடப்படினும் உய்வுண்டாம் உய்யார்**
பெரியார்ப் பிழைத்தொழுகு வார்.

நெருப்பால் சுடப்படினும் தப்பிக்க வழியுண்டு; பெரியோரிடத்துத் தவறு செய்வோர் தப்பிக்க வழி இல்லை.

897 **வகைமாண்ட வாழ்க்கையும் வான்பொருளும் என்னாம்**
தகைமாண்ட தக்கார் செறின்?

சாபமிடுதலும், அருள்தருதலும் கொண்ட தவத்தோர், ஒருவரைப் பார்த்துச் சினப்பாரேல், அவரது வாழ்வும் வளமும் அழியும்.

898 **குன்றன்னார் குன்ற மதிப்பின் குடியொடு**
நின்றன்னார் மாய்வர் நிலத்து.

குன்றை ஒத்த மனத்திண்மை கொண்ட பெரியோர், ஒருவரைக் கெடவேண்டும் என்று நினைத்தால், நிலைபெற்ற செல்வராயினும் அவர் குடியோடு அழிவது உறுதி.

899 **ஏந்திய கொள்கையார் சீறின் இடைமுரிந்து**
வேந்தனும் வேந்து கெடும்.

பண்பினால் சிறந்து நிற்கும் பெரியோர் சினம் கொண்டால், வலிமைமிக்க வேந்தனும்கூட இடையிலேயே தம்ஆட்சியை இழக்க நேரும்.

900 **இறந்தமைந்த சார்புடையர் ஆயினும் உய்யார்**
சிறந்தமைந்த சீரார் செறின்.

உற்ற துணையாகப் பலவற்றைப் பெற்றிருந்தாலும் பெருமையுடையவர் கோபம்கொண்டால் அவரது கோபத்திலிருந்து தப்புவதற்கு வழி இல்லை.

91. பெண்வழிச்சேறல்

901) மனைவிழைவார் மாண்பயன் எய்தார் வினைவிழைவார்
வேண்டாப் பொருளும் அது.

> மிகு காமத்தால் மனைவியை விரும்பி, அவள்வழி நடப்போர் அறப்பயன்களை அடைய வழியில்லை; கடமை ஆற்றவல்லார் வேண்டாத பண்பும் அது.

902) பேணாது பெண்விழைவான் ஆக்கம் பெரியதோர்
நாணாக நாணுத் தரும்.

> தன் கடமையைப் பேணாது காமத்தால், பெண்மையை மட்டுமே பேணி மகிழ்பவனின் செல்வம் தலை குனிவைத் தரும்.

903) இல்லாள்கண் தாழ்ந்த இயல்பின்மை எஞ்ஞான்றும்
நல்லாருள் நாணுத் தரும்.

> பெண்மை மயக்கத்தில் அழுந்திக் கிடப்பவன், நல்லோரிடையே வெட்கப்பட வேண்டிய நிலைக்கு ஆளாவான்.

904) மனையாளை அஞ்சும் மறுமையி லாளன்
வினையாண்மை வீறெய்த லின்று.

> மனைவிக்கு அஞ்சி நடப்பவன் மறுமைப்பயன் எய்தான்; செயல்திறனில் வெற்றி பெற அவனால் முடியாது.

905) இல்லாளை அஞ்சுவான் அஞ்சுமற் றெஞ்ஞான்றும்
நல்லார்க்கு நல்ல செயல்.

> மனைவி சொல் கேட்டு அதன்படி நடப்பவன், நல்லவர்களுக்கு நல்லது செய்வதற்குக்கூட அஞ்சுவான்.

மனைவி சொற்படி வாழ்தலின் இயல்பு

906 இமையாரின் வாழினும் பாடிலரே இல்லாள்
அமையார்தோள் அஞ்சு பவர்.

மனைவியின் தோள் மயக்கத்திற்கு அடிமையானவன் தேவருலகம் போல் இன்பம் துய்த்தாலும், பெருமை இல்லாத வாழ்வே அவனுக்கு அமையும்.

907 பெண்ணேவல் செய்தொழுகும் ஆண்மையின் நாணுடைப்
பெண்ணே பெருமை உடைத்து.

மனைவியின் ஏவலுக்கு அடிமையாகும் ஆண்மையைவிட, நாணமிக்க பெண்ணே பெருமைக் குரியவளாவாள்.

908 நட்டார் குறைமுடியார் நன்றாற்றார் நன்னுதலாள்
பெட்டாங்கு ஒழுகு பவர்.

மனைவியின் சொற்படி நடப்பவன் நண்பர்களின் குறைகளைக் களைதற்குத் துணை செய்யான்; யாருக்கும் நன்மை செய்யான்.

909 அறவினையும் ஆன்ற பொருளும் பிறவினையும்
பெண்ஏவல் செய்வார்கண் இல்.

மனைவிக்கு அடிமையாகி நடப்பவனிடத்தில் அறவினையும், பொருளீட்டும் திறனும் இருப்பதில்லை.

910 எண்சேர்ந்த நெஞ்சத் திடனுடையார்க்கு எஞ்ஞான்றும்
பெண்சேர்ந்தாம் பேதைமை இல்.

சிந்தனை மனமும், மனத்திண்மையும் கொண்ட வனிடம், எக்காலத்தும் மனைவிக்கு அஞ்சி நடக்கும் பண்பு பொதுவாக இருப்பதில்லை.

பொருட்பால் • **திருக்குறள்** • 193

92 வரைவின் மகளிர்

911 **அன்பின் விழையார் பொருள்விழையும் ஆய்தொடியார்**
இன்சொல் இழுக்குத் தரும்.

அன்பினை விரும்பாமல் பொருளை மட்டுமே விரும்பும் பொதுமகளிரின் மயக்கு மொழிகள் பொய்ம்மையாகும்: துயரையும் தரும்.

912 **பயன்தூக்கிப் பண்புரைக்கும் பண்பின் மகளிர்**
நயன்தூக்கி நள்ளா விடல்.

கணநேரமும், மனக்கணக்கால், பணக்கணக்குப் பார்த்து இன்சொல்லால் மயக்கும் கணிகையரை நாடாது ஒதுக்கி வைக்கவேண்டும்.

913 **பொருட்பெண்டிர் பொய்ம்மை முயக்கம் இருட்டறையில்**
ஏதில் பிணந்தழீஇ அற்று.

பொருள் ஒன்றையே கருதும் பொது மகளிரின் பொய்ம்மையான தழுவல், இருட்டறையில் பிணத்தைத் தழுவியது போன்றதாகும்.

914 **பொருட்பொருளார் புன்னலந் தோயார் அருட்பொருள்**
ஆயும் அறிவி னவர்.

அருள்நோக்கம் கொண்ட அறிவுடையார் பொருள் நோக்கம் கொண்டு தம்மை விற்கும் பொதுமகளிரைத் தழுவமாட்டார்கள்.

915 **பொதுநலத்தார் புன்னலம் தோயார் மதிநலத்தின்**
மாண்ட அறிவி னவர்.

பொருள் வரும் நோக்கம் ஒன்றையே பொதுவாகக் கருதும் பொருட் பெண்டிரை அறிவுடையோர் தீண்ட மாட்டார்கள்.

பொதுமகளிரின் இழிதகைமை

916
தந்நலம் பாரிப்பார் தோயார் தகைசெருக்கிப்
புன்னலம் பாரிப்பார் தோள்.

ஒப்பனையால் செருக்கும் மிடுக்குமாய்த் திரியும் விலைமகளிரின் தோள்களை அறிவாற்றலால் உயர்ந்தோர் தீண்ட மாட்டார்கள்.

917
நிறைநெஞ்சம் இல்லவர் தோய்வார் பிறநெஞ்சின்
பேணிப் புணர்பவர் தோள்.

மற்றவர் நெஞ்சில் பொருளாசைக்காகப் புகும் பொதுமகளிரின் தோள்களை மனம் தடுமாறும் உறுதியற்றோரே தழுவுவர்.

918
ஆயும் அறிவினர் அல்லார்க்கு அணங்கென்ப
மாய மகளிர் முயக்கு.

ஆராய்ந்து தெளியும் அறிவுடையார் அல்லாத மற்றவர்கள் பொதுமகளிரின் முயக்கத்தை மாய முயக்கமாக எண்ணி மயங்குவர்.

919
வரைவிலா மாணிழையார் மென்தோள் புரையிலாப்
பூரியர்கள் ஆழும் அளறு.

வரம்பற்ற ஒழுக்கக் கேடுடைய பெண்டிரின் தோள்கள், அறிவற்ற கீழ்மக்கள் அழுந்திக்கிடக்கும் நரகமாகும்.

920
இருமனப் பெண்டிரும் கள்ளும் கவறும்
திருநீக்கப் பட்டார் தொடர்பு.

அலைமனம் கொண்ட பொதுமகளிர், கள், சூதாட்டம், ஆகிய இம்மூன்றும் திருமகளால் புறக்கணிக்கப் பட்டவரோடு தொடர்புடையன.

93 கள்ளுண்ணாமை

921 **உட்கப் படாஅர் ஒளியிழப்பர் எஞ்ஞான்றும்**
கட்காதல் கொண்டொழுகு வார்.

எப்போதும் கள்ளை அருந்திக் களிப்போர் பகைவர்க்கு அஞ்சமாட்டார்; தமக்கிருக்கும் புகழையும் இழந்து நிற்பர்.

922 **உண்ணற்க கள்ளை உணில்உண்க சான்றோரால்**
எண்ணப் படவேண்டா தார்.

சான்றோரால் மதிக்கப்படவேண்டுமென்றால் கள்ளை அருந்தாதே. மதிக்கப்படவேண்டாம் என்று நினைத்தால், கள்ளை மட்டுமே உணவாகக் கொள்.

923 **ஈன்றாள் முகத்தேயும் இன்னாதால் என்மற்றுச்**
சான்றோர் முகத்துக் களி.

தாய்க்கு முன் நின்று, அவள் முகம் நோகக் கள் குடித்தல் வெறுப்பை உண்டாக்குமெனில், சான்றோர் முன் கள்ளுண்ணல் எத்தகைய வெறுப்பை உண்டாக்கும்?

924 **நாண்என்னும் நல்லாள் புறங்கொடுக்கும் கள்ளென்னும்**
பேணாப் பெருங்குற்றத் தார்க்கு.

கள்ளுண்டு களிக்கும் பெருங்குற்றத்திற்கு ஆளாவோரைப் பார்த்து, நாணம் என்னும் நங்கை புறமுதுகு காட்டிப் போய்விடுவாள்.

925 **கையறி யாமை உடைத்தே பொருள்கொடுத்து**
மெய்யறி யாமை கொளல்.

கள்ளருந்தக் கைப்பொருள் கொடுத்து அறிவையும் உணர்வையும் இழத்தல் என்பது, தான் செய்வது என்ன என்பதை அறியாத பேதைமையே.

கள் குடிப்பவரின் இழிவு

926 **துஞ்சினார் செத்தாரின் வேறல்லர் எஞ்ஞான்றும்**
நஞ்சுண்பார் கள்ளுண் பவர்.

உணர்விழந்து உறங்குபவர் இறந்தவரோடு ஒப்பர்; அவ்வாறே கள்ளுண்டு உணர்வின்றிக் கிடப்போர் நஞ்சு உண்டவரே ஆவர்.

927 **உள்ளொற்றி உள்ளூர் நகப்படுவர் எஞ்ஞான்றும்**
கள்ளொற்றிக் கண்சாய் பவர்.

கள்ளை மறைந்து குடித்துக் கண்செருகிக்கிடப்பவரைக் கண்டு உள்ளூர் மக்கள் ஏளனமாய்ச் சிரிப்பர்.

928 **களித்தறியேன் என்பது கைவிடுக நெஞ்சத்து**
ஒளித்ததூஉம் ஆங்கே மிகும்.

நான் கள் அருந்தவில்லை என்று சொல்வதைக் கைவிடுக. குடித்த அக்கணமே மயங்கிக்கிடக்கும் நிலையில் உண்மை வெளிப்பட்டுவிடும்.

929 **களித்தானைக் காரணம் காட்டுதல் கீழ்நீர்க்**
குளித்தானைத் தீத்துரீஇ அற்று.

கள்ளுண்பவனைக் காரணம் காட்டித் திருத்த முற்படுவது, நீரில் மூழ்கிய ஒருவனைத் தீவட்டி கொண்டு தேடுதல் போன்றது.

930 **கள்ளுண்ணாப் போழ்திற் களித்தானைக் காணுங்கால்**
உள்ளான்கொல் உண்டதன் சோர்வு.

தான் குடிக்காதபோது, குடித்து மயங்கிக்கிடப்பவனைப் பார்த்தாவது தன் நிலையை எண்ணிப் பார்க்க மாட்டானா?

94. சூது

931
வேண்டற்க வென்றிடினும் சூதினை வென்றதூஉம்
தூண்டிற்பொன் மீன்விழுங்கி அற்று.

> சூதாட்டத்தில் வெற்றி பெற்றாலும், அதனை விரும்பாதே. அந்த வெற்றியானது, தூண்டில் புழுவைத் தனக்கான உணவு என்று எண்ணி மீன் விழுங்குதல் போன்றது.

932
ஒன்றெய்தி நூறிழக்கும் சூதர்க்கும் உண்டாங்கொல்
நன்றெய்தி வாழ்வதோர் ஆறு.

> ஒன்றைப் பெற்று நூறு பொருள்களை இழக்கக் காரணமாக இருக்கும் சூதாடி, தன் வாழ்வில் நன்மை பெற வழியுண்டா? இல்லை.

933
உருளாயம் ஓவாது கூறின் பொருளாயம்
போஒய்ப் புறமே படும்.

> ஓயாது உருட்டி விளையாடும் கருவியால், ஈட்டி வைத்திருக்கும் செல்வமும், வருவாயும் அவனை விட்டுப் பிறரிடம் போகக் காரணமாகிவிடும்.

934
சிறுமை பலசெய்து சீரழிக்கும் சூதின்
வறுமை தருவதொன்று இல்.

> துன்பத்துக்கு உள்ளாகிப் புகழ் கெடக் காரணமாகும் சூதினைப்போல், வறுமை அடையச் செய்வது வேறெதுவும் இருக்க முடியாது.

935
கவறும் கழகமும் கையும் தருக்கி
இவறியார் இல்லாகி யார்.

> சூதாடும் களம், உருட்டும் கை இவற்றை மட்டுமே விரும்புவார், எத்தகைய பொருள் இருப்பினும் ஒன்றுமில்லாதவராகவே கருதப்படுவார்.

சூதாட்டத்தின் இழிவு

936 **அகடாரார் அல்லல் உழப்பர்சூ தென்னும்**
முகடியான் மூடப்பட் டார்.

சூதாட்டம் என்னும் மூதேவியால் ஆட்கொள்ளப் பட்டவர், வயிற்றுக்கு வழியற்றவராய்த் துன்புறுவர்.

937 **பழகிய செல்வமும் பண்பும் கெடுக்கும்**
கழகத்துக் காலை புகின்.

சூதாடும் களத்திற்குச் செல்வதை வழக்காகக் கொண்டிருப்பானேல், அவனது பரம்பரைச் சொத்தும் பண்பும் இழப்பதற்குக் காரணமாகிவிடும்.

938 **பொருள் கெடுத்துப் பொய்மேற் கொளீஇ அருள்கெடுத்து**
அல்லல் உழப்பிக்கும் சூது.

சூதாட்டம் செல்வத்தைக் கெடுக்கும்; பொய் பேசச் சொல்லும்; அருள் உள்ளத்தை அழித்துத் துன்பத்தில் ஆழ்த்திவிடும்.

939 **உடைசெல்வம் ஊண்ஒளி கல்விஎன்று ஐந்தும்**
அடையாவாம் ஆயங் கொளின்.

சூதாட்டத்தை விரும்பி மேற்கொள்வானேல் அது உடை, செல்வம், உணவு, புகழ், கல்வி ஆகிய ஐந்தும் அவனிடத்து நில்லாமல் சென்றுவிடும்.

940 **இழத்தொறூஉம் காதலிக்கும் சூதேபோல் துன்பம்**
உழத்தொறூஉம் காதற்று உயிர்.

பொருளை இழக்க இழக்க விருப்பத்தைத் தூண்டும் சூதாட்டம் போல, துன்பத்தால் உடல் நலிய நலிய, உயிர் வாழ வேண்டும் என்ற ஆசை வரும்.

95. மருந்து

941
மிகினும் குறையினும் நோய்செய்யும் நூலோர்
வளிமுதலா எண்ணிய மூன்று.

> வாதம்,பித்தம்,கபம் ஆகிய மூன்றும் உடலின்கண் சம அளவில் இல்லாது போனால், நோய் உண்டாகும் என்பது மருத்துவரின் குறிப்பு.

942
மருந்தென வேண்டாவாம் யாக்கைக்கு அருந்தியது
அற்றது போற்றி உணின்.

> முன்பு உண்ட உணவு செரித்ததை அறிந்து பின்னர் உண்டால், உடம்பிற்கு மருந்து என்று எதுவும் தேவையில்லை.

943
அற்றால் அளவறிந்து உண்க அஃதுடம்பு
பெற்றான் நெடிதுய்க்கும் ஆறு.

> உண்ட உணவு செரிமானம் ஆன பிறகு, உடல் ஏற்றுக்கொள்ளும் அளவறிந்து உண்க. அதுவே நீண்ட காலம் வாழும் வழி.

944
அற்றது அறிந்து கடைப்பிடித்து மாறல்ல
துய்க்க துவரப் பசித்து.

> நன்றாகப் பசித்த பிறகே உடலுக்குத் தக்கது எதுவெனத் தேர்ந்து உண்ண வேண்டும்.

945
மாறுபாடு இல்லாத உண்டி மறுத்துண்ணின்
ஊறுபாடு இல்லை உயிர்க்கு.

> உடல் ஏற்றுக்கொள்ளாத உணவை மறுத்து, அளவறிந்து உட்கொண்டால் ஒரு துன்பமுமில்லை.

உடல்நலம் காத்தல்

946 இழிவறிந்து உண்பான்கண் இன்பம்போல் நிற்கும்
கழிபேர் இரையான்கண் நோய்.

உடலுக்கு ஏற்றது இன்னதென்று அளவறிந்து, உண்பவனிடம் இன்பம் நீடிக்கும்; அளவு எல்லை கடந்து பேருண்டி உண்பவனிடம் நோய் நீடிக்கும்.

947 தீயள வன்றித் தெரியான் பெரிதுண்ணின்
நோயள வின்றிப் படும்.

செரிமான அளவை ஆராயாது, பெருந்தீனி உண்பவன் அளவு கடந்த நோய்க்கு ஆளாவான்.

948 நோய்நாடி நோய்முதல் நாடி அதுதணிக்கும்
வாய்நாடி வாய்ப்பச் செயல்.

நோயையும், அதன் காரணத்தையும் அதனை நீக்கும் வழிவகையினையும் ஆராய்ந்து தக்கவாறு மருத்துவம் பார்க்கவேண்டும்.

949 உற்றான் அளவும் பிணியளவும் காலமும்
கற்றான் கருதிச் செயல்.

மருத்துவ நூல் கற்றவன், நோயுற்றவனின் இயல்பையும், நோயின் தன்மையையும் மருந்து கொடுக்கும் கால அளவையும் அறிந்து மருத்துவம் புரிய வேண்டும்.

950 உற்றவன் தீர்ப்பான் மருந்துழைச் செல்வானென்று
அப்பால்நாற் கூற்றே மருந்து.

நோயாளி, மருத்துவன், மருந்து, நேரப்படி மருந்து தருவோன் என நான்கு வகையான பாடுபொருளை உடையது மருந்தியல் நெறி.

96. குடிமை

951
இற்பிறந்தார் கண்அல்லது இல்லை இயல்பாகச்
செப்பமும் நாணும் ஒருங்கு.

> நல்ல பண்பும், பழிக்கு நாணும் இயல்பும், நல்ல குடியில் பிறந்தவர்களுக்கு இயல்பாக அமைந்திருக்கும்; பிறரிடத்து அவை இருப்பதில்லை.

952
ஒழுக்கமும் வாய்மையும் நாணும்இம் மூன்றும்
இழுக்கார் குடிப்பிறந் தார்.

> ஒழுக்கம், வாய்மை, நாணம் ஆகியவை கொண்டிருக்கும் நல்ல குடி பிறந்தார் அவற்றினின்றும் தவறமாட்டார்.

953
நகைஈகை இன்சொல் இகழாமை நான்கும்
வகையென்ப வாய்மைக் குடிக்கு.

> நற்குடிப் பிறந்தாரிடத்து இயல்பாக இருக்கும் பண்புகள் முகமலர்ச்சி, ஈகைக் குணம், இனியன கூறல், மற்றவரை இகழாமை ஆகியவையாகும்.

954
அடுக்கிய கோடி பெறினும் குடிப்பிறந்தார்
குன்றுவ செய்தல் இலர்.

> செல்வம் எவ்வளவுதான் கோடி கோடியாய் இருப்பினும், நற்குடிப்பிறந்தார் தம் நிலையிலிருந்து தாழ்ந்து கீழ்மையான செயலுக்குப் போகமாட்டார்.

955
வழங்குவ துள்வீழ்ந்தக் கண்ணும் பழங்குடி
பண்பில் தலைப்பிரிதல் இன்று.

> நற்குடிப்பிறந்தார் பொருளின்றி வறுமையுற்றுத் தாழ்ந்த போதிலும், தமது பண்பிலிருந்து சற்றும் நீங்கமாட்டார்.

குடும்பத்தைக் காத்தலின் உயர்வு

956 சலம்பற்றிச் சால்பில செய்யார்மா சற்ற
குலம்பற்றி வாழ்தும்என் பார்.

நெறியோடு வாழ்ந்து நேர்மையைக் கடைப்பிடிப்போம் என்ற உறுதி கொண்ட நல்ல மரபினர் வஞ்சனை கொண்டு அறத்திற்கு மாறாக நடக்க மாட்டார்.

957 குடிப்பிறந்தார் கண்விளங்கும் குற்றம் விசும்பின்
மதிக்கண் மறுப்போல் உயர்ந்து.

உயர்ந்த குடியினர், குற்றம் புரிவாரானால், அவர் செய்த குற்றம், நிலவில் உள்ள களங்கம் போல் பலரும் அறியுமாறு வெளிப்படையாய்த் தோன்றும்.

958 நலத்தின்கண் நாரின்மை தோன்றின் அவனைக்
குலத்தின்கண் ஐயப் படும்.

நல்ல பண்போடிருக்கும் நற்குடியில் பிறந்தவரிடம் அன்பின்மை தோன்றுமாயின், அதுவே, அவரது குடிப்பிறப்பில் ஐயம் ஏற்படக் காரணமாகிவிடும்.

959 நிலத்தில் கிடந்தமை கால்காட்டும் காட்டும்
குலத்தில் பிறந்தார்வாய்ச் சொல்.

நிலத்தின் இயல்பு இன்னது என்று அதில் முளைவிடும் பயிர் காட்டும்; அது போல நற்குடியில் பிறந்தவன் என்பதை அவனது வாய்ச்சொல் காட்டும்.

960 நலம்வேண்டின் நாணுடைமை வேண்டும் குலம் வேண்டின்
வேண்டுக யார்க்கும் பணிவு.

நன்மையை விரும்பினால் பழிக்கு அஞ்சும் நாணம் வேண்டும்; குடும்பத்தின் உயர்வை விரும்பினால் பணிவோடு இருத்தல் வேண்டும்.

பொருட்பால் • திருக்குறள் • 203

97. மானம்

961
இன்றி அமையாச் சிறப்பின ஆயினும்
குன்ற வருப விடல்.

மிக இன்றியமையாத சிறப்பினை உடையது எதுவா யினும், தன்மானம் குன்றுவதற்கான செயல்களைச் செய்யாதிருக்க வேண்டும்.

962
சீரினும் சீரல்ல செய்யாரே சீரொடு
பேராண்மை வேண்டு பவர்.

புகழுடன் மானத்தையும் நிலைநிறுத்த விரும்புவோர், குடிப்பெருமைக்கு இழுக்கான செயல்களை ஒருபோதும் செய்யமாட்டார்கள்.

963
பெருக்கத்து வேண்டும் பணிதல் சிறிய
சுருக்கத்து வேண்டும் உயர்வு.

வளமிக்க வாழ்க்கை வரும்போது யாவரிடத்தும் பணிதல் வேண்டும்; வளமை குன்றும்போது தன்னை இழக்காத உயர்வு வேண்டும்.

964
தலையின் இழிந்த மயிரனையர் மாந்தர்
நிலையின் இழிந்தக் கடை.

உயர்ந்த நிலையில் இருந்து ஒருவர் தாழ்ந்துவிட நேர்ந்தால், தலையிலிருந்து விழும் மயிரைப் போல் இழிவு நிலை அடைவர்.

965
குன்றின் அனையாரும் குன்றுவர் குன்றுவ
குன்றி அனைய செயின்.

மலைபோன்று மானத்தால் உயர்ந்து நிற்பவர், சிறிய குன்றிமணி அளவு தாழ்ந்த செயலில் ஈடுபட்டாலும் தம் நிலையில் குன்றிவிடுவர்.

மானம் உடைவரது இயல்பு

966 புகழ்இன்றால் புத்தேள்நாட்டு உய்யாதால் என்மற்று
இகழ்வார்பின் சென்று நிலை.

> தம்மை இகழ்ந்தவர் பின்னால் சென்று பணிந்துநிற்பது புகழும் தராது; அவரைத் தேவருலகமும் ஏற்காது; பின் எதற்காக அவர் பின்னால் செல்வது?

967 ஒட்டார்பின் சென்றொருவன் வாழ்தலின் அந்நிலையே
கெட்டான் எனப்படுதல் நன்று.

> தம்மோடு ஒட்டாது தம்மை இழிவுபடுத்துபவன் பின் சென்று, மானங்கெட வாழ்வதிலும் அவன் மாண்டான் என்று கூறப்படுதல் மேலானது.

968 மருந்தோமற்று ஊன்ஓம்பும் வாழ்க்கை பெருந்தகைமை
பீடழிய வந்த இடத்து.

> நற்குடிப்பிறந்தார் மானம் அழியுமிடத்து, உடம்பைப் பேணிக்காக்கும் வாழ்க்கை, சாவாமைக்கு மருந்தாகுமா?

969 மயிர்நீப்பின் வாழாக் கவரிமா அன்னார்
உயிர்நீப்பர் மானம் வரின்.

> தம் உடம்பினின்று மயிர் நீங்கின் கவரி மான் உயிர் வாழாது; அது போல,தன்மானத்திற்கு இழுக்கு நேருமானால் மானம் காக்க உயிரை விட்டுவிடுவர்.

970 இளிவரின் வாழாத மானம் உடையார்
ஒளிதொழுது ஏத்தும் உலகு.

> இழிவு நேரும்போது, உயிர் வாழ விரும்பாத மான முடையோரின் புகழை உலகோர் போற்றித் தொழுவர்.

98 பெருமை

971 **ஒளிஒருவற்கு உள்ள வெறுக்கை இளிஒருவற்கு**
அஃதிறந்து வாழ்தும் எனல்.

செயலில் ஊக்கங்கொள்ளுதலே ஒருவருக்குப் பெருமை; ஊக்கமின்றியே காலம் கழிப்போம் என்று கருதுவது சிறுமை.

972 **பிறப்பொக்கும் எல்லா உயிர்க்கும் சிறப்பொவ்வா**
செய்தொழில் வேற்றுமை யான்.

செய்யும் தொழிலால்தான் சிறப்பும் உயர்வும் வேறு படுமே ஒழிய, பிறப்பால் அனைத்து உயிர்களும் சமமாகும்.

973 **மேலிருந்தும் மேலல்லார் மேலல்லர் கீழிருந்தும்**
கீழல்லார் கீழல் லவர்.

மேலான இடத்தில் இருந்தாலும் பண்பற்றவர் மேன்மக்கள் ஆகார்; தாழ்ந்த நிலையில் இருந்தாலும் இழிகுணம் அற்றோர் கீழ்மக்கள் ஆகார்.

974 **ஒருமை மகளிரே போலப் பெருமையும்**
தன்னைத்தான் கொண்டொழுகின் உண்டு.

கற்பொழுக்கம் காத்துக்கொள்ளும் பெண்போல, நெறியோடு தன்னைக் காத்துக் கொள்வதால் ஒருவனுக்குப் பெருமை வந்தடையும்.

975 **பெருமை யுடையவர் ஆற்றுவார் ஆற்றின்**
அருமை உடைய செயல்.

பெருமைப்பண்பினர் ஆற்றுதற்கரிய செயல்களை உரிய வகையில் நிறைவேற்றும் வல்லமை உடைய வராயிருப்பர்.

பெருமைப் பண்பினர்

976 சிறியார் உணர்ச்சியுள் இல்லை பெரியாரைப்
பேணிக்கொள் வேம்என்னும் நோக்கு.

> பெரியோரைப் போற்றி அவர்வழித் தன்னை நல்ல நெறியில் ஆக்கிக்கொள்ளும் மனப்பக்குவம் சிறியவர் மனத்தில் இருப்பதில்லை.

977 இறப்பே புரிந்த தொழிற்றாம் சிறப்புந்தான்
சீரல் லவர்கண் படின்.

> சிறுமைப் பண்புடையவரிடம் தகுதி வாய்ந்த பதவி வந்து சேருமானால், எல்லை மீறிய செயல்களைச் செய்தற்கு அது தூண்டிவிடும்.

978 பணியுமாம் என்றும் பெருமை சிறுமை
அணியுமாம் தன்னை வியந்து.

> பெருமைக்குரியவர் எக்காலத்தும் செருக்கின்றிப் பணிவாக நடந்துகொள்வர்; சிறுமையுடையோர் தம்மைத் தாமே புகழ்ந்துகொள்வர்.

979 பெருமை பெருமிதம் இன்மை சிறுமை
பெருமிதம் ஊர்ந்து விடல்.

> பெருமையாவது செருக்கு இல்லாதிருத்தல்; சிறுமை யாவது அளவின்றிச் செருக்கோடிருத்தல்.

980 அற்றம் மறைக்கும் பெருமை சிறுமைதான்
குற்றமே கூறி விடும்.

> மற்றவர் குற்றங்களைப்பற்றி ஒன்றும் உரைக்கா திருப்பது பெருமைக்கு இயல்பு; மற்றவரின் குற்றங ்களைப் பேசியே திரிவது சிறுமைக்கு இயல்பு.

99 சான்றாண்மை

981 **கடன்என்ப நல்லவை எல்லாம் கடன்அறிந்து**
சான்றாண்மை மேற்கொள் பவர்க்கு.

தமக்குத் தக்கது இது என அறிந்த சான்றாண்மையை மேற்கொள்பவரிடம் நல்லவையாவும் இயல்புபட அமைந்திருக்கும்.

982 **குணநலம் சான்றோர் நலனே பிறநலம்**
எந்நலத்து உள்ளதூஉம் அன்று.

சான்றோர்க்குரிய இயல்பு, நல்ல குணம் கொண்டிருத்தலே ஆகும். பிற குணங்களெல்லாம் எந்நலத்திலும் இயைபுறாது.

983 **அன்புநாண் ஒப்புரவு கண்ணோட்டம் வாய்மையொடு**
ஐந்துசால்பு ஊன்றிய தூண்.

சான்றாண்மையைத் தக்கவாறு தாங்கக்கூடிய தூண் களாவன; அன்பு, நாணம், ஈகை, கண்ணோட்டம், வாய்மை ஆகியவையேயாம்.

984 **கொல்லா நலத்தது நோன்மை பிறர்தீமை**
சொல்லா நலத்தது சால்பு.

பிற உயிர்களைக் கொல்லாமை தவமாகும்; பிறர் செய்த குற்றங்களைச் சொல்லாதிருத்தல் சால்பாகும்.

985 **ஆற்றுவார் ஆற்றல் பணிதல் அதுசான்றோர்**
மாற்றாரை மாற்றும் படை.

ஆற்றல் கொண்டவரின் ஆற்றலாவது பணிந்து போதல்; தம்மிடம் மாறுபாடு கொண்டவரை மாற்றச் செய்யும் ஆற்றல் வாய்ந்த கருவியும் அதுவே.

சான்றோரின் பண்பு

986. சால்பிற்குக் கட்டளை யாதெனின் தோல்வி
துலையல்லார் கண்ணும் கொளல்.

சான்றாண்மையை உரசிப்பார்க்கும் உரைகல் எதுவெனில், தன்னினும் தாழ்ந்தவரிடத்துத் தன் தோல்வியை ஒத்துக்கொள்ளும் மனப்பக்குவமே.

987. இன்னாசெய் தார்க்கும் இனியவே செய்யாக்கால்
என்ன பயத்ததோ சால்பு.

தமக்குத் தீங்கு செய்தவர்களுக்கு நன்மை செய்யாராயின் தாம்கொண்ட சான்றாண்மையால் என்ன பயன்?

988. இன்மை ஒருவற்கு இளிவன்று சால்பென்னும்
திண்மைஉண் டாகப் பெறின்.

சான்றாண்மையை உறுதியாகக் கொண்ட உள்ளத்தவர்களுக்கு வறுமை ஒரு பொருட்டன்று.

989. ஊழி பெயரினும் தாம்பெயரார் சான்றாண்மைக்கு
ஆழி எனப்படு வார்.

உலகமே இடந்திரிந்து மாறிப் போனாலும் சான்றாண்மையாகிய கடலுக்குக் கரைபோன்றவர் தம் நிலையிலிருந்து பிறழமாட்டார்.

990. சான்றவர் சான்றாண்மை குன்றின் இருநிலந்தான்
தாங்காது மன்னோ பொறை.

சான்றாண்மை உடையோர் தம் இயல்பிலிருந்து தாழ்ந்து போனால், அச்சுமையைத் தாங்காமல் உலகம் நிலைகுலைந்துபோகும்.

100 பண்புடைமை

991 **எண்பதத்தால் எய்தல் எளிதென்ப யார்மாட்டும்**
பண்புடைமை என்னும் வழக்கு.

நல்ல பண்புக்கு அடையாளம் எல்லோரிடத்தும் எளிமையாய்க் கலந்து பழகுதலே.

992 **அன்புடைமை ஆன்ற குடிப்பிறத்தல் இவ்விரண்டும்**
பண்புடைமை என்னும் வழக்கு.

அன்பு கொள்ளுதல், நல்ல குடிப்பிறப்பு ஆகிய இரண்டும் நற்பண்புக்குரிய நெறியாகும்.

993 **உறுப்பொத்தல் மக்களொப்பு அன்றால் வெறுத்தக்க**
பண்பொத்தல் ஒப்பதாம் ஒப்பு.

புற உறுப்புகள் ஒத்திருத்தலால் மக்கள் சமநிலையில் ஒப்புடையவர் ஆகார்; நல்ல பண்புகளால் ஒத்திருத்தலே ஒப்பு என்று சொல்லப்படும்.

994 **நயனொடு நன்றி புரிந்த பயனுடையார்**
பண்புபா ராட்டும் உலகு.

ஒருவரது பண்பை உலகோர் போற்றுவதற்குக் காரணம் அவர் பிறர்க்கு நன்மையே கருதும் பண்பினராக இருத்தலே.

995 **நகையுள்ளும் இன்னா திகழ்ச்சி பகையுள்ளும்**
பண்புள பாடறிவார் மாட்டு.

விளையாட்டாகக்கூட இகழ்ச்சி என்பது வேண்டாத ஒன்று; நல்ல பண்புடையோர் பகைமை கொண் டோரைப் பாராட்டுவது என்பது இயல்பானது.

நற்பண்புடையாரின் உலகியல்பு

996 **பண்புடையார்ப் பட்டுண்டு உலகம் அதுஇன்றேல்**
மண்புக்கு மாய்வது மன்.

பண்புடையோரைக் கொண்டிருப்பதால் உலகம் நிலைபெற்றுள்ளது. இல்லையெனில், மண்ணோடு மண்ணாய்ப் போயிருக்கும்.

997 **அரம்போலும் கூர்மைய ரேனும் மரம்போல்வர்**
மக்கட்பண்பு இல்லா தவர்.

அரம் போன்ற கூர்மையான அறிவுடையவரிடம் மக்கட்பண்பு இல்லையெனில், அவர்கள் ஓரறிவுடைய மரத்தைப் போன்றவரே.

998 **நண்பாற்றார் ஆகி நயமில செய்வார்க்கும்**
பண்பாற்றார் ஆதல் கடை.

நட்புச் செய்யாது தமக்கொருவர் தீங்கே விளைவிப்பினும், அவரோடு பண்புடன் பழகாதிருத்தல் அறிவுடையோர்க்கு இழுக்காகும்.

999 **நகல்வல்லர் அல்லார்க்கு மாயிரு ஞாலம்**
பகலும்பாற் பட்டன்று இருள்.

மற்றவரோடு மனங்கலந்து சிரித்து மகிழும் பண்பு இல்லாதவர்களுக்குப் பகற்பொழுதுகூட இருட்டாகவே தோன்றும்.

1000 **பண்பிலான் பெற்ற பெருஞ்செல்வம் நன்பால்**
கலந்தீமை யால்திரிந் தற்று.

பண்பு சிறிதும் இல்லாதவன் பெற்றிருக்கும் செல்வம், நல்ல பால், பெய்துவைக்கப்பட்ட பாத்திரம் அதன் தன்மையால் திரிந்து சுவை கெடுவது போன்றதாகும்.

101. நன்றியில் செல்வம்

1001
வைத்தான்வாய் சான்ற பெரும்பொருள் அஃதுண்ணான்
செத்தான் செயக்கிடந்தது இல்.

> பெரும்பொருளைச் சேர்த்துவைத்து அதனை உண்டு மகிழாமலும், பிறர்க்குப் பகிராமலும் இருப்பவன் இறந்தார்க்குச் சமமாவான்.

1002
பொருளானாம் எல்லாமென்று ஈயாது இவறும்
மருளானாம் மாணாப் பிறப்பு

> பொருளால் எல்லாம் முடியும் என்று எண்ணி அதனை யாருக்கும் தராமல், அதன் மீதுள்ள மயக்கத்தால் அவனுக்கு இழி பிறவி வந்து சேரும்.

1003
ஈட்டம் இவறி இசைவேண்டா ஆடவர்
தோற்றம் நிலக்குப் பொறை.

> புகழை விரும்பாது பொருள் ஈட்டுவதை மட்டுமே விரும்பிய மக்கட்பிறப்பு, இந்த மண்ணுக்குச் சுமையாகும்.

1004
எச்சமென்று என்எண்ணுங் கொல்லோ ஒருவரால்
நச்சப் படாஅ தவன்.

> யாவராலும் விரும்பப்படாத கஞ்சன், இறந்தால் தனக்குப் பின் எஞ்சி இருப்பது எது என்று கருதுவானோ?

1005
கொடுப்பதூஉம் துய்ப்பதூஉம் இல்லார்க்கு அடுக்கிய
கோடியுண் டாயினும் இல்.

> பிறருக்கு வழங்குவதும், தானே நுகர்தலும் இல்லாதவருக்குக் கோடி கோடியாய்ப் பொருள் குவிந்திருந்தும் அதனால் பயனில்லை.

பயன்படுத்தாத செல்வத்தின் இயல்பு

1006 ஏதம் பெருஞ்செல்வம் தான்துவ்வான் தக்கார்க்கொன்று
ஈதல் இயல்பிலா தான்.

தானும் அனுபவிக்காமல் தக்கவர்க்கு வேண்டிய பொருளையும் கொடுக்காத பண்பற்றவன், தான் ஈட்டிய செல்வத்திற்கே ஒரு நோயாவான்.

1007 அற்றார்க்கொன்று ஆற்றாதான் செல்வம் மிகநலம்
பெற்றாள் தமியள்மூத் தற்று.

வறியவருக்கு எப்பொருளும் தராதவன் பெற்ற செல்வம், அழகி ஒருத்தி, திருமணம் ஆகாமல் தனித்து வாழ்ந்து முதுமை அடைவது போன்றது.

1008 நச்சப் படாதவன் செல்வம் நடுவூருள்
நச்சு மரம்பழுத் தற்று.

யாவராலும் விரும்பப்படாதவனது செல்வம், ஊரின் நடுவே நச்சுமரம் பழுத்து யாருக்கும் பயன்படாததைப் போன்றது.

1009 அன்பொரீஇத் தற்செற்று அறநோக்காது ஈட்டிய
ஒண்பொருள் கொள்வார் பிறர்.

அன்பற்று, தன்னை வருத்தி அறம் நோக்காது சேர்த்த செல்வத்தை அறிமுகமே இல்லாத எவரோ அனுபவிக்க நேரிடும்.

1010 சீருடைச் செல்வர் சிறுதுனி மாரி
வறங்கூர்ந் தனையது உடைத்து.

ஈகைக்குணம் கொண்ட செல்வர், சிறிதுகாலம் வறுமையுற நேர்ந்தால், அது சில காலம் மழைமேகம் வறட்சியுறுவது போன்றது.

102. நாணுடைமை

1011
கருமத்தால் நாணுதல் நாணுத் திருநுதல்
நல்லவர் நாணுப் பிற.

பழி பாவச் செயலுக்காக நாணுவது நாணம்; ஒளி பொருந்திய நெற்றியுடைய பெண்ணின் நாணம். என்பது வேறு வகை.

1012
ஊணுடை எச்சம் உயிர்க்கெல்லாம் வேறல்ல
நாணுடைமை மாந்தர் சிறப்பு.

உணவு, உடை எஞ்சியவை எல்லார்க்கும் பொது வானவை; ஆயின் மக்களுக்குச் சிறப்பாகச் சொல்லப்படுவது நாணுடைமையே.

1013
ஊனைக் குறித்த உயிரெல்லாம் நாண்என்னும்
நன்மை குறித்தது சால்பு.

உடம்பிற்கு உயிர் அடிப்படை; சான்றாண்மைக்கு நாணமே அடிப்படை

1014
அணிஅன்றோ நாணுடைமை சான்றோர்க்கு அஃதின்றேல்
பிணிஅன்றோ பீடு நடை.

அறிஞர்க்கு அழகு நாணுடைமை என்னும் அணி; அதைப் பொருட்படுத்தாத வெட்கமில்லாத வீறாப்பு நடை அவர்க்கு நோயாம்.

1015
பிறர்பழியும் தம்பழியும் நாணுவார் நாணுக்கு
உறைபதி என்னும் உலகு.

மற்றவர்க்கு வரும் பழியையும், தமக்கு நேரும் பழியையும் ஒன்றெனக் கருதி நாணம் கொள்பவரை நாணத்திற்கு உறைவிடம் என்று உலகம் சொல்லும்.

பழிக்கு நாணித் தீமை புரிய அஞ்சுவோர் இயல்பு

1016 **நாண்வேலி கொள்ளாது மன்னோ வியன்ஞாலம்**
பேணலர் மேலா யவர்.

உயர்பண்பினர் நாணத்தைத் தமக்குக் காவலாகக் கொண்டு வாழ்வர்; அத்தகையோர் அதனை விடுத்துப் பரந்த உலகையே தந்தாலும் மதியார்.

1017 **நாணால் உயிரைத் துறப்பர் உயிர்ப்பொருட்டால்**
நாண்துறவார் நாணாள் பவர்.

நாணம் மிக்க சான்றோர், நாணத்தைக் காப்பதற்காக உயிர் விடுவாரே தவிர, உயிரைக் காப்பாற்றிக் கொள்ள நாணத்தைக் கைவிட மாட்டார்கள்.

1018 **பிறர்நாணத் தக்கது தான்நாணா னாயின்**
அறம்நாணத் தக்கது உடைத்து.

மற்றவர் நாணம் அடையத் தக்க செயலைக் கண்டு ஒருவன் நாணம் அடையாவிட்டால், அறமே அவன் செயலுக்காக வெட்கப்படும்.

1019 **குலஞ்சுடும் கொள்கை பிழைப்பின் நலஞ்சுடும்**
நாணின்மை நின்றக் கடை.

ஒருவன் கொள்கை தவறினால் அவனது குடி கெடும்; நாணம் இல்லா வாழ்வால் அவனது நலம் கெடும்.

1020 **நாண்அகத் தில்லார் இயக்கம் மரப்பாவை**
நாணால் உயிர்மருட்டி அற்று.

மனத்தில் நாணமில்லாதவனின் செயற்பாடு, மரத்தால் செய்யப்பட்ட பாவையைக் கயிற்றால் இயக்கி, அதற்கு உயிரூட்டி ஆட்டுவது போன்றது.

103. குடிசெயல் வகை

1021
கருமம் செயஒருவன் கைதூவேன் என்னும்
பெருமையின் பீடுடையது இல்.

> குடும்பத்தை உயர்த்தும் கடமையைக் கைவிடேன்
> என்பவனின் உறுதியைக் காட்டிலும் பெருமையும்
> சிறப்பும் தருவது வேறொன்றில்லை.

1022
ஆள்வினையும் ஆன்ற அறிவும் எனஇரண்டின்
நீள்வினையால் நீளும் குடி.

> குடும்பத்தைக் காப்பதில் விடாமுயற்சி, திறம்படப்
> பெற்றிருக்கும் அறிவு ஆகிய இரண்டாலும் குடும்பம்
> தழைத்தோங்கும்.

1023
குடிசெய்வல் என்னும் ஒருவற்குத் தெய்வம்
மடிதற்றுத் தான்முந் துறும்.

> குடும்பத்தை உயர்த்துவேன் என்ற மனத்திண்மை
> கொண்டவனுக்குத் தெய்வம் ஆடையை வரிந்து
> கட்டிக்கொண்டு முன் நின்று உதவும்.

1024
சூழாமல் தானே முடிவெய்தும் தம்குடியைத்
தாழாது உஞற்று பவர்க்கு.

> தம் குடியை உயர்த்துவதற்கான முயற்சியில்
> தளர்வுறாது, செயலாற்றுபவனுக்கு வினைமுடிக்கும்
> ஆற்றல் தானே வந்துசேரும்.

1025
குற்றம் இலனாய்க் குடிசெய்து வாழ்வானைச்
சுற்றமாச் சுற்றும் உலகு.

> குற்றம் சிறிதுமின்றிக் குடியைக் காக்க வல்லவனை
> இந்த உலகம், சுற்றத்தினனாக விரும்பிக் கொண்டாடும்.

குடும்பத்தைத் தக்க வகையில் பெருமைப்படுத்தல்

1026 நல்லாண்மை என்பது ஒருவற்குத் தான்பிறந்த
இல்லாண்மை ஆக்கிக் கொளல்.

> தன் குடும்பத்தை உயர்த்தி ஆளும் திறமையைத் தனதாக்கிக் கொள்வதே ஆண்மைக்குரிய வீரமாகும்.

1027 அமரகத்து வன்கண்ணர் போலத் தமரகத்தும்
ஆற்றுவார் மேற்றே பொறை.

> போர்க்களத்தில் நின்று வீரங்காட்டிப் போரைத் தாங்கும் வீரர் போல, குடியைத் தாங்க வல்லவர் மீதே பொறுப்பு முழுவதும் வந்து சேரும்.

1028 குடிசெய்வார்க் கில்லை பருவம் மடிசெய்து
மானங் கருதக் கெடும்.

> குடும்பத்தை உயர்த்துவதற்குக் காலமும் நேரமும் பார்க்க வேண்டா. சோம்பியிருந்து தன்மானம் பேசிக் குடியைக் காவாதிருந்தால் அக்குடி கெட்டொழியும்.

1029 இடும்பைக்கே கொள்கலம் கொல்லோ குடும்பத்தைக்
குற்றம் மறைப்பான் உடம்பு.

> குடும்பத்தைக் குற்றமில்லாமல் நடத்திச் செல்ல முயல்பவனின் உடம்பு, துன்பத்திற்கு உறைவிடமோ?

1030 இடுக்கண்கால் கொன்றிட வீழும் அடுத்தூன்றும்
நல்லாள் இலாத குடி.

> குடும்பத்தைத் தாங்குதற்கு ஆள் இல்லாத குடியாகிய மரம், வறுமைத் துன்பத்தால் அடியோடு இற்றுப்போகும்.

104. உழவு

1031. சுழன்றும்ஏர்ப் பின்னது உலகம் அதனால்
உழந்தும் உழவே தலை.

தொழில்கள் பல இயங்கினும், ஏர்த்தொழிலுக்குப் பின்னால்தான் உலகத்தின் இயக்கமே. எவ்வளவு துன்பம் உறினும் தலையாய தொழில் உழவுத்தொழிலே.

1032. உழுவார் உலகத்தார்க்கு ஆணிஅஃ தாற்றாது
எழுவாரை எல்லாம் பொறுத்து.

உழவர்களே மற்றத் தொழில் செய்வோரைத் தாங்குவதால், உழவர்களே உலகத்தார்க்கு அச்சாணி ஆவர்;

1033. உழுதுண்டு வாழ்வாரே வாழ்வார்மற் றெல்லாம்
தொழுதுண்டு பின்செல் பவர்.

உழவுத்தொழில் செய்து வாழ்வோரே வாழ்பவராகவும், வாழ்விப்பவராகவும் இருப்பர்; மற்றவர்கள் பிறரை அண்டி அடிபணிந்து பின்செல்வோராகவே இருப்பர்.

1034. பலகுடை நீழலும் தங்குடைக்கீழ்க் காண்பர்
அலகுடை நீழ லவர்.

குடிகளைத் தன் வெண்கொற்றக்குடையின் நிழலில் தங்கச் செய்யும் மன்னரையும், நெற்பயிராகிய தண்ணளி தரும் குடைக்கீழ் வாழ்விப்பவர் உழவர்களாவர்.

1035. இரவார் இரப்பார்க்கொன்று ஈவர் கரவாது
கைசெய்தூண் மாலை யவர்.

உழைக்கும் கரத்தால் உழுதுண்ணும் உழவர், பிறரிடம் கையேந்த மாட்டார்கள்; தம்மை வந்து இரந்து நிற்பாருக்கு ஒளிமறைவில்லாது கொடுத்து மகிழ்வர்.

உழுதொழிலின் மேன்மை

1036 **உழவினார் கைம்மடங்கின் இல்லை விழைவதூஉம்**
விட்டேம்என் பார்க்கும் நிலை.

உழவர்கள் தம் தொழிலைக் கைவிட்டால், உலகப் பற்றைக் கைவிட்டோம் என்று கூறும் துறவிகளும் தம் நிலையில் தவம் புரியத் தடுமாறுவர்.

1037 **தொடிப்புழுதி கஃசா உணக்கின் பிடித்தெருவும்**
வேண்டாது சாலப் படும்.

ஒரு பலம் புழுதியைக் கால்பலமாக்கி நன்றாக உழுது நிலத்தைக் காய விட்டால், அந்நிலம் பிடியளவுகூட உரம் இன்றி நன்றாகச் செழிக்கும்.

1038 **ஏரினும் நன்றால் எருவிடுதல் கட்டபின்**
நீரினும் நன்றதன் காப்பு.

உழுவதைவிட உரம் இடுதல் நல்லது; உரமிட்டுக் களை நீக்கிப் பின் நீர்ப்பாய்ச்சுதலைக் காட்டிலும் பயிரைப் பாதுகாத்தல் அதைவிட வேண்டப்படுவதாகும்.

1039 **செல்லான் கிழவன் இருப்பின் நிலம்புலந்து**
இல்லாளின் ஊடி விடும்.

நிலமும் பெண்தான்: அதனை நாள்தோறும் கவனிக்காது விட்டுவிட்டால் மனைவி ஊடல் கொள்வதுபோல் நிலமும் ஊடல் கொண்டுவிடும்.

1040 **இலமென்று அசைஇ இருப்பாரைக் காணின்**
நிலமென்னும் நல்லாள் நகும்.

நிலமுடையவன் தன்னிடத்து ஒன்றுமில்லை என்று சோம்பி இருந்துவிட்டால், நிலமங்கை அவனது அறியாமையை எண்ணித் தனக்குள் சிரிப்பாள்.

105 நல்குரவு

1041 **இன்மையின் இன்னாதது யாதெனின் இன்மையின்**
இன்மையே இன்னா தது.

வறுமையைக்காட்டிலும் துன்பம் தருவது எது வென்றால், வறுமைதானே தவிர வேறெதுவும் இருக்க முடியாது.

1042 **இன்மை எனவொரு பாவி மறுமையும்**
இம்மையும் இன்றி வரும்.

வறுமை என்னும் பாவி ஒருவரிடத்து இருக்கு மானால், மறுமை இன்பமும், இம்மை இன்பமும் இல்லாதொழியும்.

1043 **தொல்வரவும் தோலும் கெடுக்கும் தொகையாக**
நல்குரவு என்னும் நசை.

வறுமை காரணமாக வரும் பற்றுக்கோடு குடிப் பெருமையையும், புகழையும் ஒட்டுமொத்தமாகக் கெடுத்துவிடும்.

1044 **இற்பிறந்தார் கண்ணேயும் இன்மை இளிவந்த**
சொற்பிறக்கும் சோர்வு தரும்.

உயர்குடிப் பிறந்தாரிடத்தும் இழிவான சொற்களைக் கூறும் சூழ்நிலையை வறுமை ஏற்படுத்திவிடும்.

1045 **நல்குரவு என்னும் இடும்பையுள் பல்குரைத்**
துன்பங்கள் சென்று படும்.

வாழ்வில் காணும் பல துன்பங்களும் வறுமைத் துன்பத்துள் சேர்ந்துகொள்ளும்.

வறுமையது இழிவு

1046. நற்பொருள் நன்குணர்ந்து சொல்லினும் நல்கூர்ந்தார்
சொற்பொருள் சோர்வு படும்.

வறுமை கொண்டவன் எவ்வளவுதான் நற்பொருளைக் கற்றறிந்து மற்றவர்க்கு எடுத்துரைப்பினும் அவன் சொற்கள் எடுபடாது.

1047. அறஞ்சாரா நல்குரவு ஈன்றதா யானும்
பிறன்போல நோக்கப் படும்.

அறத்தொடு பொருந்தாத வறுமை, ஒருவனை அடையுமானால், தாய்கூட அயலானை நோக்குவது போலப் பார்ப்பாள்.

1048. இன்றும் வருவது கொல்லோ நெருநலும்
கொன்றது போலும் நிரப்பு.

நேற்றைக்கு, வருத்திக் கொல்வது போன்று வந்த வறுமை, இன்றும் வந்து துன்பத்தில் ஆழ்த்தினால் என் செய்வது?

1049. நெருப்பினுள் துஞ்சலும் ஆகும் நிரப்பினுள்
யாதொன்றும் கண்பாடு அரிது.

நெருப்பினுள் உறங்குதலும் ஒருவருக்கு இயலும்; ஆனால், வறுமையுள் ஒருவர் கண்மூடி உறங்க முடியாது.

1050. துப்புர வில்லார் துவரத் துறவாமை
உப்பிற்கும் காடிக்கும் கூற்று.

உண்ண வழியின்றி இருக்கும் வறியவர், முற்றும் துறவாதிருத்தல் மற்றவர் வீட்டு உப்புக்கும், காடித் தண்ணீர்க்கும் கூற்றாகும்.

106. இரவு

1051
இரக்க இரத்தக்கார்க் காணின் கரப்பின்
அவர்பழி தம்பழி அன்று.

> மனமுவந்து கொடுப்பவரைக் கண்டால் அவரிடம் இரங்கிக் கேட்க, அவர் இல்லை என்று மறைத்தால், அது அவர்க்கு நேரும் பழியே தவிர இரப்பவருக்குப் பழி ஆகாது.

1052
இன்பம் ஒருவற்கு இரத்தல் இரந்தவை
துன்பம் உறாஅ வரின்.

> எத்தகைய துன்பமில்லாமல் இரந்து கேட்கும் பொருள் கிடைக்குமாயின், இரப்பது கூட இன்பமே ஆகும்.

1053
கரப்பிலா நெஞ்சின் கடனறிவார் முன்நின்று
இரப்புமோ ரேஎர் உடைத்து.

> தம்மிடம் உள்ளதை மறைக்காது மனமுவந்து கொடுப்பார் முன் நின்று இரப்பதுகூட, ஒரு வகையில் அழகுடையதே.

1054
இரத்தலும் ஈதலே போலும் கரத்தல்
கனவிலும் தேற்றாதார் மாட்டு.

> தன்னிடம் வந்து கேட்போர்க்கு இல்லை என்பதைக் கனவிலும் கருதாதவரிடம் இரத்தல் கூட ஈதலைப் போலவே இன்பம் தரவல்லது.

1055
கரப்பிலார் வையகத்து உண்மையால் கண்ணின்று
இரப்பவர் மேற்கொள் வது.

> உள்ளத்தில் ஒளிமறைவு இல்லாதவர் உலகில் இருப்பதால்தான் இரவலர் அவர் முன் நின்று இரப்பதை மேற்கொள்கின்றனர்.

யாசித்தலின் இயல்பு

1056 கரப்பிடும்பை யில்லாரைக் காணின் நிரப்பிடும்பை
எல்லாம் ஒருங்கு கெடும்.

உள்ளதை மறைக்காமல் கொடுக்கும் இயல்புடை
யோரைக் கண்டால் வறுமைத் துன்பம் அறவே
கெடும்.

1057 இகழ்ந்தெள்ளாது ஈவாரைக் காணின் மகிழ்ந்துள்ளம்
உள்ளுள் உவப்பது உடைத்து.

இரப்பவரின் மனம் நோகாமலும் புண்படப் பேசா
மலும் கொடுக்கும் நல்லோரைக் கண்டால் இரந்து
நிற்பவர் மனம் உள்ளுக்குள் இன்பம் அடையும்.

1058 இரப்பாரை இல்லாயின் ஈர்ங்கண்மா ஞாலம்
மரப்பாவை சென்றுவந் தற்று.

இரப்பவர் உலகில் இல்லையானால், இப்
பேருலகினரின் நடமாட்டம், கயிற்றால் இயக்கப்படும்
மரப்பாவை போன்று உணர்ச்சியற்றதாய் ஆகிவிடும்.

1059 ஈவார்கண் என்னுண்டாம் தோற்றம் இரந்துகோள்
மேவார் இலாஅக் கடை.

இரந்து பொருளை விரும்பிப் பெற நினைக்கும்
இரவலர் இல்லாது போனால், கொடுக்கும் இயல்புடை
யோர்க்கு என்ன புகழ் வந்து சேரும்.

1060 இரப்பான் வெகுளாமை வேண்டும் நிரப்பிடும்பை
தானேயும் சாலும் கரி.

பொருள் ஒன்றும் தராதவனைக் கண்டு இரப்பவன்
கோபம் கொள்ளக்கூடாது; முன் அவன் செய்த
வினைப்பயனால் அவன் அடைந்த வறுமைத்துன்பமே
அதற்கு அடையாளம்.

107. இரவச்சம்

1061
கரவாது உவந்தீயும் கண்ணன்னார் கண்ணும்
இரவாமை கோடி உறும்.

> தம்மிடம் உள்ளதை ஒளிக்காது மகிழ்வோடு கொடுக்கும் கண்போன்றவர்களிடம் சென்று இரவாதிருத்தல் கோடி மடங்கு நல்லது.

1062
இரந்தும் உயிர்வாழ்தல் வேண்டின் பரந்து
கெடுக உலகியற்றி யான்.

> பிச்சையெடுத்துத்தான் வாழவேண்டும் என்று விதி சமைத்திருப்பின், அந்த விதி வகுத்தவன் பிச்சை யெடுப்பவனைப் போலவே அலைந்து திரியட்டும்.

1063
இன்மை இடும்பை இரந்துதீர் வாமென்னும்
வன்மையின் வன்பாட்ட தில்.

> வறுமைத்துன்பத்தை யாசித்தே போக்கிக் கொள்வேன் என்று ஒருவன் நினைத்தால், அதைவிட வன்மை யான குணம் வேறெதுவும் இருக்கமுடியாது.

1064
இடமெல்லாம் கொள்ளாத் தகைத்தே இடமில்லாக்
காலும் இரவொல்லாச் சால்பு.

> வறுமையுற்ற போதிலும், பிறரிடம் சென்று இரத்தலுக்கு உடன்படாதவன் பண்பு, உலகெலாம் ஒன்று சேரினும் அப்பண்பிற்கு ஈடாகாத பெருமையுடையது.

1065
தெண்ணீர் அடுபுற்கை ஆயினும் தாள்தந்தது
உண்ணலின் ஊங்கினிய தில்.

> தெளிந்த நீர்போலச் சமைத்த கூழேயானாலும், தன் முயற்சியால் கிடைத்த அதனை அருந்துவதைவிட இன்பம் தருவது வேறில்லை.

யாசித்தலுக்கு அஞ்சுதல்

1066 **ஆவிற்கு நீரென்று இரப்பினும் நாவிற்கு**
இரவின் இளிவந்த தில்.

நீர்வேட்கையால், பசுவிற்கு நீர் வேண்டும் என்று பிறரை இறைஞ்சிக் கேட்பதைவிட நாவிற்கு இழிவானது வேறொன்றுமில்லை.

1067 **இரப்பன் இரப்பாரை எல்லாம் இரப்பின்**
கரப்பார் இரவன்மின் என்று.

பிறரிடம் சென்று இரந்து நிற்கும்போது அவர் இருப்பதை ஒளிப்பாரேயானால் அவரிடம் சென்று யாசிக்கவேண்டாம் என்று இரவலர்களைக் கேட்டுக் கொள்வேன்.

1068 **இரவென்னும் ஏமாப்பில் தோணி கரவென்னும்**
பார்தாக்கப் பக்கு விடும்.

யாசித்தல் என்னும் பாதுகாப்பற்ற தோணி, இல்லை என்ற மறைத்தலாகிய பாறையில் மோதினால் சிதறுண்டு உடையும்.

1069 **இரவுள்ள உள்ளம் உருகும் கரவுள்ள**
உள்ளதூஉம் இன்றிக் கெடும்.

இரத்தல் தொழிலாகிய கொடுமையை நினைத்தால் மனம் உருகும்; பொருளுடையவன் இருப்பதை மறைத்தால் மனமுடையும்.

1070 **கரப்பவர்க்கு யாங்கொளிக்கும் கொல்லோ இரப்பவர்**
சொல்லாடப் போஒம் உயிர்.

யாசிக்க வந்துள்ளேன் என்று சொல்லும்போதே உயிர் போய்விடுமென்றால், ஈயாது மறைப்பவரின் உயிர் எங்குச் சென்று ஒளிந்துகொள்ளுமோ?

108. கயமை

1071
மக்களே போல்வர் கயவர் அவரன்ன
ஒப்பாரி யாங்கண்டது இல்.

> கயவர் உருவத்தால் மக்களை ஒத்திருப்பர்; உருவ ஒப்புமை தவிர வேறு ஒப்புமை அவரிடத்து இருப்பதாக எமக்குத் தெரியவில்லை.

1072
நன்றறி வாரிற் கயவர் திருவுடையர்
நெஞ்சத்து அவலம் இலர்.

> எதைப்பற்றியும் கவலை இல்லாதவர்கள், தமக்கு உறுதியானவை இவை என்று அறிபவரைக் காட்டிலும் அவற்றை அறியாத கயவர்கள் நன்மை உடையவர்கள்.

1073
தேவர் அனையர் கயவர் அவருந்தாம்
மேவன செய்தொழுக லான்.

> தேவரைப் போலவே தாம் விரும்பிய அனைத்தையும் செய்வதால், கயவர்கள் தேவர்களுக்கு இணை யாவார்கள்.

1074
அகப்பட்டி ஆவாரைக் காணின் அவரின்
மிகப்பட்டுச் செம்மாக்கும் கீழ்.

> தம்மினும் கீழ்மக்களைக் கண்டால், அந்தக் கயமை யால் தாம் மேம்பட்டவர் என்று கருதி இறுமாப்புக் கொள்வர்.

1075
அச்சமே கீழ்களது ஆசாரம் எச்சம்
அவாவுண்டேல் உண்டாம் சிறிது.

> கயவர்களிடம் சிறிதளவாவது ஒழுக்கம் இருக்கு மானால், அதற்கு அச்சமும் ஒரு காரணம்; பொருள் ஒன்றை அடையவேண்டும் என்ற அவா சிறிதாவது அவர்களிடம் இருக்கலாம்.

கயமைத் தன்மை

1076 **அறைபறை அன்னர் கயவர்தாம் கேட்ட**
மறைபிறர்க்கு உய்த்துரைக்க லான்.

கயவர் தாம் கேட்ட இரகசியங்களை எல்லோரிடத்தும் உரத்துச்சொல்வதால், அடிக்கப்படும் பறைக்கு அவர்கள் ஒப்பானவர்கள் ஆவர்.

1077 **ஈர்ங்கை விதிரார் கயவர் கொடிறுடைக்கும்**
கூன்கையர் அல்லா தவர்க்கு.

கையால் முறுக்கிக் கன்னத்தில் அறையும் வன்முறை யாளர்க்கன்றி மற்றவர்களுக்குக் கயவர் எச்சிற் கையைக்கூட உதறமாட்டார்கள்.

1078 **சொல்லப் பயன்படுவர் சான்றோர் கரும்புபோல்**
கொல்லப் பயன்படும் கீழ்.

குறையைக் கேட்ட மாத்திரத்திலேயே சான்றோர் பயன் தருவர்; கயவரோ கரும்பு போல் பிழிந்தால்தான் பயன்படுவர்.

1079 **உடுப்பதூஉம் உண்பதூஉம் காணின் பிறர்மேல்**
வடுக்காண வற்றாகும் கீழ்.

மற்றவர் நன்றாக உடுத்தினாலும், உண்டாலும் அதனைப் பொறாது அவர் மீது குற்றம் சுமத்துவதே கயவர்க்குரிய இயல்பாகும்.

1080 **எற்றிற் குரியர் கயவரொன்று உற்றக்கால்**
விற்றற்கு உரியர் விரைந்து.

கயவர் தமக்கு ஒரு துன்பம் வந்தால் தம்மையே பிறர்க்கு விற்று விடுவதில் விரைந்து நிற்பர்; வேறு எதற்கும் உரியவராகார்.

இன்பத்துப்பால் (109-133)

களவியல்

109. தகையணங்குறுத்தல்
110. குறிப்பறிதல்
111. புணர்ச்சி மகிழ்தல்
112. நலம் புனைந்து உரைத்தல்
113. காதற் சிறப்பு உரைத்தல்
114. நாணுத் துறவு உரைத்தல்
115. அலர் அறிவுறுத்தல்

கற்பியல்

116. பிரிவாற்றாமை
117. படர் மெலிந்து இரங்கல்
118. கண் விதுப்பு அழிதல்
119. பசப்பு உறு பருவரல்
120. தனிப்படர் மிகுதி
121. நினைந்தவர் புலம்பல்
122. கனவு நிலை உரைத்தல்
123. பொழுது கண்டு இரங்கல்
124. உறுப்பு நலன் அழிதல்
125. நெஞ்சொடு கிளத்தல்
126. நிறை அழிதல்
127. அவர் வயின் விதும்பல்
128. குறிப்பு அறிவுறுத்தல்
129. புணர்ச்சி விதும்பல்
130. நெஞ்சொடு புலத்தல்
131. புலவி
132. புலவி நுணுக்கம்
133. ஊடல் உவகை

இன்பத்துப்பால்

109. தகையணங்குறுத்தல்

1081
அணங்குகொல் ஆய்மயில் கொல்லோ கனங்குழை
மாதர்கொல் மாலும் என் நெஞ்சு.

> அழகிய தெய்வ வடிவமோ?. தோகை மயிலோ? காதணி ஒளிரும் இப்பெண் யாரோ? இவளைக்கண்டு என் நெஞ்சம் மயங்குகிறதே!

1082
நோக்கினாள் நோக்கெதிர் நோக்குதல் தாக்கணங்கு
தானைக்கொண் டன்ன துடைத்து.

> என்னை நோக்கினாள்; என்பார்வைக்கு எதிர்ப் பார்வையும் பார்த்தாள்; தெய்வப்பெண் படையோடு வந்து தாக்குதல் நடத்தியது போன்ற பார்வையல்லவா அது!

1083
பண்டறியேன் கூற்றென் பதனை இனியறிந்தேன்
பெண்டகையால் பேரமர்க் கட்டு.

> கூற்றுவனைக் கண்டதில்லை. இப்போது கண்டு கொண்டேன். கண்களால் போர்புரிந்து உயிரை வாங்கப் பெண்வடிவில் அது வந்ததோ எனக் கண்டுகொண்டேன்.

1084
கண்டார் உயிருண்ணும் தோற்றத்தால் பெண்டகைப்
பேதைக்கு அமர்த்தன கண்.

> பெண்மையின் அழகிய இவளது கண்கள், பார்ப்போரின் உயிரைப் பறிப்பதாய் உள்ளதே!

1085
கூற்றமோ கண்ணோ பிணையோ மடவரல்
நோக்கமிம் மூன்றும் உடைத்து.

> உயிரை வருத்துவதால் இவள் எமனோ? மயக்குவதால் கண்தானோ? மருட்சி நோக்கால் பெண்மானோ? மடப்பம் பொருந்திய இவள் இம்மூன்றையும் கண்களில் ஒளித்து வைத்திருக்கிறாளே!

தலைவியின் அழகு வருத்துதல்

1086 **கொடும்புருவம் கோடா மறைப்பின் நடுங்கஞர்**
செய்யல மன்இவள் கண்.

வளைந்திருக்கும் புருவம் வளையாமல் இயல்பாக நேர்நிற்குமானால், இவள் கண்கள் என்னை நடுக்கம் கொள்ளச் செய்யாதிருக்கும்.

1087 **கடாஅக் களிற்றின்மேற் கட்படாம் மாதர்**
படாஅ முலைமேல் துகில்.

இளம் மார்பகத்தின் மீது அணிந்திருக்கும் மேலாடை, மதங்கொண்ட யானை மீது போர்த்திய முகபடாம் போல் அல்லவா உள்ளது.

1088 **ஒண்ணுதற் கோஒ உடைந்ததே ஞாட்பினுள்**
நண்ணாரும் உட்குமென் பீடு.

பகைவரை வெற்றி கொள்ளும் எனது வீரம், ஒளி பொருந்திய இவளது நெற்றியைக் கண்ட அளவிலேயே சுக்குநூறாகி நொறுங்கிப்போனதே!

1089 **பிணையேர் மடநோக்கும் நாணும் உடையாட்கு**
அணியெவனோ ஏதில தந்து.

மருட்சி காட்டும் மான்போன்ற பார்வையும், வெட்கம் காட்டும் நாணமும் அகத்தே இருந்து இவளை அணிசெய்யப் புறத்தே அணிகலனை அணிந்திருத்தல் ஏனோ?

1090 **உண்டார்கண் அல்லது அடுநறாக் காமம்போல்**
கண்டார் மகிழ்செய்தல் இன்று.

கள்ளை உண்டவர்க்கு அதை உண்டபோதுதான் மகிழ்ச்சி; காமமோ கண்டபோதே மகிழ்ச்சி.

110 குறிப்பறிதல்

1091 **இருநோக்கு இவளுண்கண் உள்ளது ஒருநோக்கு**
நோய்நோக்கொன்று அந்நோய் மருந்து.

இவளது விழிகள் இரண்டு தன்மைகள் கொண்டவை. ஒன்று துன்பம் தரும் நோய்; மற்றது அந்நோய் தணிக்கும் மருந்து.

1092 **கண்களவு கொள்ளும் சிறுநோக்கம் காமத்தில்**
செம்பாகம் அன்று பெரிது.

இவள் பார்க்கும் கள்ளப் பார்வையைக் கணக்கிட்டால், காமத்தில் சரிபாதி ஆகாது; அது எல்லை மீறிய பார்வை.

1093 **நோக்கினாள் நோக்கி இறைஞ்சினாள் அஃதவள்**
யாப்பினுள் அட்டிய நீர்.

நான் காணாத போது,என்னை நோக்கினாள்;பின் நாணித் தலை குனிந்தாள்; அப்பார்வை காதல் பயிருக்கு நீர் அல்லவா?

1094 **யான்நோக்கும் காலை நிலன்நோக்கும் நோக்காக்கால்**
தான்நோக்கி மெல்ல நகும்.

நான் பார்க்கையில் அவள் நிலம் பார்த்துத் தலை குனிவாள்; நான் நோக்காதபோது, என்னைப் பார்த்து அவள் தனக்குள் மென்சிரிப்பை உதிர்ப்பாள்.

1095 **குறிக்கொண்டு நோக்காமை அல்லால் ஒருகண்**
சிறக்கணித்தாள் போல நகும்

அவள் நேரடியாகப் பார்க்கவில்லையேயன்றி, ஒரு கண்ணை மட்டும் சுருக்கி ஓர விழிப் பார்வையோடு பார்த்துவிட்டுத் தனக்குள் சிரிப்பாள்.

காதலரின் குறிப்புகள்

1096. உறாஅ தவர்போல் சொலினும் செறாஅர்சொல்
ஒல்லை உணரப் படும்.

> பார்ப்பதற்கு அன்பில்லாதவராய்க் கடுஞ்சொல் சொன்னாலும் உள்ளத்தில் வெறுப்பில்லாதவரின் சொல் அது என்பது விரைவில் தெரிந்துவிடும்.

1097. செறாஅச் சிறுசொல்லும் செற்றார்போல் நோக்கும்
உறாஅர்போன்று உற்றார் குறிப்பு.

> கோபம் கொள்ளாமலேயே பொய்க்கோபப் பேச்சும், வேற்று ஆளைப் பார்ப்பதுபோல் பார்க்கும் பார்வையும் காதற்குறிப்பினை உணர்த்துவதற்கே!

1098. அசையியற்கு உண்டாண்டோர் ஏஎர்யான் நோக்கப்
பசையினள் பைய நகும்.

> நான் அவளைப் பார்க்க, மனம் இளகி மெல்லச் சிரிப்பாள். அசையும் மென் நடை கொண்ட அவளிடம் அப்போது தோன்றும் அழகே தனி.

1099. ஏதிலார் போலப் பொதுநோக்கு நோக்குதல்
காதலார் கண்ணே உள.

> முன்பின் அறியாதவர் போல், கண்டும் காணாமலும் பார்க்கும் பொதுநோக்கு, காதலர்க்கே உரிய இயல் பாகும்.

1100. கண்ணொடு கண்இணை நோக்கொக்கின் வாய்ச்சொற்கள்
என்ன பயனும் இல.

> இருவர் கண்களும் தம்முள் ஒன்றிப் போய் அன்பில் கலந்தால், அங்கு வாய்ச்சொற்களுக்கு என்ன பயன்?

111 புணர்ச்சி மகிழ்தல்

1101 **கண்டுகேட்டு உண்டுயிர்த்து உற்றறியும் ஐம்புலனும்**
ஒண்தொடி கண்ணே உள.

காணுதல், கேட்டல், பருகுதல், நுகர்தல், மேனி தீண்டுதல், மெய்யுயிர்ப்பில் திளைத்தல் இவ்ஐம்புல இன்பங்களும் ஒளி பொருந்திய வளையல் அணிந்த இவளிடம் உள்ளன.

1102 **பிணிக்கு மருந்து பிறமன் அணியிழை**
தன்நோய்க்குத் தானே மருந்து.

நோய்க்கு மருந்து தர வேறு பொருள்கள் உள்ளன; ஆனால் அணிகலன் அணிந்த இவள் தந்த காமநோய்க்கு இவளேதான் மருந்து.

1103 **தாம்வீழ்வார் மென்றோள் துயிலின் இனிதுகொல்**
தாமரைக் கண்ணான் உலகு.

காதல் கொண்ட தலைவியின் மென்தோளில் துயிலும் இன்பத்தைவிடத் தாமரைக்கண்ணான் உறையும் உலகம் இனிதாகுமோ?

1104 **நீங்கின் தெறூஉம் குறுகுங்கால் தண்ணென்னும்**
தீயாண்டுப் பெற்றாள் இவள்?

விலகினால் சுடுகிறது; நெருங்கினால் குளிர்கிறது; இப்படிப்பட்ட புதுமைத்தீயை இவள் எங்கிருந்துதான் பெற்றாளோ?

1105 **வேட்ட பொழுதின் அவையவை போலுமே**
தோட்டார் கதுப்பினாள் தோள்.

விரும்பிய பொருள்களை நினைத்தவிடத்து அனுபவிப்பதுபோல, மலர்க்கூந்தல் அணிந்த இவளது தோள்கள் இனிமை தருவன.

இன்பம் கண்ட தலைவனின் மகிழ்ச்சி

1106 **உறுதோறு உயிர்தளிர்ப்பத் தீண்டலால் பேதைக்கு**
அமிழ்தின் இயன்றன தோள்.

தோள்களைத் தழுவி இன்பம் நுகரும்போதெல்லாம் உயிர்த் தளிர்ப்பிக்கச் செய்கிறாளே. இவளது தோள்கள் அமிழ்தத்தால் ஆனவையோ?

1107 **தம்மில் இருந்து தமதுபாத்து உண்டற்றால்**
அம்மா அரிவை முயக்கு.

அழகிய பெண்ணைத் தழுவி இன்பம் காணுதல், தமது வீட்டிலிருந்து முயற்சியால் ஈட்டிய பொருளை மற்றவர்க்குப் பகிர்ந்து தானும் உண்டு இன்புறுவது போன்றது.

1108 **வீழும் இருவர்க்கு இனிதே வளியிடை**
போழப் படாஅ முயக்கு.

காற்று கொஞ்சம்கூட இடையே நுழைய இடந்தராத படி தழுவிக்கிடத்தல் காதலர்க்குப் பேரின்பம் தருவதாகும்.

1109 **ஊடல் உணர்தல் புணர்தல் இவைகாமம்**
கூடியார் பெற்ற பயன்.

ஊடல், அதன் காரணம் அறிந்து இணங்கிப் போதல், அதன்பின் கூடல் என்பவை, காதலர்க்கு இடையறாது கிடைக்கும் இனிய பயன்களாகும்.

1110 **அறிதோறு அறியாமை கண்டற்றால் காமம்**
செறிதோறும் சேயிழை மாட்டு.

நூற்பொருள் ஒன்றை அறிய அறிய அறியாமை மிஞ்சும். அணிகலன் அணிந்த காதலியை அணைய அணைய இன்பத்தின் அறியாமை மிஞ்சும்.

112 நலம் புனைந்துரைத்தல்

1111 **நன்னீரை வாழி அனிச்சமே நின்னினும்**
மென்னீரள் யாம்வீழ் பவள்.

அனிச்சப்பூவே! உன் மென்மை வாழ்க. என் காதலி உன்னைக் காட்டிலும் மென்மையானவள்.

1112 **மலர்காணின் மையாத்தி நெஞ்சே இவள்கண்**
பலர்காணும் பூவொக்கும் என்று.

காதலியின் கண்கள், பலர் காணும்படியான மலர்களை ஒத்துள்ளன என்று எண்ணிப்பார்த்து நெஞ்சமே நீ மயங்குவதும் ஏனோ?

1113 **முறிமேனி முத்தம் முறுவல் வெறிநாற்றம்**
வேலுண்கண் வேய்த்தோ ளவட்கு.

மூங்கிலை ஒத்த தோள்களையுடைய காதலியின் மேனி மாந்தளிர்; பற்களோ முத்து; மேனி இயல்பான நறுமணமுடையது. கண்ணோ கூரிய வேல்.

1114 **காணின் குவளை கவிழ்ந்து நிலன்நோக்கும்**
மாணிழை கண்ணொவ்வேம் என்று.

குவளை மலர்கள் இவளைக் கண்டால், இவளது கண்களுக்கு நாம் ஒப்பாக மாட்டோம் என எண்ணி வெட்கித் தலை குனியும்.

1115 **அனிச்சப்பூக் கால்களையாள் பெய்தாள் நுசுப்பிற்கு**
நல்ல படாஅ பறை.

மெல்லிய அனிச்ச மலரின் காம்பினைக் கிள்ளாது சூடிக்கொள்கிறாளே! அவளது மெல்லிய இடை அதனைத் தாங்காதே! இடை முறிந்தால் அவளது இடைக்கு நல்ல பறைகூட மங்கலமாக ஒலிக்காது.

காதலியின் அழகைப் புகழ்தல்

1116 மதியும் மடந்தை முகனும் அறியா
பதியின் கலங்கிய மீன்.

> காதலியின் முகத்தையும், நிலவையும் கண்டு எது மதி? எது முகம்? என்று தெளியாமல் ஐயத்தோடு விண்மீன்கள் கலங்கித் திரிகின்றனவே.

1117 அறுவாய் நிறைந்த அவிர்மதிக்குப் போல
மறுவுண்டோ மாதர் முகத்து.

> நாளும் தேய்ந்து வளர்ந்து வரும் நிலவுக்குள்ள களங்கம்போல, இவளது முகத்தில் களங்கம் உண்டோ? இல்லையே!

1118 மாதர் முகம்போல் ஒளிவிட வல்லையேல்
காதலை வாழி மதி.

> மதியே! காதலியின் முகம் போல, நீயும் ஒளி வீசத் தொடங்கினால், என் காதலைப் பெற உனக்கும் உரிமை உண்டு.

1119 மலரன்ன கண்ணாள் முகமொத்தி யாயின்
பலர்காணத் தோன்றல் மதி.

> நிலவே! மலர் போன்ற கண்களை உடைய காதலி முகத்தை ஒத்திருக்க விரும்பினால், பலரும் காணும் படியாக நீ வானத்தில் உலா வராதே!

1120 அனிச்சமும் அன்னத்தின் தூவியும் மாதர்
அடிக்கு நெருஞ்சிப் பழம்.

> அனிச்ச மலரும், அன்னத்தின் இறகும் இவளது மென் பாதங்களுக்கு நெருஞ்சி முள்ளாகும்.

இன்பத்துப்பால் ▪ திருக்குறள் ▪ 237

113. காதற்சிறப்புரைத்தல்

1121
பாலொடு தேன்கலந் தற்றே பணிமொழி
வாலெயிறு ஊறிய நீர்.

> இனிய மொழி பேசும் இவளது வெண்பற்களில் ஊறும் நீர், பாலுடன் தேன் கலந்தது போன்ற இனிமை உடையது.

1122
உடம்பொடு உயிரிடை என்னமற் றன்ன
மடந்தையொடு எம்மிடை நட்பு.

> இவளோடு எனக்கிருக்கும் தொடர்பு, உடம்பிற்கும் உயிர்க்கும் உள்ள தொடர்பு போன்றது.

1123
கருமணியிற் பாவாய்நீ போதாயாம் வீழும்
திருநுதற்கு இல்லை இடம்.

> என் கருவிழியில் உள்ள பாவையே! என் கண்ணி லிருந்து சென்றுவிடு. அழகிய நெற்றியுடைய என் காதலிக்கு உரிய இடம் அதுதான் ஆதலால் போய்விடு.

1124
வாழ்தல் உயிர்க்கன்னள் ஆயிழை சாதல்
அதற்கன்னள் நீங்கும் இடத்து.

> அவளோடு கூடும்போது, உடலோடு உயிர் ஒட்டி யிருக்கும், சற்றே பிரிந்தாலோ உயிர் பிரிவது போன்றது.

1125
உள்ளுவன் மன்யான் மறப்பின் மறப்பறியேன்
ஒள்ளமர்க் கண்ணாள் குணம்.

> கண்களால் போர் செய்யும் இவளை, மறந்தால் அல்லவா நினைப்பதற்கு? இவளை ஒருபோதும் மறப்பதில்லை.

காதலின் நுண்ணிய சிறப்பு

1126 **கண்ணுள்ளின் போகார் இமைப்பின் பருவரார்**
நுண்ணியர்எம் காத லவர்.

என்கண்ணில் குடியிருக்கும் காதலர், என் கண்ணிலிருந்து நீங்க மாட்டார்; கண்ணை இமைத்தாலும்கூட அவர் வருத்தப்படமாட்டார்.

1127 **கண்ணுள்ளார் காத லவராகக் கண்ணும்**
எழுதேம் கரப்பாக்கு அறிந்து.

கண்ணுள் இருக்கும் காதலர் எங்கே சிறிது நேரம் கண்ணிலிருந்து மறைந்து விடுவாரோ என அஞ்சிக் கண்களுக்கு மை தீட்டாது இருந்துவிடுவேன்.

1128 **நெஞ்சத்தார் காத லவராக வெய்துண்டல்**
அஞ்சுதும் வேபாக் கறிந்து.

நெஞ்சில் காதலர் தங்கியுள்ளார்; அவரைச் சுட்டு விடுமென்று எண்ணிச் சூடாக இருக்கும் உணவை உண்பதற்கு அஞ்சுவேன்.

1129 **இமைப்பின் கரப்பாக்கு அறிவல் அனைத்திற்கே**
ஏதிலர் என்னும்இவ் வூர்.

என் கண்ணுக்குள் காதலர் இருப்பதை அறியாத ஊரார், அயலவர் என்று தூற்றுகின்றனரே. அவர் என் கண்களில் குடியிருப்பதால் கண்களை நான் இமைப்பதும் இல்லை.

1130 **உவந்துறைவர் உள்ளத்துள் என்றும் இகந்துறைவர்**
ஏதிலர் என்னும்இவ் வூர்.

எப்போதும் என் உள்ளத்தில் மகிழ்ச்சியோடு உறையும் காதலரை அன்பில்லாதவர் பிரிந்து சென்றார் என்று ஊர்மக்கள் பழி தூற்றுகின்றனரே.

114. நாணுத்துறவுரைத்தல்

1131
காமம் உழந்து வருந்தினார்க்கு ஏமம்
மடலல்லது இல்லை வலி.

> காமத்தால் வருந்தி இருப்பவர்க்குப் பாதுகாப்பானது மடலேறுதலே. அதைத் தவிர வேறு துணை இல்லை.

1132
நோனா உடம்பும் உயிரும் மடலேறும்
நாணினை நீக்கி நிறுத்து.

> காதல் நோயால் உடம்பும் உயிரும் நாணத்தைக் கைவிட்டு மடலேறத் துணியும்.

1133
நாணொடு நல்லாண்மை பண்டுடையேன் இன்றுடையேன்
காமுற்றார் ஏறும் மடல்.

> முன்பு நாணமும் நல்வீரமும் பெற்றிருந்தேன்; இன்றோ, மடலேறுவதை அல்லவா துணையாகக் கொள்ளவேண்டியிருக்கிறது.

1134
காமக் கடும்புனல் உய்க்குமே நாணொடு
நல்லாண்மை என்னும் புணை.

> காமம் என்னும் கடும் வெள்ளம், நாணமும் ஆண்மையு மாகிய தோணியை அடித்துச் சென்றுவிட்டதே.

1135
தொடலைக் குறுந்தொடி தந்தாள் மடலொடு
மாலை உழக்கும் துயர்.

> தொடுத்த மாலை போல் வளையல் அணிந்துள்ள இவள், மடலேறத் துயருறும் காமத்துன்பத்தை மருட்டும் இம்மாலைப் பொழுதில் எனக்குத் தந்துவிட்டாள்.

நாணம் துறப்பதை மொழிதல்

1136 **மடலூர்தல் யாமத்தும் உள்ளுவேன் மன்ற**
படல்ஒல்லா பேதைக்கென் கண்.

பேதையின் பிரிவு உறக்கம் இல்லாமல் செய்து விட்டது. நள்ளிரவிலும் கூட மடலூர்தலை எண்ண வேண்டியிருக்கிறது.

1137 **கடலன்ன காமம் உழந்தும் மடலேறாப்**
பெண்ணின் பெருந்தக்கது இல்.

கடல் போன்ற காமம் பொங்கி வருத்தினாலும், மடலேறாத பெண்மையின் பெருமை போன்று வேறில்லை.

1138 **நிறையரியர் மன்அளியர் என்னாது காமம்**
மறையிறந்து மன்று படும்.

எனது மனஉறுதியையும் இரக்கத்தையும் எண்ணிப் பாராமல், என் காம உணர்வு ஊருக்கெல்லாம் அம்பலமாகிவிட்டதே.

1139 **அறிகிலார் எல்லாரும் என்றேஎன் காமம்**
மறுகின் மறுகும் மருண்டு.

'இதுவரை பிறர் அறியாதது' என்று நினைத்திருந்த என்காமம். பலரும் அறியும்படி மருண்டு தெரு வெல்லாம் திரிகிறதே.

1140 **யாம்கண்ணின் காண நகுப அறிவில்லார்**
யாம்பட்ட தாம்படா வாறு.

நான் பட்ட காமத்துயரை இவர்கள் அனுபவித்தால் தெரிந்திருக்கும். அதை உணராத காரணத்தால் அறிவிலிகள் எள்ளிச் சிரிக்கிறார்களே.

115. அலர் அறிவுறுத்தல்

1141. அலரெழ ஆருயிர் நிற்கும் அதனைப்
பலரறியார் பாக்கியத் தால்.

> எங்கள் காதலை இவ்வூர் அலர் தூற்றுவதால், என்உயிர் நிலைபெறுகிறது. இதுவும் நல்லதற்கே! ஊரில் அதனைப் பலரும் அறியாதது எங்கள் நல்வினையே.

1142. மலரன்ன கண்ணாள் அருமை அறியாது
அலரெமக்கு ஈந்ததிவ் வூர்.

> மலர் விழி கொண்ட என் காதலியின் அருமையை அறியாத இவ்வூர் மக்கள், அலர் தூற்றியது நல்லதாய்ப்போயிற்று.

1143. உறாஅதோ ஊரறிந்த கௌவை அதனைப்
பெறாஅது பெற்றன்ன நீர்த்து.

> ஊரார் கூறும் அலர் எனக்குப் பொருந்தாதோ? ஒரு சமயம் அவள் எனக்குக் கிட்டாவிட்டாலும், கிட்டியதைப் போன்ற இன்பத்தை அல்லவா அது தருகிறது.

1144. கவ்வையால் கவ்விது காமம் அதுவின்றேல்
தவ்வென்னும் தன்மை இழந்து.

> எனது காதல் ஊராரின் பேச்சில் பரவியது நல்லதாகப் போயிற்று. இல்லையெனில், நான் கொண்ட காதல் உணர்வு சப்பென்று போயிருக்கும்.

1145. களித்தொறும் கள்ளுண்டல் வேட்டற்றால் காமம்
வெளிப்படுந் தோறும் இனிது.

> எங்கள் காதல் பற்றி ஊரார் பேசும் பேச்சு வளர வளர இன்பம் மிகும். எப்படியெனில், குடிக்கக் குடிக்க மேலும் குடித்துக் களிப்பதில் இன்பம் காண்பது போல!

பிறர் அறியத் தலைப்பட்ட காதலை எடுத்துரைத்தல்

1146 கண்டது மன்னும் ஒருநாள் அலர்மன்னும்
திங்களைப் பாம்புகொண் டற்று.

> காதலனைக் கண்டது ஒரு நாள் மட்டுமே. அதற்குள், நிலவைப் பாம்பு கவ்விய செய்தி போல் பலரும் அறியக் காரணமாகிவிட்டதே.

1147 ஊரவர் கௌவை எருவாக அன்னைசொல்
நீராக நீளும்இந் நோய்.

> காதற் பயிருக்கு ஊரார் பேச்சு உரம். அன்னையின் கடுஞ்சொல்தண்ணீர். இவற்றால் காதல் வளரவே செய்கிறது.

1148 நெய்யால் எரிநுதுப்பேம் என்றற்றால் கௌவையால்
காமம் நுதுப்பேம் எனல்.

> ஊர்ப்பேச்சால் காமத்தீயை அணைத்துவிடலாம் என்பது நெய்யைக் கொண்டு தீயை அணைக்க முயல்வது போன்றது.

1149 அலர்நாண ஒல்வதோ அஞ்சலோம்பு என்றார்
பலர்நாண நீத்தக் கடை.

> எதற்கும் அஞ்சாதே என்று சொல்லிப் பலரும் நாணுமாறு பிரிந்தார். இனியும் ஊரார்ப் பேச்சுக்கு அஞ்சி நாணியிருத்தல் தகுமோ?

1150 தாம்வேண்டின் நல்குவர் காதலர் யாம்வேண்டும்
கௌவை எடுக்கும்இவ் வூர்.

> என் விருப்பம் போலவே ஊராரும் அலர் தூற்றுவது நல்லதற்கே. என் காதலர் தான் விரும்பியபடியே என்னை ஏற்றுக் கொள்ள அஃது உதவும்.

116 பிரிவாற்றாமை

1151 **செல்லாமை உண்டேல் எனக்குரை மற்றுநின்**
வல்வரவு வாழ்வார்க் குரை.

என்னைவிட்டுப் பிரியவில்லை என்றால் என்னோடு பேசு; பிரிந்துபோய் விரைவில் திரும்புவேன் என்றால், அதனைக் கேட்டு உயிர்வாழ்வார் உண்டெனில் அவரிடம் கூறிவிட்டுச் செல்.

1152 **இன்கண் உடைத்தவர் பார்வல் பிரிவஞ்சும்**
புன்கண் உடைத்தால் புணர்வு.

காதலரின் பார்வை முன்பெல்லாம் இனிதாய் இருந்தது. பின்னர் அது பிரிவுக்கு அஞ்சுதலாகிய துன்பத்தை அல்லவா தருகிறது.

1153 **அரிதரோ தேற்றம் அறிவுடையார் கண்ணும்**
பிரிவோ ரிடத்துண்மை யான்.

அறிவுடைய காதலரிடத்தும் பிரிவு என்பது உண்மை யாயின், பிரியேன் என்று சொல்லிவிட்டுப் பிரிந்தாரே; அந்த உறுதிமொழியை நம்பித் தெளிவது அரிது.

1154 **அளித்தஞ்சல் என்றவர் நீப்பின் தெளித்தசொல்**
தேறியார்க்கு உண்டோ தவறு.

அன்பால் அணைத்தவர், அஞ்சாதே என்று இன்புறப் பேசிப் பிரிந்து செல்வாரேயானால், அப்படி உறுதிமொழி சொன்னவர் பேச்சை நம்பியவர்க்குக் குற்றம் உண்டோ?

1155 **ஓம்பின் அமைந்தார் பிரிவோம்பல் மற்றவர்**
நீங்கின் அரிதால் புணர்வு.

எனது உயிர் காக்கப்படவேண்டுமானால், அவரைப் பிரியாமல் இருக்கச் செய்யவேண்டும். அவர் பிரிந்தால் பின் அவரைக் கூடுவதென்பது அரிதாகிவிடும்.

பிரிவைத் தாங்காத மனநிலை

1156
பிரிவுரைக்கும் வன்கண்ணர் ஆயின் அரிதுஅவர்
நல்குவர் என்னும் நசை.

என்னிடம் தன் பிரிவை வற்புறுத்திக் கூறும் கல்நெஞ்ச ராயின், இனியும் அன்பு கொள்ள விருப்பத்தோடு திரும்பி வருவார் என்று எண்ணுவது வீண்.

1157
துறைவன் துறந்தமை தூற்றாகொல் முன்கை
இறைஇறவா நின்ற வளை.

என் கைவளையல் கழன்று விழும் காட்சியே காதலர் பிரிந்ததை மற்றவர்க்குச் சொல்லித் தூற்றாம லிருக்குமா?

1158
இன்னாது இனன்இல்ஊர் வாழ்தல் அதனினும்
இன்னாது இனியார்ப் பிரிவு.

அன்பு காட்டும் உறவினர் இல்லாத ஊரில் வாழ்வது துன்பம்; அதைவிடத் துன்பம் தலைவனைப் பிரிந்து வாழ்தல்.

1159
தொடிற்சுடின் அல்லது காமநோய் போல
விடிற்சுடல் ஆற்றுமோ தீ.

நெருப்பு, தன்னைத் தொடுபவரைத்தான் சுடும்; காம நோயோ தொடாமலே சுடும்.

1160
அரிதாற்றி அல்லல்நோய் நீக்கிப் பிரிவாற்றிப்
பின்இருந்து வாழ்வார் பலர்.

காதலில் மகிழ்ந்து, காதலர் பிரிந்த பின், பிரிவுத் துன்பம் பொறுத்து, அதற்குப் பின்னரும் உலகில் உயிர் வாழ்வோர் உலகில் பலர்.

117. படர் மெலிந்திரங்கல்

1161
மறைப்பேன்மன் யானிஃதோ நோயை இறைப்பவர்க்கு
ஊற்றுநீர் போல மிகும்.

> காமநோயை மறைக்க, அது இறைப்பவருக்கு ஊற்று நீர் போல அல்லவா பெருகிக்கொண்டே போகிறது.

1162
கரத்தலும் ஆற்றேன்இந் நோயைநோய் செய்தார்க்கு
உரைத்தலும் நாணுத் தரும்.

> காம நோயை மறைக்கவும் முடியாமல். அந்நோய் தந்தவரிடம் சொல்லவும் முடியாமல், நாணமல்லவா தடுக்கிறது.

1163
காமமும் நாணும் உயிர்காவாத் தூங்கும்என்
நோனா உடம்பின் அகத்து.

> காதல் துயரைத் தாங்காத என் உடம்பு, உயிரைக் காவடித் தண்டாகக்கொண்டு நாணம் ஒருபுறம், காமம் ஒருபுறம் என அமைந்து உயிரை ஊசலாட வைக்கின்றது.

1164
காமக் கடல்மன்னும் உண்டே அதுநீந்தும்
ஏமப் புணைமன்னும் இல்.

> காதல் கடலாக விரிந்துள்ளது; ஆயின், அதனை நீந்திக் கடக்கப் பாதுகாப்பான தெப்பம் இல்லையே.

1165
துப்பின் எவனாவர் மன்கொல் துயர்வரவு
நட்பினுள் ஆற்று பவர்.

> நட்பாக உள்ளபோதே பிரிவால் துன்பம் தருபவர், அவர் மீது பகைகொள்வோமாயின் என்னதான் செய்வாரோ?

உள்ளம் நலிந்தமைக்கு வருந்துதல்

1166 **இன்பம் கடல்மற்றுக் காமம் அஃதடுங்கால்**
துன்பம் அதனிற் பெரிது.

காம இன்பம் கடல்போன்றது. அது வருத்தும்போது அடையும் வருத்தம் கடலைக் காட்டிலும் பெரியது.

1167 **காமக் கடும்புனல் நீந்திக் கரைகாணேன்**
யாமத்தும் யானே உளேன்.

காமக்கடலை நீந்தியும் கரை காணேன்; நள்ளிரவில் மற்றவரெல்லாம் உறங்க, நான் மட்டும் தனிமையில் தவிக்கிறேன்.

1168 **மன்னுயிர் எல்லாம் துயிற்றி அளித்திரா**
என்னல்லது இல்லை துணை.

எல்லா உயிரினங்களையும் உறங்கவிட்டது இந்த இரவு. என்னை மட்டும் அதற்குத் துணையாக்கி இரக்கமில்லாமல் செய்துவிட்டதே.

1169 **கொடியார் கொடுமையின் தாம்கொடிய இந்நாள்**
நெடிய கழியும் இரா.

பிரிந்து சென்றவரின். கொடுமையை இந்த இரவுகளும் நீட்டித்துக் கொடுமை செய்வது கொடுமையிலும் கொடுமை.

1170 **உள்ளம்போன்று உள்வழிச் செல்கிற்பின் வெள்ளநீர்**
நீந்தல மன்னோஎன் கண்.

காதலனைத் தேடித்தானே விரைந்து செல்லும் மனம் போல, கண்களும் செல்லுமாயின் கண்ணீர் வெள்ளத்தில் கண்கள் இப்படி நீந்த வேண்டியதில்லை.

118 கண்விழிப்பழிதல்

1171 **கண்தாம் கலுழ்வ தெவன்கொலோ தண்டாநோய்**
தாம்காட்ட யாம்கண் டது.

கண்கள் காட்டியதால்தானே வந்தது இக்காம நோய்; நோயையும் தந்துவிட்டு இப்போது எதற்கு இப்படி அழவேண்டும்?

1172 **தெரிந்துணரா நோக்கிய உண்கண் பரிந்துணராப்**
பைதல் உழப்பது எவன்?

தம்மால்தான் இது நேர்ந்தது என்று தெளியாமல், பொறுமை காக்க வேண்டிய கண்கள், அதை விட்டு விட்டுத் தம்மை நொந்துகொள்வது ஏனோ?

1173 **கதுமெனத் தாம்நோக்கித் தாமே கலுழும்**
இதுநகத் தக்க துடைத்து.

பார்த்துவிடவேண்டும் என்ற ஆவலில் விரைந்த கண்கள், இன்று அழுகையை வெளிப்படுத்துவது நகைப்புக்கு அல்லவா இடம் தந்துவிட்டது!

1174 **பெயலாற்றா நீருலந்த உண்கண் உயலாற்றா**
உய்வில்நோய் என்கண் நிறுத்து.

தப்பிக்க இயலாத காதல் நோயை எனக்குத் தந்த கண்கள் இப்போது அழுது அழுது நீரற்று வறண்டு விட்டன.

1175 **படலாற்றா பைதல் உழக்கும் கடலாற்றாக்**
காமநோய் செய்தஎன் கண்.

கடலைக்காட்டிலும் பெருங்காம நோய் தந்த கண்கள், என்னையும் தூங்கவிடாமல், தாம் செய்த செயலால் தானும் தூங்காமல் துன்பப்படுகின்றன.

கண்களின் வருத்தம்

1176 **ஓஒ இனிதே எமக்கிந்நோய் செய்தகண்**
தாஅம் இதற்பட் டது.

காதல் நோயைத் தந்த கண்கள், இப்போது துன்பப் படுவது ஒரு விதத்தில் மகிழ்ச்சிதான். அவை நன்றாகவே துன்பப்படட்டும்.

1177 **உழந்துழந்து உள்நீர் அறுக விழைந்திழைந்து**
வேண்டி அவர்க்கண்ட கண்.

விரும்பி விரும்பித் தனக்கு வேண்டியவர்தானே என்று உள்நெகிழ்ந்த கண்கள் இப்போது அழுது அழுது நீரற்று வறண்டு போகட்டும்.

1178 **பேணாது பெட்டார் உளர்மன்னோ மற்றவர்க்**
காணாது அமைவில கண்.

தம் மீது விருப்பமில்லாதவரைக் காணவேண்டும் காணவேண்டும் என்று கண்கள் துடிக்கின்றனவே. அவரைக் காணாமல் இனி, கண்கள் அமைதி அடையாவோ?

1179 **வாராக்கால் துஞ்சா வரின்துஞ்சா ஆயிடை**
ஆரஞர் உற்றன கண்.

காதலர் வாராவிட்டாலும் அவருக்காகக் காத்திருக்கும் கண் உறங்காது. வந்துவிட்டால், எங்கே பிரிவாரோ என்றெண்ணி உறங்காது. இந்த இரு நிலையிலும் துன்பப்படுவது கண் அல்லவா.

1180 **மறைபெறல் ஊரார்க்கு அரிதன்றால் எம்போல்**
அறைபறை கண்ணார் அகத்து.

தொடர்ந்தடிக்கும் பறைபோலப் படபடக்கும் கண்கள், காதல் இரகசியத்தை ஊர்மக்கள் அறிவதற்கு எளிதாகப் போய்விட்டதே!

119. பசப்புறு பருவரல்

1181
நயந்தவர்க்கு நல்காமை நேர்ந்தேன் பசந்தவென்
பண்பியார்க்கு உரைக்கோ பிற.

> தலைவன் பிரிந்து செல்ல இசைவு தந்தேன். அப்படி இசைவு தந்த பின், இப்போது பசலை படர்ந்து துன்புறுவதை யாரிடம் சொல்வது?

1182
அவர்தந்தார் என்னும் தகையால் இவர்தந்தென்
மேனிமேல் ஊரும் பசப்பு.

> பசலை நோய்க்குக் காரணமானவர் என்ற பெரு மிதத்தால், என் மேனியில் பசலை படர்ந்து உரிமை கொண்டாடுகிறது.

1183
சாயலும் நாணும் அவர்கொண்டார் கைம்மாறா
நோயும் பசலையும் தந்து.

> காதல் நோயையும், பசலை நோயையும் பரிசாகத் தந்துவிட்டு, அவற்றிற்குப் பதிலாக, என் மேனி அழகையும், நாணத்தையும் அல்லவா எடுத்துச் சென்றுவிட்டார்.

1184
உள்ளுவன் மன்யான் உரைப்பது அவர்திறமால்
கள்ளம் பிறவோ பசப்பு.

> அவரைப் பற்றியே நினைத்து, அவர் திறமே பேசுகிறேன்; அப்படி இருந்தும் எனக்குத் தெரியாமல் கள்ளத்தனமாய் மேனியில் பசலை படரக் காரணம் யாதோ?

1185
உவக்காண்எம் காதலர் செல்வார் இவக்காண்என்
மேனி பசப்பூர் வது.

> அதோ பார் காதலர் போகிறார் என்னைப்பிரிந்து; இதோ பார் என் மேனியில் உடனே பசலைப் படர்வதை!

மேனி மாறுபாடு கண்டு வருந்துதல்

1186 விளக்கற்றம் பார்க்கும் இருளேபோல் கொண்கன்
முயக்கற்றம் பார்க்கும் பசப்பு.

விளக்கு வெளிச்சம் எப்போது விலகும் என்று காத்திருக்கும் இருள்போல, அணைத்திருக்கும் தலைவன் விலகுதலை எதிர்பார்த்திருந்து உடனே பசலை படரும்.

1187 புல்லிக் கிடந்தேன் புடைபெயர்ந்தேன் அவ்வளவில்
அள்ளிக்கொள் வற்றே பசப்பு.

காதலரை அள்ளி அணைத்துப் பின் தழுவிக் கிடந்தேன்; சற்றே தள்ளிப் படுத்தேன்; அவ்வளவுதான் அந்தக்கணமே மேனியை அள்ளிக்கொண்டதே பசப்பு.

1188 பசந்தாள் இவள்என்பது அல்லால் இவளைத்
துறந்தார் அவர்என்பார் இல்.

இவள் பசலையுற்றாள் என்று ஊரார் என்னைத்தான் பழி தூற்றுவர்; இதற்குக் காரணமாகிப் பிரிந்த அவரைப் பழி தூற்றுவார் இல்லை.

1189 பசக்கமன் பட்டாங்கென் மேனி நயப்பித்தார்
நன்னிலையர் ஆவர் எனின்.

என்னிடம் நயமாகப் பேசிப் பிரிந்து சென்றவர் நன்னிலையில் இருப்பாரேயானால், என் மேனியில் பசலை படர்ந்தாலும் அதனால் நான் வருந்தேன்.

1190 பசப்பெனப் பேர்பெறுதல் நன்றே நயப்பித்தார்
நல்காமை தூற்றார் எனின்.

என்னிடம் கனிவோடு பேசிப் பிரிந்தவரை எண்ணி என்மீது ஊரார் பழி சொல்லாதிருந்தால் இவள் பசலையுற்றாள் என்று பேரெடுப்பது நல்லதற்கே.

இன்பத்துப்பால் ▪ திருக்குறள் ▪ 251

120 தனிப்படர் மிகுதி

1191 **தாம்வீழ்வார் தம்வீழப் பெற்றவர் பெற்றாரே**
காமத்துக் காழில் கனி.

தம்மால் விரும்பப்படும் காதலர், தம்மைக் காதலித்தால், காமம் என்னும் விதையற்ற காமக்கனியைப் பெற்று மகிழ்வர்.

1192 **வாழ்வார்க்கு வானம் பயந்தற்றால் வீழ்வார்க்கு**
வீழ்வார் அளிக்கும் அளி.

தம்மை விரும்புகின்ற மகளிர்க்குக் காதலர் வெளிப் படுத்தும் அன்பு, உயிர்வாழ்வார்க்கு நன்மை தரும் மழை போன்றது.

1193 **வீழுநர் வீழப் படுவார்க்கு அமையுமே**
வாழுநம் என்னும் செருக்கு.

காதலர் தம்மீது அன்பைப் பொழிந்தால் நாம் இன்புற்று வாழ்வதுதான் வாழ்வு என்ற பெருமிதம் ஏற்படும்.

1194 **வீழப் படுவார் கெழீஇயிலர் தாம்வீழ்வார்**
வீழப் படாஅர் எனின்.

காதலர் நம்மை விரும்பிக் காதலிக்காவிடின் உலகில் உள்ள கற்புடைய மற்ற மகளிரால் மதிக்கப்படுவாரும் தாம் விரும்பும் கணவரால் விரும்பப்படாராயின் நற்பேறு பெறாதவரே.

1195 **நாம்காதல் கொண்டார் நமக்கெவன் செய்பவோ**
தாம்காதல் கொள்ளாக் கடை.

காதலர் நம்மிடம் காதல் கொள்ளாத நிலையில், அவர் நமக்கு எந்த விதத்தில் பயன் செய்வார்?

தனிமைத் துயர்

1196 **ஒருதலையான் இன்னாது காமம்காப் போல**
இருதலை யானும் இனிது.

ஒருதலைக் காமம் துன்பமே; காவடித்தண்டின் இருபக்கமும் சமமாக இருப்பதே இனிமைதரும்.

1197 **பருவரலும் பைதலும் காணான்கொல் காமன்**
ஒருவர்கண் நின்றொழுகு வான்.

மன்மதன் நடுநிலையற்று ஒருவர்க்கே சார்பாக இருந்தால், காமத்தால் படும் துயரை அவன் காண மாட்டானா?

1198 **வீழ்வாரின் இன்சொல் பெறாஅது உலகத்து**
வாழ்வாரின் வன்கணார் இல்.

காதலனிடமிருந்து ஓர் இன்சொல் கூடப் பெறாமல், பிரிவுத் துயரைத் தாங்கிக்கொண்டு உயிர் வாழும் மகளிர் போலக் கொடியவர் உலகில் யாரும் இல்லை.

1199 **நசைஇயார் நல்கார் எனினும் அவர்மாட்டு**
இசையும் இனிய செவிக்கு.

காதலர்க்கு என்மீது அன்பு இல்லையாயினும் அவரைப் பற்றிய புகழ்மொழிகளே என் செவிக்கு இனிமை தரும்.

1200 **உறாஅர்க்கு உறுநோய் உரைப்பாய் கடலைச்**
செறாஅஅய் வாழிய நெஞ்சு.

நெஞ்சே! நீ வாழ்க. அன்பு கொள்ளாத காதலர்க்கு நீ உற்ற காம நோயைத் தூதாகச் சென்று சொல்! அதனை விடுத்துக் கடலைத் தூர்ப்பது உனக்கு எளிது.

121. நினைந்தவர் புலம்பல்

1201
உள்ளினும் தீராப் பெருமகிழ் செய்தலால்
கள்ளினும் காமம் இனிது.

> கள்ளை உண்டால்தான் மகிழ்ச்சி; காமத்தை நினைத்தாலே மகிழ்ச்சி. எனவே, கள்ளை விடக் காமம் இனிது.

1202
எனைத்தொன்று இனிதேகாண் காமம்தாம் வீழ்வார்
நினைப்ப வருவதொன்று இல்.

> எக்காலத்தில் நினைப்பினும் காமம் இனியது. தலைவனைப் பிரிந்திருந்த பொழுதிலும்கூட அதை நினைக்க அது இன்பம் தரும்.

1203
நினைப்பவர் போன்று நினையார்கொல் தும்மல்
சினைப்பது போன்று கெடும்.

> தும்மல் வருவது போலிருந்து அடங்கிவிட்டதே. ஒரு சமயம் என்னை நினைத்தவர் போல இருந்து அந்த எண்ணத்தை மறந்து போய்விட்டாரோ.

1204
யாமும் உளேங்கொல் அவர்நெஞ்சத்து எந்நெஞ்சத்து
ஓஒ உளரே அவர்.

> காதலர் இதயத்தில் நான் இருக்கிறேனோ, இல்லையோ ஆனால் என் இதயத்தில் அவர் என்றும் குடியிருக்கிறார்.

1205
தம்நெஞ்சத்து எம்மைக் கடிகொண்டார் நாணார்கொல்
எம்நெஞ்சத்து ஓவா வரல்.

> இதயத்தில் எனக்கு இடங்கொடுக்காதவர், என் இதயத்தில் அடிக்கடி நுழைகிறாரே! அதற்கு அவர் நாணம் அடைய மாட்டாரா?

காதலில் பிரிவு நேர்வதை எண்ணிக் கலங்குதல்

1206 **மற்றியான் என்னுளேன் மன்னோ அவரொடுயான்**
உற்றநாள் உள்ள உளேன்.

அவரோடு கூடியிருந்த நாள்களை எண்ணிக்கொண்டே நான் உயிர் வாழ்கிறேன். அதுவும் இல்லையெனில் நான் வேறு எப்படிதான் வாழ்வதாம்?

1207 **மறப்பின் எவனாவன் மற்கொல் மறப்பறியேன்**
உள்ளினும் உள்ளம் சுடும்.

அவரை மறக்காமல் இருக்கும்போது அவரது நினைவு, உள்ளத்தைச் சுடுகிறதே. அவரை மறந்தால் என்னாவது?

1208 **எனைத்து நினைப்பினும் காயார் அனைத்தன்றோ**
காதலர் செய்யும் சிறப்பு.

அவரை எத்தனை முறை நினைப்பினும், என் மீது கோபம் வராது. என்னிடம் காதல் கொண்ட அவரது பெருந்தன்மையை அல்லவா அது காட்டுகிறது.

1209 **விளியுமென் இன்னுயிர் வேறல்லம் என்பார்**
அளியின்மை ஆற்ற நினைந்து.

என்னில் நீ; உன்னுள் நான் என்று கூறியவர், என்னைப் பிரிந்து சென்றமை எண்ணி மெல்ல மெல்ல எனது இன்னுயிர் அழிகிறது.

1210 **விடாஅது சென்றாரைக் கண்ணினால் காணப்**
படாஅதி வாழி மதி.

நிலவே! நீ வாழ்க. என் இதயத்தை விட்டு விலகிய அவரைத் தேடிக்காணும்வரை நீ விண்ணிலிருந்து விலகிவிடாதே!

122. கனவுநிலை உரைத்தல்

1211
காதலர் தூதொடு வந்த கனவினுக்கு
யாதுசெய் வேன்கொல் விருந்து.

> காதலர், தூதாக அனுப்பிய கனவுக்கு நான் என்ன கைம்மாறு செய்வேன்.

1212
கயலுண்கண் யானிரப்பத் துஞ்சிற் கலந்தார்க்கு
உயலுண்மை சாற்றுவேன் மன்.

> எனக்கு உறக்கத்தைத் தா எனக் கயல்மீன் போன்ற கண்களிடம் கெஞ்சினேன்; அப்போதாவது என் கனவில் வரும் காதலரிடம் நான் இன்னும் உயிர் வாழ்வதைச் சொல்வேன்.

1213
நனவினால் நல்கா தவரைக் கனவினால்
காண்டலின் உண்டென் உயிர்.

> நனவில் வந்து அன்பு செலுத்தாத காதலரைக் கனவிலாவது காணமுடிவதால், இன்னும் நான் உயிர் தாங்கி இருக்கிறேன்.

1214
கனவினான் உண்டாகும் காமம் நனவினான்
நல்காரை நாடித் தரற்கு.

> நனவில் காதலர் அன்பு செய்யாவிடினும், கனவிலாவது காண முடிவது மகிழ்ச்சி தருகிறது.

1215
நனவினால் கண்டதூஉம் ஆங்கே கனவுந்தான்
கண்ட பொழுதே இனிது.

> நனவில் காதலரைக்கண்டபோது பெற்ற மகிழ்ச்சி, அவரைக் கனவில் காணும்போதும் ஏற்படுகிறது.

தோழியிடம், தலைவனைப் பற்றிய கனவை உரைத்தல்

1216 நனவென ஒன்றில்லை ஆயின் கனவினால்
காதலர் நீங்கலர் மன்.

> நனவு என ஒன்று இல்லையாயின், கனவில் வந்து கூடி மகிழும் காதலர் ஒருபோதும் என்னைப் பிரிய மாட்டார்.

1217 நனவினால் நல்காக் கொடியார் கனவினால்
என்எம்மைப் பீழிப் பது.

> நனவில் வந்து அருள் செய்யாத காதலர், கனவில் தோன்றுவது என்னை வருத்துவது எதற்காம்?

1218 துஞ்சுங்கால் தோள்மேலர் ஆகி விழிக்குங்கால்
நெஞ்சத்தர் ஆவர் விரைந்து.

> தூங்கும்போது என் தோள்களைத் தழுவிக் கிடந்தவர், விழித்துப் பார்க்கையில் விரைந்து என் இதயத்துக்குள் புகுந்துவிடுவார்.

1219 நனவினால் நல்காரை நோவர் கனவினால்
காதலர்க் காணா தவர்.

> கனவில் காதலரைக் காணாத மகளிர், நனவில் அன்பு செய்யாத என் காதலரைப் பழிப்பர்.

1220 நனவினால் நம்நீத்தார் என்பர் கனவினால்
காணார்கொல் இவ்வூ ரவர்.

> நனவில் காதலர் என்னைவிட்டுப் பிரிந்தார் என்று ஊர்மக்கள் அறியாமல் பேசிக்கொள்கிறார்களே! கனவில் காதலர் வந்து போவதை அறியாரோ?

123 பொழுதுகண்டு இரங்கல்

1221 **மாலையோ அல்லை மணந்தார் உயிருண்ணும்**
வேலைநீ வாழி பொழுது.

மாலைப்பொழுதே! நீ வாழி! என் பார்வையில் நீ மாலைப்பொழுதே இல்லை. கூடிப் பிரிந்தாரின் உயிரை வாங்கும் வேலாக அல்லவா விளங்குகிறாய்!

1222 **புன்கண்ணை வாழி மருள்மாலை எம்கேள்போல்**
வன்கண்ண தோநின் துணை.

மயக்கும் மாலைப்பொழுதே! நீயும் என்போல் துன்பம் கொண்டாய்! என் காதலர் போல் நின் துணையும் இரக்கமில்லாத கொடியதோ!

1223 **பனிஅரும்பிப் பைதல்கொள் மாலை துனிஅரும்பித்**
துன்பம் வளர வரும்.

பனியோடு வருத்தும் மாலைப்பொழுது, பசலை தந்து இப்போது வெறுப்புக்கு ஆளாகித் துன்பத்தை மிகுதியாக்கியது.

1224 **காதலர் இல்வழி மாலை கொலைக்களத்து**
ஏதிலர் போல வரும்.

காதலர் இல்லாதபோது வரும் மாலைப்பொழுது, கொலைக்களத்தில் உயிர் கவர வரும் பகைவர் போலவே வருகிறது.

1225 **காலைக்குச் செய்தநன்று என்கொல் எவன்கொல்யான்**
மாலைக்குச் செய்த பகை?

காலைப்பொழுதிற்கு நான் செய்த நன்மை என்ன? துயரில் வருத்தும் மாலைப்பொழுதிற்கு நான் செய்த கொடுமை என்ன?

மாலைப்பொழுது கண்டு தலைவி வருந்துதல்

1226 மாலைநோய் செய்தல் மணந்தார் அகலாத
காலை அறிந்த திலேன்.

என்னை அகலாதிருந்தபோது இனிமை தந்த மாலைக் காலம், அவர் பிரிந்தபோது இப்படி வாட்டும் என்று எனக்கு அப்போது தெரியவில்லையே!

1227 காலை அரும்பிப் பகலெல்லாம் போதாகி
மாலை மலரும்இந் நோய்.

காதல்நோய் காலையில் அரும்புகிறது; பகலெல்லாம் மொட்டாக இருந்து, மாலைப் பொழுதில் மலர்கிறது.

1228 அழல்போலும் மாலைக்குத் தூதாகி ஆயன்
குழல்போலும் கொல்லும் படை.

நெருப்பாகிச் சுடும் மாலைப்பொழுது தூதாக வருவதோடு, ஆயன் ஊதும் புல்லாங்குழல் போல், என்னைக் கொல்லும் படையாகவும் வருகிறதே!

1229 பதிமருண்டு பைதல் உழக்கும் மதிமருண்டு
மாலை படர்தரும் போழ்து.

நிலாவையும் மருளச்செய்யும் மாலைப்பொழுது படர்ந்துவந்து உலகத்தையே மருளச் செய்யும்படியான துன்பத்தைத் தரும்.

1230 பொருள்மாலை யாளரை உள்ளி மருள்மாலை
மாயும்என் மாயா உயிர்.

பொருள்தேடப் பிரிந்துசென்ற காதலரை எண்ணி, மயங்கி நிற்கும் இம்மாலைப்பொழுது, என்னைச் சாகாமல் சாகச்செய்கிறது.

இன்பத்துப்பால் • திருக்குறள் • 259

124 உறுப்பு நலனழிதல்

1231 **சிறுமை நமக்கொழியச் சேட்சென்றார் உள்ளி**
நறுமலர் நாணின கண்.

நெடுந்தூரம் பிரிந்து சென்ற காதலரை எண்ணி அழுத கண்கள் இப்போது நறுமலர்களைப் பார்த்து நாணுகின்றன.

1232 **நயந்தவர் நல்காமை சொல்லுவ போலும்**
பசந்து பனிவாரும் கண்.

காதலரது அன்பின்மையை மற்றவர்க்கு வெளிப்படக் காட்டுவன போலல்லவா, பசலையால் அழுகின்றன கண்கள்!

1233 **தணந்தமை சால அறிவிப்ப போலும்**
மணந்தநாள் வீங்கிய தோள்.

தலைவனோடு கூடியிருந்தபோது பருத்திருந்த தோள்கள், இப்போது மெலிந்த காரணத்தால் பிறருக்கு அவரது பிரிவை வெளிச்சம் போட்டுக் காட்டிவிட்டன.

1234 **பணைநீங்கிப் பைந்தொடி சோரும் துணைநீங்கித்**
தொல்கவின் வாடிய தோள்.

முன்பு பருத்துத் திரண்டு இருந்த தோள்கள், தலைவனது பிரிவால், இப்போது, மெலிந்து அழகிழந்து கைவளையல்கள் கழலும்படி ஆயின.

1235 **கொடியார் கொடுமை உரைக்கும் தொடியொடு**
தொல்கவின் வாடிய தோள்.

வளையல்களும் கழன்று அழகும் இழந்த தோள்கள் பிரிந்து சென்ற கொடியவரின் கொடுமையைத் தாமே பிறர்க்குக் காட்டிவிட்டன.

மேனி அழகு கெடுதல்

1236
தொடியொடு தோள்நெகிழ நோவல் அவரைக்
கொடியர் எனக்கூறல் நொந்து.

> வளையல்கள் கழன்று தோள்களும் மெலிந்ததால், காதலரைக் கொடியவர் என்று பிறர் கூறுவதைக் கேட்டு நான் வருந்தும்படியானது.

1237
பாடு பெறுதியோ நெஞ்சே கொடியார்க்கென்
வாடுதோட் பூசல் உரைத்து.

> நெஞ்சே! மெலிந்த எனது தோள்களின் மாறுபாட்டால் ஏற்பட்ட பூசலைக் கொடிய காதலரிடம் சொல்லிப் பெருமை கொள்ள மாட்டாயா?

1238
முயங்கிய கைகளை ஊக்கப் பசந்தது
பைந்தொடிப் பேதை நுதல்.

> அணைத்திருந்த கைகளைச் சற்றே தளர்த்திய அளவில், இப்பேதையின் நெற்றி, பசலை கொண்டு விட்டதே.

1239
முயக்கிடைத் தண்வளி போழப் பசப்புற்ற
பேதை பெருமழைக் கண்.

> மிக நெருங்கி அணைத்தபோது இடையே உட்புகுந்த குளிர்க்காற்றைப் பொறுக்காத இவளின் கண்கள் பசந்துவிட்டனவே.

1240
கண்ணின் பசப்போ பருவரல் எய்தின்றே
ஒண்ணுதல் செய்தது கண்டு.

> தலைவியின் ஒளிமிக்க நெற்றியில் தோன்றிய பசப்பினைக் கண்டு கண்களும் பசலை அடைந்து வருத்தமுற்றன.

125. நெஞ்சொடு கிளத்தல்

1241 நினைத்தொன்று சொல்லாயோ நெஞ்சே எனைத்தொன்றும்
எவ்வநோய் தீர்க்கும் மருந்து.

> நெஞ்சே! தீராத காதல் நோயைத் தீர்க்கும் மருந்து ஒன்றை எனக்குச் சொல்ல மாட்டாயா?

1242 காதல் அவரிலர் ஆகநீ நோவது
பேதைமை வாழியென் நெஞ்சு.

> நெஞ்சே வாழ்க! என் மீது அவர் காதல் கொள்ளாத வராக இருக்க, நீ அவர் வரவை நோக்கி வருந்துவது பேதைத்தனம் அல்லவா!

1243 இருந்துள்ளி என்பரிதல் நெஞ்சே பரிந்துள்ளல்
பைதல்நோய் செய்தார்கண் இல்.

> நெஞ்சே! பிரிந்தவர், நம்மிடம் இரக்கமின்றி இருக்கும்போது, நீ நினைப்பதால் மட்டும் என்னவாகி விடப்போகிறது?

1244 கண்ணும் கொளச்சேறி நெஞ்சே இவையென்னைத்
தின்னும் அவர்க்காணல் உற்று.

> நெஞ்சே! தலைவனைக் காணவேண்டும் என்று கண்கள் நச்சரிக்கின்றன. எனவே அவரிடத்துக் கண்களையும் உன்னுடன் அழைத்துச் செல்வாயாக.

1245 செற்றார் எனக்கை விடல்உண்டோ நெஞ்சேயாம்
உற்றால் உறாஅ தவர்.

> நெஞ்சே! நாம் நினைப்பினும் ,நம்மை நினையாதவரை அவர் வெறுத்தார் என நினைத்து நம்மைக் கை விட்டார் என்று எண்ணி நாமும் அவரைக் கைவிட முடியுமா?

தலைவி தன் நெஞ்சுக்குச் சொல்லியது

1246 **கலந்துணர்த்தும் காதலர்க் கண்டாற் புலந்துணராய்**
பொய்க்காய்வு காய்திஎன் நெஞ்சு.

நெஞ்சே! கூடிக்கலந்து இன்பம் தரும் காதலரைக் கண்டால், ஊடல் கொள்ளாய்; இப்போது மட்டும் உனக்கு என்ன வேண்டியிருக்கிறது பொய்க்கோபம்?

1247 **காமம் விடுஒன்றோ நாண்விடு நன்னெஞ்சே**
யானோ பொறேன்இவ் விரண்டு.

நன்னெஞ்சே! ஒன்று நான் கொண்ட காதலை விடு! இல்லையா, என்னிடம் இருக்கும் நாணத்தை விடு! இவ்விரண்டையும் தாங்கும் வலிமை எனக்கு இல்லை.

1248 **பரிந்தவர் நல்காரென்று ஏங்கிப் பிரிந்தவர்**
பின்செல்வாய் பேதைஎன் நெஞ்சு.

என் நெஞ்சே! காதலர் அன்பு செய்யார் என எண்ணி வருந்தி, என்னை விட்டுப் பிரிந்தவர் பின்னால் ஏங்கிச் செல்கிறாயே! இது பேதமையல்லவா?

1249 **உள்ளத்தார் காத லவராக உள்ளிநீ**
யாருழைச் சேறியென் நெஞ்சு.

நெஞ்சே! காதலர் என் இதயத்தில் இருப்பதை அறிந்து வைத்திருக்கும் நீ இப்போது எங்கே சென்று அவரைத் தேடுகிறாய்!

1250 **துன்னாத் துறந்தாரை நெஞ்சத்து உடையேமா**
இன்னும் இழத்தும் கவின்.

பிரிந்து போன காதலரை இதயத்தில் வைத்தேனா? அதனால், என் புற அழகுதான் கெட்டழிந்ததோடு, அக அழகுமல்லவா கெட்டழிந்தது!

126 நிறையழிதல்

1251 **காமக் கணிச்சி உடைக்கும் நிறையென்னும்**
நாணுத்தாழ் வீழ்த்த கதவு.

நாணமாகிய தாழ்ப்பாள் பொருத்திய கதவினைக் காமம் என்ற கோடரி உடைத்தெறிந்துவிட்டது.

1252 **காமம் எனவொன்றோ கண்ணின்றென் நெஞ்சத்தை**
யாமத்தும் ஆளும் தொழில்.

காமத்திற்கு இரக்கம் இல்லை; நள்ளிரவிலும்கூடத் தன் ஏவலால் என் நெஞ்சை வருத்துகிறதே.

1253 **மறைப்பேன்மன் காமத்தை யானோ குறிப்பின்றித்**
தும்மல்போல் தோன்றி விடும்.

காமத்தை அடக்கத்தான் முயல்கிறேன்; திடீரென்று வரும் தும்மலைப் போல அல்லவா வெளிப்பட்டு விட்டது.

1254 **நிறையுடையேன் என்பேன்மன் யானோஎன் காமம்**
மறையிறந்து மன்று படும்.

நிறைவுடையேன் என நினைத்திருந்தேன். நான் கொண்ட காமமோ என்னையும் மீறிப் பலரறிய அம்பலத்துக்கு வந்துவிட்டதே.

1255 **செற்றார்பின் செல்லாப் பெருந்தகைமை காமநோய்**
உற்றார் அறிவதொன்று அன்று.

பிரிந்து சென்றவரின் பின்னால், செல்லாதிருக்கும் பெருந்தன்மையைக் காம நோய் கொண்டவரால் அறிய இயலுமோ?

காதலால் உறுதியைக் கைவிடல்

1256 செற்றவர் பின்சேறல் வேண்டி அளித்தரோ
எற்றென்னை உற்ற துயர்.

அன்பற்றுப் பிரிந்து சென்றவர் பின், நான் கூடலை விரும்புவதால், என்னை ஆட்கொண்ட காம நோய் எத்தன்மையது? இரங்கத்தக்கதல்லவா?

1257 நாணென ஒன்றோ அறியலம் காமத்தால்
பேணியார் பெட்ப செயின்.

நம்மால் காதலிக்கப்பட்டவர், காமத்தால் விழைந்த வற்றைச் செய்யும்போது, நாணத்தை நான் சிறிதும் அறியாமல் போனேன்.

1258 பன்மாயக் கள்வன் பணிமொழி அன்றோநம்
பெண்மை உடைக்கும் படை.

மாயக்கள்வனின் பணிவான பேச்சன்றோ எனது பெண்மையை உடைத்தெறியும் படைக்கருவியானது.

1259 புலப்பல் எனச்சென்றேன் புல்லினேன் நெஞ்சம்
கலத்தல் உறுவது கண்டு.

காதலன் வந்தபோது, ஊடல் கொண்டு பிணங்குவோம் என்று நினைத்திருந்தேன். என் நெஞ்சமோ அவரோடு கலத்தலை எண்ணித் தழுவிக்கொண்டது.

1260 நிணந்தீயில் இட்டன்ன நெஞ்சினார்க்கு உண்டோ
புணர்ந்தூடி நிற்பேம் எனல்.

கொழுப்பைத் தீயிலிட அஃது உருகுவது போன்ற நெஞ்சம், அவரைக் கூடியபின் ஊடுவோம் என்றெண்ணிய உறுதி என்னாயிற்று?

127. அவர்வயின் விதும்பல்

1261
வாளற்றுப் புற்கென்ற கண்ணும் அவர்சென்ற
நாளொற்றித் தேய்ந்த விரல்.

> தலைவன் வரவுக்காகக் காத்திருந்து கண்கள் ஒளி இழந்தன; பிரிந்து சென்ற நாள்முதலாய் எழுதிய கோடுகளை எண்ணிக் கைவிரல் தேய்ந்தது.

1262
இலங்கிழாய் இன்று மறப்பின்என் தோள்மேல்
கலங்கழியும் காரிகை நீத்து.

> அழகிய அணி அணிந்த தோழி! நான் அவரை மறப்பேனாயின் என் அழகும் கெடும்: அங்கியும் கழன்று போகும்.

1263
உரன்நசைஇ உள்ளம் துணையாகச் சென்றார்
வரல்நசைஇ இன்னும் உளேன்.

> உள்ளத்துறுதியைத் துணையாகக் கொண்டு பொருள் ஈட்டுவதற்காகப் பிரிந்தவர், திரும்பி வருவார் என்ற நம்பிக்கையில் இன்னும் என் உயிர் வாழ்கிறது.

1264
கூடிய காமம் பிரிந்தார் வரவுள்ளிக்
கோடுகோ டேறுமென் நெஞ்சு.

> கலந்து கூடிய காமத்தைவிட்டுப் பிரிந்து சென்றவர், திரும்பி வருகிறாரா என என்னிதயம் மரக்கிளைகள் தோறும் ஏறிப்பார்க்கும்.

1265
காண்கமன் கொண்கனைக் கண்ணாரக் கண்டபின்
நீங்கும்என் மென்தோள் பசப்பு.

> தலைவனைக் கண்ணாரக் கண்ட பின்பு, என் தோள் மீது பரவிய பசலை தானே நீங்கிவிடும்.

காதலில் காண விரைதலும் விழைதலும்

1266 **வருகமன் கொண்கன் ஒருநாள் பருகுவன்**
பைதல்நோய் எல்லாம் கெட.

காதலர் வரட்டும்; வருவாராயின், துயர் விளைவித்த காமநோய் கெட அவரைத் துய்த்து இன்பம் காண்பேன்.

1267 **புலப்பேன்கொல் புல்லுவேன் கொல்லோ கலப்பேன்கொல்**
கண்அன்ன கேளிர் வரின்.

கண்மணியான காதலர் வருவாராயின், அவரோடு ஊடுவேனோ? தழுவிக் கொள்வேனோ? கூடிக் கலந்து இன்புறுவேனோ!

1268 **வினைகலந்து வென்றீக வேந்தன் மனைகலந்து**
மாலை அயர்கம் விருந்து.

போரில் மன்னன் வாகை சூடுவானாக. யாமும் இல்லம் சேர்ந்து காதலியோடு, அன்றைய மாலைப் பொழுதில் விருந்தாக ஏற்று மகிழ்வோம்.

1269 **ஒருநாள் எழுநாள்போல் செல்லும்சேண் சென்றார்**
வருநாள்வைத்து ஏங்கு பவர்க்கு.

நீண்ட தூரம் சென்ற காதலர், மீண்டும் வரும் நாளை நோக்கி வருந்தியிருக்கும் மகளிர்க்கு, ஒரு நாள்' என்பது ஏழு நாள்களாக நீளும்.

1270 **பெறின்என்னாம் பெற்றக்கால் என்னாம் உறினென்னாம்**
உள்ளம் உடைந்துக்கக் கால்.

உள்ளம் உடைந்து சிதறிய பின்னர், அவரை நாம் காதலராகப் பெற்றதால் என்ன பயன்? அப்படியே பெற்றாலும், அவரைத்தழுவினாலும் கூடி என்ன பயன்?

128. குறிப்பறிவுறுத்தல்

1271 கரப்பினுங் கையிகந் தொல்லாநின் உண்கண்
உரைக்கல் உறுவதொன் றுண்டு.

என்னிடம் மறைக்கமுயன்றாலும், அதையும் கடந்து, சொல்ல விரும்பும் குறிப்பு ஒன்றை உன் மையுண்ட கண்கள் எனக்கெனவே வைத்திருக்கின்றன.

1272 கண்ணிறைந்த காரிகைக் காம்பேர்தோட் பேதைக்குப்
பெண்நிறைந்த நீர்மை பெரிது.

கண்கொள்ளாப் பேரழகும், மூங்கிலை ஒத்திருக்கும் தோளும் கொண்ட பேதைக்குப் பெண்ணுக்குரிய இயல்பு மிகுதியாகவே இருக்கிறது.

1273 மணியில் திகழ்தரு நூல்போல் மடந்தை
அணியில் திகழ்வதொன்று உண்டு.

கோத்துக் கட்டப்பட்ட மணியில் மறைந்திருக்கும் நூல் போல், இம்மடந்தையின் நெஞ்சினுள் மறைந்திருக்கும் குறிப்பு ஒன்று உண்டு.

1274 முகைமொக்குள் உள்ளது நாற்றம்போல் பேதை
நகைமொக்குள் உள்ளதொன் றுண்டு.

மூடியிருக்கும் மொட்டினுள் மணம் மறைந்திருக்கும்; பேதையின் மூடிக்கிடக்கும் நெஞ்சினுள்ளும் மெல்லிய நகைக்குறிப்பு ஒளிந்திருக்கும்.

1275 செறிதொடி செய்திறந்த கள்ளம் உறுதுயர்
தீர்க்கும் மருந்தொன்று உடைத்து.

நெருங்கிய வளையல் அணிந்தவள், கள்ளத்தனமாக மறைத்த குறிப்பில் காதலால் உற்ற நோயைத் தீர்க்கும் மருந்தொன்று உண்டு.

காதலின் உள்ளக் குறிப்பினை உணர்தல்

1276 **பெரிதாற்றிப் பெட்பக் கலத்தல் அரிதாற்றி**
அன்பின்மை சூழ்வ துடைத்து.

தலைவன் என்னோடு கூடியது எதற்கெனில், பிரிவுத்துன்பத்தைப் பொறுக்கச்சொல்லி அவனது அன்பின்மையைக் காட்டுவதற்கே!

1277 **தண்ணந் துறைவன் தணந்தமை நம்மினும்**
முன்னம் உணர்ந்த வளை.

குளிர்ச்சி கொண்ட தலைவன், என்னோடு கூடிப்பின், பிரிவான் என்பதை நான் உணரும் முன்பே வளையல்கள் கழன்றன.

1278 **நெருநற்றுச் சென்றார்எம் காதலர் யாமும்**
எழுநாளேம் மேனி பசந்து.

நேற்றுதான் காதலர் பிரிந்துபோனார்; அதனை ஆற்றாது, நாள் ஏழு ஆனதுபோல மேனி பசப்புற்றது.

1279 **தொடிநோக்கி மென்தோளும் நோக்கி அடிநோக்கி**
அஃதாண்டு அவள்செய் தது.

கழலும் வளையலை நோக்கி, மெலியும் மென்தோளை நோக்கி, தளரும் அடிநோக்கிய செயல்களிலெல்லாம் உடன்போக்குக்கு ஆன குறிப்பு ஒன்று உண்டு.

1280 **பெண்ணினால் பெண்மை உடைத்தென்ப கண்ணினால்**
காமநோய் சொல்லி இரவு.

கண்ணாலேயே காமநோயை உணர்த்தி. அந்நோயைத் தீர்ப்பதற்காகக் கெஞ்சி நிற்பது, இயல்பான பெண்ணிற்குரிய அடையாளமாகும்.

129 புணர்ச்சி விதும்பல்

1281 **உள்ளக் களித்தலும் காண மகிழ்தலும்**
கள்ளுக்கில் காமத்திற்கு உண்டு.

நினைத்தாலே களித்து மகிழ்தலும், கண்டாலே மகிழ்தலும் கள்ளுக்கு இல்லை. ஆயின் காமத்திற்கு உண்டு.

1282 **தினைத்துணையும் ஊடாமை வேண்டும் பனைத்துணையும்**
காமம் நிறைய வரின்.

பனை அளவாகப் பெரிதாகக் காம நுகர்ச்சி பெருகு மாயின், காதலனைக் கூடும்போது தினையளவும் கூட அவரோடு ஊடல் கொள்ளக்கூடாது.

1283 **பேணாது பெட்பவே செய்யினும் கொண்கனைக்**
காணாது அமையல கண்.

காதலர் எம்மை விரும்பாது, தன் மனம் விரும்பியதைச் செய்யினும், அவரைக் காணாமல் இருக்க முடியவில்லை.

1284 **ஊடற்கண் சென்றேன்மன் தோழி அதுமறந்து**
கூடற்கண் சென்றதுஎன் னெஞ்சு.

காதலனோடு ஊடல் கொள்ளவே சென்றேன்; அதனை மறந்து, அவரைக் கண்ட அளவில் என் மனம் கூடவே நினைத்தது.

1285 **எழுதுங்கால் கோல்காணாக் கண்ணேபோல் கொண்கன்**
பழிகாணேன் கண்ட இடத்து.

மைதீட்டும்போது அஞ்சனக்கோல் கண்ணுக்குத் தெரியாததுபோல, அவர் குறைகள் எனக்குத் தெரியாமல் போகின்றன.

கலவிக்கு விரைதல்

1286 காணுங்கால் காணேன் தவறாய காணாக்கால்
காணேன் தவறல் லவை.

> தலைவனைக் காணுகிறபோது அவரிடம் எந்தத் தவற்றையும் காணவில்லை; அவரைக் காணாதபோது தவற்றைத் தவிர மற்றவற்றைக் காணமுடியவில்லை.

1287 உய்த்தல் அறிந்து புனல்பாய் பவரேபோல்
பொய்த்தல் அறிந்தென் புலந்து.

> இழுத்துச் செல்லும் வெள்ளத்தை அறிந்திருந்தும் அதில் பாய்பவரைப் போல, ஊடலால் பொய்ப்பதை அறிந்திருந்தும் அவரோடு ஊடல் கொள்வதால் யாது பயன்?

1288 இளித்தக்க இன்னா செயினும் களித்தார்க்குக்
கள்ளற்றே கள்வநின் மார்பு.

> கள்வனே! பருகுவார்க்கு இழிவு தரும் என்று தெரிந்திருந்தும் உண்பவரால் கள், மேலும் மேலும் விரும்பப்படுவது போல், நின் மார்பு எனக்குக் கள் இன்பம் தருகிறது.

1289 மலரினும் மெல்லிது காமம் சிலர்அதன்
செவ்வி தலைப்படு வார்.

> மலரைக்காட்டிலும் மென்மையானது காமம்; அக்காம நுகர்ச்சியை இதமாகவும், பக்குவமாகவும் உணர்ந்து இன்பந்துய்ப்பவர் சிலரே.

1290 கண்ணின் துனித்தே கலங்கினாள் புல்லுதல்
என்னினும் தான்விது ப்புற்று.

> கண்ணால் ஊடலை வெளிப்படுத்தி, என்னைவிட விரைந்து அணைப்பதில் விருப்பம் கொண்டதால் அவள் தனது ஊடல் எண்ணத்தை மறந்து என்னோடு கலந்தாள்.

130 நெஞ்சொடு புலத்தல்

1291 **அவர்நெஞ்சு அவர்க்காதல் கண்டும் எவன்நெஞ்சே
நீஎமக்கு ஆகா தது.**

நெஞ்சே! அவரது நெஞ்சம் அவருக்கு உரிமை. இதனை அறிந்துவைத்திருந்தும், நீ எனக்கு உரிமை யாகாதது ஏன்?

1292 **உறாஅ தவர்க்கண்ட கண்ணும் அவரைச்
செறாஅரெனச் சேறியென் நெஞ்சு.**

நெஞ்சே, அன்பில்லாதவரை அறிந்தும் ,அவர் கோபம் கொள்ளமாட்டார் என எண்ணிக்கொண்டு செல்கிறாயே, அது அறியாமையால்தானே!

1293 **கெட்டார்க்கு நட்டார்இல் என்பதோ நெஞ்சேநீ
பெட்டாங்கு அவர்பின் செலல்.**

நெஞ்சமே, நீ என் வசம் நில்லாது அவர் வசமே செல்கிறாயே, கெட்டார்க்கு நண்பர்கள் ஒருவரு மில்லை என்ற எண்ணமோ?

1294 **இனிஅன்ன நின்னொடு சூழ்வார்யார் நெஞ்சே
துனிசெய்து துவ்வாய்காண் மற்று.**

நெஞ்சே நீ காதலரைக் காணும்போது இன்பத்தை எண்ணுகிறாயே தவிர, முன்பு அவரிடம் கொண்ட ஊடலை மறந்துவிட்டாயா? இனி உன்னோடு சேர்ந்து பேசுவோர் யார்?

1295 **பெறாஅமை அஞ்சும் பெறின்பிரிவு அஞ்சும்
அறாஅ இடும்பைத்தென் நெஞ்சு.**

காதலர் வராதபோது மனம் அஞ்சும்; பிரிந்துவிடுவாரோ என்ற அச்சத்தால் துன்பம் அடைகிறது நெஞ்சம்.

நெஞ்சோடு மாறுபடல்

1296 **தனியே இருந்து நினைத்தக்கால் என்னைத்**
தினிய இருந்ததென் நெஞ்சு.

என் தனிமையை எண்ணுகையில்,அவரை நினைத்த நெஞ்சம் அரித்துத் தின்பதுபோல் துன்புறுகிறது

1297 **நாணும் மறந்தேன் அவர்மறக் கல்லாஎன்**
மாணா மடநெஞ்சிற் பட்டு.

காதலரை, மறக்காத மட நெஞ்சோடு சேர்ந்து கொண்டு என் உயிரினும் மேலான நாணத்தை மறந்துவிட்டேனே.

1298 **எள்ளின் இளிவாம்என்று எண்ணி அவர்திறம்**
உள்ளும் உயிர்க்காதல் நெஞ்சு.

பிரிந்து சென்றார் என்பதற்காக நானும் அவரை இகழ்ந்தால், அது நமக்கு இழிவாகும் என்றெண்ணி அவரது உயர்வான பண்புகளையே நினைக்கிறது நெஞ்சம்.

1299 **துன்பத்திற்கு யாரே துணையாவார் தாமுடைய**
நெஞ்சந் துணையல் வழி.

துன்புற்றபோது, நெஞ்சமே துணையாக இல்லா விட்டால் யார்தான் எமக்குத் துணையாக இருப்பார்?

1300 **தஞ்சம் தமரல்லர் ஏதிலார் தாமுடைய**
நெஞ்சம் தமரல் வழி.

என் நெஞ்சம் எனக்குத் துணையாய் இருந்து உதவாதபோது, பிறர் உறவாக ஆகார் என்பது இயல்பல்லவா?

131. புலவி

1301
புல்லா திராஅப் புலத்தை அவர்உறும்
அல்லல்நோய் காண்கம் சிறிது.

> தலைவர் வரின், உடனே அவரைத் தழுவிவிடாதே!
> அப்போது அவர் படுகின்ற துன்பத்தை நாமும்தான்
> சிறிது நேரம் இரசிப்போமே!

1302
உப்பமைந் தற்றால் புலவி அதுசிறிது
மிக்கற்றால் நீள விடல்.

> ஊடல் என்பது உப்பு அளவாக இருந்து சுவை
> தருவது போன்றது. ஊடலை நீட்டித்தல் என்பது
> உப்பின் சுவை மிகுதியானதைப் போன்றது.

1303
அலந்தாரை அல்லல்நோய் செய்தற்றால் தம்மைப்
புலந்தாரைப் புல்லா விடல்.

> ஊடல் கொண்ட மகளிரைக் கூடாமல் இருத்தல்,
> முன்பே துயருற்றாரை மேலும் துயரத்தில் ஆழ்த்துதல்
> போன்றது.

1304
ஊடி யவரை உணராமை வாடிய
வள்ளி முதலரிந் தற்று.

> ஊடல் நீங்கித் தழுவாவிடில், நீர்ப் பாய்ச்சாமல்
> வாடிப் போயிருக்கும் வள்ளிக் கொடியை வேருடனே
> அறுப்பது போன்றதாகும்.

1305
நலத்தகை நல்லவர்க்கு ஏஎர் புலத்தகை
பூஅன்ன கண்ணார் அகத்து.

> நற்பண்புடைய தலைவர்க்கு அழகாவது,
> பூப்போன்ற கண்ணையுடைய தலைவியின் ஊடலில்
> வெளிப்படுத்தப்பெறும் அகத்தழகே!

ஊடல் கொண்டு புலத்தல்

1306 துனியும் புலவியும் இல்லாயின் காமம்
கனியும் கருக்காயும் அற்று.

> நீடித்த ஊடல் முற்றிய கனி; சிறு ஊடல் முற்றாத இளம்பிஞ்சு. இவ்விரண்டாலும் பயனில்லை.

1307 ஊடலின் உண்டாங்கோர் துன்பம் புணர்வது
நீடுவ தன்றுகொல் என்று.

> ஊடலின் போதும் ஒரு துன்பம் உண்டு; கூடலின் போது, இன்பம் இன்னும் நீட்டிக்காதோ என்ற துன்பம்தான் அது.

1308 நோதல் எவன்மற்று நொந்தாரென்று அஃதறியும்
காதலர் இல்லா வழி.

> நம்மால் காதலர் வருந்தினார் என்று உணர்ந்து, அவரில்லாதபோது அவ்வருத்தத்தால் அடையும் பயன்தான் என்ன?

1309 நீரும் நிழலது இனிதே புலவியும்
வீழுநர் கண்ணே இனிது.

> அன்புடையாரிடம் கொண்ட ஊடலால் பெற்ற இன்பம், நிழலின்கண் உள்ள நீரின் இனிமை போன்றது.

1310 ஊடல் உணங்க விடுவாரோடு என்நெஞ்சம்
கூடுவேம் என்பது அவா.

> ஊடலை நீட்டித்து வாடவிடும் அவரிடம், நெஞ்சம் கூடிட முயல்வதற்குக் காரணம் ஆசையே யன்றி வேறென்ன?

இன்பத்துப்பால் ▪ திருக்குறள் ▪ 275

132. புலவி நுணுக்கம்

1311
பெண்ணியலார் எல்லாரும் கண்ணின் பொதுஉண்பர்
நண்ணேன் பரத்தநின் மார்பு.

> பெண்கள் பலரும் உன்னைக் கண்ணால் விழுங்கியவாறே நுகர்வர்; எனவே, பரத்தமை கொண்ட நின் மார்பை யான் தீண்டேன்.

1312
ஊடி இருந்தேமாத் தும்மினார் யாம்தம்மை
நீடுவாழ் கென்பாக் கறிந்து.

> காதலரோடு ஊடல் கொண்டு பேசாமல் இருந்தேன்; அவரை நீடு வாழ்க என்று நான் வாழ்த்துவேன் என எதிர்பார்த்து அக்கணத்தில் தும்மினார்.

1313
கோட்டுப்பூச் சூடினும் காயும் ஒருத்தியைக்
காட்டிய சூடினீர் என்று.

> பூவைச் சூடினேன்; அவளோ யாரோ ஒருத்திக்கு இப்பூவினைச்சூடிக் காட்ட நினைத்துச் சூடினீர் என்று என்னிடத்தில் சினங்கொண்டாள்.

1314
யாரினும் காதலம் என்றேனா ஊடினாள்
யாரினும் யாரினும் என்று.

> எல்லோரையும்விட உன்னிடம் மிக்க காதல் என்று அவளிடத்துச் சொன்னேன்; உடனே அவள் யாரைவிட யாரைவிட எனக்கேட்டு ஊடல் கொண்டாள்.

1315
இம்மைப் பிறப்பில் பிரியலம் என்றேனாக்
கண்நிறை நீர்கொண் டனள்.

> இப்பிறவியில் பிரிய மாட்டேன் என்றுதான் சொன்னேன்; அக்கணமே அவள் மறுபிறப்பில் பிரிந்து விடுவேனோ என்று நினைத்துக் கண்ணீரை உதிர்த்தாள்.

ஊடுதலின் நுட்பம்

1316 **உள்ளினேன் என்றேன்மற் றென்மறந்தீர் என்றென்னைப்**
புல்லாள் புலத்தக் கனள்.

உன்னை நினைத்தேன் என்றுதான் சொன்னேன்; எப்போது என்னை மறந்தீர் எனச்சொல்லித் தழுவ மறுத்து ஊடல் கொண்டாள்.

1317 **வழுத்தினாள் தும்மினேன் ஆக அழித்தழுதாள்**
யாருள்ளித் தும்மினீர் என்று.

நான் இயல்பாகத் தும்மினேன்; அவள் வாழ்த்தினாள்; உடனே யாரோ உன்னை நினைப்பதால்தான் தும்மினீர் என்று சொல்லி அழத்தொடங்கினாள்.

1318 **தும்முச் செறுப்ப அழுதாள் நுமர்உள்ளல்**
எம்மை மறைத்திரோ என்று.

தும்மல் வந்தது; அடக்கினேன். உம்மவள் நினைப்பதை மறைக்கத்தானே, வந்த தும்மலை அடக்கினீர் என்று சொல்லி அழுதாள்.

1319 **தன்னை உணர்த்தினும் காயும் பிறர்க்குநீர்**
இந்நீரர் ஆகுதிர் என்று.

அவளிடம் பணிந்துபோய் ஊடலைத் தணிக்க முயன்றாலும், மற்றப் பெண்களிடத்தும் இவ்வாறு தானே பணிந்து போவீர்கள் என்று சொல்லிக் கோபம் கொள்வாள்.

1320 **நினைத்திருந்து நோக்கினும் காயும் அனைத்துநீர்**
யாருள்ளி நோக்கினீர் என்று.

அவளது உடல் அழகை நினைத்துப் பாராட்டி னாலும், மற்ற பெண்களோடு என்னை இவ்வாறு தானே ஒப்பிட்டீர்கள் என்று சொல்லிச் கோபம் கொள்வாள்.

133. ஊடலுவகை

1321
இல்லை தவறவர்க்கு ஆயினும் ஊடுதல்
வல்லது அவர்அளிக்கு மாறு.

> அவரிடத்து எந்தத் தவறும் காணாவிடினும், அவருடன் ஊடுதல், அவர் நம்மீது அதிகமான அன்பைச் செய்ய வல்லது.

1322
ஊடலின் தோன்றும் சிறுதுனி நல்லளி
வாடினும் பாடு பெறும்.

> ஊடல் காரணமாக ஏற்படும் சிறு துன்பம், காதலரின் அன்பு வாடுவதற்குக் காரணமாயினும் பின்பு அது பெருமையுறும்.

1323
புலத்தலின் புத்தேள்நாடு உண்டோ நிலத்தொடு
நீரியைந் தன்னார் அகத்து.

> நிலத்தொடு நீர்போல் கலந்திருக்கும் காதலருடன் ஊடுதல் தரும் இன்பத்திற்கு, ஈடான இன்பம் தரும் தேவருலகம் உண்டோ?

1324
புல்லி விடாஅப் புலவியுள் தோன்றுமென்
உள்ளம் உடைக்கும் படை.

> காதலரைத் தழுவிப் பின்னர் விலகாமைக்குக் காரணமான ஊடலுக்குள், என் உள்ளத்தின் உறுதியை உடைக்கும் படையும் உள்ளது.

1325
தவறிலர் ஆயினும் தாம்வீழ்வார் மென்றோள்
அகறலின் ஆங்கொன் றுடைத்து.

> காதலியை விரும்பி அவளது தோள்களைச் சிறிது நேரமேனும் பிரிந்திருத்தலிலும்கூட ஓர் இன்பம் இருக்கத்தான் செய்கிறது.

ஊடலால் தோன்றும் மகிழ்ச்சி

1326 உணலினும் உண்டது அறல்இனிது காமம்
புணர்தலின் ஊடல் இனிது.

உண்பதைக் காட்டிலும் செரித்தல் இன்பம்; காமத்தில் கூடுவதைக்காட்டிலும் சற்றே ஊடுவது இன்னும் இன்பம்.

1327 ஊடலில் தோற்றவர் வென்றார் அதுமன்னும்
கூடலிற் காணப் படும்.

ஊடலில் தோற்றவரே வென்றவர். இதை, பின்பு கூடலின்போது பெறும் மிகுதியான அன்பால் அறிந்து கொள்ளலாம்.

1328 ஊடிப் பெறுகுவம் கொல்லோ நுதல்வெயர்ப்பக்
கூடலில் தோன்றிய உப்பு.

நெற்றி வியர்வை வெளிப்படுமாறு கலவியின் போது தோன்றிய இன்பத்தை, இன்னும் இன்னும் ஒருகால் நாம் ஊடிப் பெறுவோமா!

1329 ஊடுக மன்னோ ஒளியிழை யாமிரப்ப
நீடுக மன்னோ இரா.

அணிகள் அணிந்த தலைவி, என்னோடு இன்னும் ஊடல் கொள்ளட்டும்; நாம் கெஞ்சும்படியாக இந்த இரவு இன்னும் நீடிப்பதாக!

1330 ஊடுதல் காமத்திற்கு இன்பம் அதற்கின்பம்
கூடி முயங்கப் பெறின்.

காமத்திற்கு ஊடுதலால் இன்பம்; கூடிக்கலத்தல் அவ்வூடலுக்கு இன்பம்.

இன்பத்துப்பால் ▪ திருக்குறள் ▪ 279

குறள் முதற்குறிப்பு அகராதி

178..... அஃகாமை செல்வத்
175..... அஃகி அகன்ற அறிவு
936..... அகடு ஆரார்
1074... அகப் பட்டி ஆவாரைக்
1......... அகரம் முதல எழுத்து
691..... அகலாது அணுகாது
151..... அகழ்வாரைத் தாங்கும்
92....... அகன் அமர்ந்து ஈதலின்
84....... அகன் அமர்ந்து செய்
720..... அங்கணத்துள் உக்க
534..... அச்சம் உடையார்க்கு
1075... அச்சமே கீழ்களது
1098... அசையியற்கு உண்டு
497..... அஞ்சாமை அல்லால்
382..... அஞ்சாமை ஈகை
863..... அஞ்சும் அறியான்
428..... அஞ்சுவது அஞ்சாமை
366..... அஞ்சுவது ஓரும்
121..... அடக்கம் அமரருள்
768..... அடல்தகையும் ஆற்றலு
343..... அடல் வேண்டும்
954..... அடுக்கிய கோடி
625..... அடுக்கி வரினும்
706..... அடுத்தது காட்டும்
1081... அணங்கு கொல்
1014... அணி அன்றோ நாண்
30....... அந்தணர் என்போர்
543..... அந்தணர் நூற்கும்
814..... அமரகத்து ஆற்றறுக்கும்
1027... அமரகத்து வன்கண்ணர்
64....... அமிழ்தினும் ஆற்ற
474..... அமைந்து ஆங்கு ஒழுக
401..... அரங்கு இன்றி வட்டு
888..... அரம் பொருத பொன்
997..... அரம் போலும்
1153... அரிதுஅரோ தேற்றம்
1160... அரிது ஆற்றி அல்லல்
537..... அரிய என்று ஆகாத
503..... அரிய கற்று ஆசு
443..... அரியவற்றுள் எல்லாம்
210..... அருங் கேடன் என்பது
565..... அருஞ் செவ்வி இன்னா
241..... அருட் செல்வம் செல்வத்
198..... அரும் பயன் ஆயும்
847..... அரு மறை சோரும்
611..... அருமை உடைத்து
483..... அரு வினை என்ப உள
254..... அருள் அல்லது யாது
247..... அருள் இல்லார்க்கு
757..... அருள் என்னும் அன்பு
285..... அருள் கருதி அன்பு
243..... அருள் சேர்ந்த
176..... அருள் வெஃகி
755..... அருளொடும் அன்பொடு
245..... அல்லல் அருள்
96....... அல்லவை தேய அறம்
555..... அல்லற்பட்டு ஆற்றாது
1303... அலந்தாரை அல்லல்
1141... அலர் எழ ஆர்
1149... அலர் நாண ஒல்வதோ
167..... அவ்வித்து அழுக்காறு
169..... அவ்விய நெஞ்சத்தான்
1182... அவர் தந்தார் என்னும்
1291... அவர் நெஞ்சு அவர்க்கு
368..... அவா இல்லார்க்கு
361..... அவா என்ப எல்லா
367..... அவாவினை ஆற்ற
259..... அவி சொரிந்து ஆயிரம்
711..... அவை அறிந்து
713..... அவை அறியார்
659..... அழக் கொண்ட
795..... அழச் சொல்லி
1228... அழல் போலும் மாலை
461..... அழிவதூஉம் ஆவதூஉம்
807..... அழிவந்த செய்யினும்
787..... அழிவினவை நீக்கி
764..... அழிவு இன்று அறை
164..... அழுக்காற்றின் அல்ல
170..... அழுக்காறு அகன்றாகும்
35....... அழுக்காறு அவாவெகுளி
135..... அழுக்கா றுடையான்
165..... அழுக்காறு உடையார்
168..... அழுக்காறு எனஒரு
289..... அளவல்ல செய்தாங்கே
523..... அளவளா வில்லாதவன்
288..... அளவறிந்தார் நெஞ்
479..... அளவறிந்து வாழாதான்
286..... அளவின்கண் நின்
1154... அளித்தஞ்சல் என்றவர்
333..... அற்கா இயல்பிற்று
944..... அற்றது அறிந்துகடை
980..... அற்றம் மறைக்கும்
846..... அற்றம் மறைத்தலோ
365..... அற்றவர் என்பார்
226..... அற்றார் அழிபசி
506..... அற்றாரைத் தேறுதல்
1007... அற்றார்க்கொன்று
943..... அற்றால் அளவறிந்து
626..... அற்றேமென்று அல்லல்
501..... அறம்பொருள் இன்பம்
181..... அறங்கூறான் அல்ல
1047... அறஞ்சாரா நல்குரவு
185..... அறஞ்சொல்லும்
46....... அறத்தாற்றின் இல்வாழ்
37....... அறத்தாறு இதுவென
39....... அறத்தான் வருவதே
76....... அறத்திற்கே அன்புசார்
32....... அறத்தினூஉங்கு ஆக்க
8......... அறவாழி அந்தணன்
321..... அறவினை யாதெனின்
909..... அறவினையும் ஆன்ற
163..... அறன் ஆக்கம் வேண்டா
754..... அறன்ஈனும் இன்பமும்
49....... அறன்எனப் பட்டதே
142..... அறன்கடை நின்றாருள்
189..... அறன்நோக்கி ஆற்று
150..... அறன்வரையான் அல்ல
182..... அறனழீஇ அல்லவை
635..... அறனறிந்து ஆன்றமை
441..... அறனறிந்து மூத்த
179..... அறனறிந்து வெஃகா
147..... அறனியலான் இல்வாழ்
384..... அறனிழுக்கா தல்லவை
1139... அறிகிலார் எல்லாரும்
638..... அறிகொன்று அறியான்
1110... அறிதோறு அறியாமை
515..... அறிந்தாற்றிச் செய்
421..... அறிவற்றங் காக்குங்
843..... அறிவிலார் தாந்தம்மை
842..... அறிவிலான் நெஞ்சு
841..... அறிவின்மை இன்மை
315..... அறிவினான் ஆகுக
203..... அறிவினுள் எல்லாந்
427..... அறிவுடையார் ஆவ
430..... அறிவுடையார் எல்லா
684..... அறிவுரு வாராய்ந்த
1117... அறுவாய் நிறைந்த
1076... அறைபறை அன்னர்
78....... அன்பகத் தில்லா உயிர்
682..... அன்பறிவு ஆராய்ந்த
513..... அன்பறிவு தேற்றம்

862..... அன்பிலன் ஆன்ற	218..... இடன் இல் பருவத்தும்	270..... இலர் பலர் ஆகிய
72..... அன்பிலார் எல்லாம்	447..... இடிக்கும் துணையாரை	205..... இலன் என்று தீயவை
71..... அன்பிற்கும் உண்டோ	448..... இடிப்பாரை இல்லாத	223..... இலனென்னும் எவ்வம்
80..... அன்பின் வழியது உயிர்	607..... இடி புரிந்து எள்ளும்	432..... இவறலும் மாண்பிறந்த
911..... அன்பின் விழையார்	1030..... இடுக்கண் கால்	940..... இழத்தொழுஉம்
74..... அன்பூணும் ஆர்வம்	654..... இடுக்கண் படினும்	946..... இழிவறிந்து உண்டான்
681..... அன்புடைமை ஆன்ற	621..... இடுக்கண் வருங்கால்	415..... இழுக்கல் உடையுழி
992..... அன்புடைமை ஆன்ற	623..... இடும்பைக்கு இடும்பை	536..... இழுக்காமை யார்
983..... அன்புநாண் ஒப்புரவு	1029..... இடும்பைக்கே கொள்க	779..... இழைத்தது இகவாமை
45..... அன்பும் அறனும் உடை	712..... இடை தெரிந்து	1288..... இளித்தக்க இன்னா
75..... அன்பற்று அமர்ந்த	650..... இணர் ஊழ்த்தும் நாறா	879..... இளையதாக முள்மரம்
1009..... அன்பொரீஇ இத்	308..... இணர் எரி தோய்வன்ன	698..... இளையர் இனமுறை
73..... அன்போடு இயைந்த	517..... இதனை இதனால்	951..... இற்பிறந்தார் கண்அல்ல
36..... அன்றறிவாம் என்னாது	1315..... இம்மைப் பிறப்பில்	1044..... இற்பிறந்தார் கண்ணே
1115..... அனிச்சப்பூக் கால்	1129..... இமைப்பின் கரப்பாக்கு	531..... இறந்த வெகுளியின்
1120..... அனிச்சமும் அன்ன	906..... இமையாரின் வாழினும்	310..... இறந்தார் இறந்தார்
594..... ஆக்கம் அதர்வினாய்ச்	344..... இயல்பு ஆகும் நோன்பு	977..... இறப்பே புரிந்த
593..... ஆக்கம் இழந்தேம்	47..... இயல்பினான் இல்வாழ்	180..... இறல்ஈனும் எண்ணாது
463..... ஆக்கம் கருதி	545..... இயல்புளிக் கோல் ஒச்சு	690..... இறுதி பயப்பினும்
642..... ஆக்கமும் கேடும்	385..... இயற்றலும் ஈட்டலும்	564..... இறைகடியன் என்று
478..... ஆகு ஆறு அளவு	1051..... இரக்க இரத்தக்கார்க்	547..... இறைகாக்கும் வையகம்
371..... ஆகு ஊழால் தோன்றும்	229..... இரத்தலின் இன்னாது	900..... இறைஞ்சமைந்த சார்பு
740..... ஆங்கு அமைவு	1054..... இரத்தலும் ஈதலே	1152..... இன்கண் உடைத்தவர்
560..... ஆபயன் குன்றும்	1062..... இரப்பன் இரப்பாரை	99..... இன்சொல் இனிதீன்றல்
792..... ஆய்ந்து ஆய்ந்து	1067..... இரப்பார் உயிர் வாழ்தல்	387..... இன்சொலான் ஈத்தளிக்க
918..... ஆயும் அறிவினர்	1058..... இரப்பாரை இல்லாயின்	91..... இன்சொலால் ஈரம்
370..... ஆரா இயற்கை	1060..... இரப்பான் வெகுளாமை	854..... இன்பத்துள் இன்பம் பய
1066..... ஆவிற்கு நீர் என்று	1035..... இரவார் இரப்பார்க்கு	629..... இன்பத்துள் இன்பம் விழை
1022..... ஆள்வினையும் ஆன்ற	1069..... இரவு உள்ள உள்ளம்	1063..... இன்பம் இடும்பை
493..... ஆற்றரும் ஆற்றி அடுப	1068..... இரவு என்னும் ஏமாப்பு	369..... இன்பம் இடையறா
477..... ஆற்றின் அளவு அறிந்து	1243..... இருந்து உள்ளி என	1052..... இன்பம் ஒருவற்கு
725..... ஆற்றின் அளவு அறிந்து	81..... இருந்து ஓம்பி இல்	1166..... இன்பம் கடல்மற்று
48..... ஆற்றின் ஒழுக்கி அறன்	1091..... இரு நோக்கு இவள்	628..... இன்பம் விழையான் இடு
716..... ஆற்றின் நிலை தளர்ந்	737..... இரு புனலும்	615..... இன்பம் விழையான் வினை
468..... ஆற்றின் வருந்தா	920..... இரு மனப் பெண்டிரும்	1042..... இன்மை எனவொரு
741..... ஆற்றுபாக்கும் அரண்	23..... இருமை வகை தெரிந்து	1041..... இன்மையின் இன்னாதது
891..... ஆற்றுவார் ஆற்றல் இக	374..... இரு வேறு உலகத்து	558..... இன்மையுள் இன்மை
225..... ஆற்றுவார் ஆற்றல் பசி	5..... இருள் சேர்	153..... இன்மையுள் இன்மை
985..... ஆற்றுவார் ஆற்றல் பணி	352..... இருள் நீங்கி இன்பம்	316..... இன்னா எனத்தான்
855..... இகல் எதிர் சாய்ந்து	53..... இல்லது என் இல்லவள்	987..... இன்னா செய்தார்க்கு
851..... இகல் என்ப எல்லா	752..... இல்லாரை எல்லாரும்	314..... இன்னா செய்தாரை
853..... இகல் என்னும் எவ்வ	903..... இல்லாள்கண் தாழ்ந்த	224..... இன்னாது இரக்க
859..... இகல் காணமின் ஆக்க	905..... இல்லாளை அஞ்சுவான்	1158..... இன்னாது இனன்
860..... இகலானும் ஆம் இன்னா	1321..... இல்லை தவறு அவர்	630..... இன்னாமை இன்பம்
858..... இகலிற்கு எதிர்சாய்தல்	41..... இல்வாழ்வான் என்பான்	961..... இன்றி அமையாச் சிற
856..... இகலின் மிகல் இனிது	627..... இலக்கம் உம்பு	1048..... இன்றும் வருவது
539..... இகழ்ச்சியின் கெட்டாரை	1262..... இலங்கிழாய் இன்று	822..... இனம்போன்று இனமல்
1057..... இகழ்ந்து எள்ளாது	1040..... இலம் என்று அசைஇ	568..... இனத்தாற்றி
1064..... இடம் எல்லாம் கொள்ள	174..... இலம் என்று வெஃகுதல்	1294..... இனியன்ன நின்னொடு

100..... இனிய உளவாக	1177... உழந்து உழந்து	1327... ஊடலின் தோற்றவர்
970..... இனிவின் வாழாத	1036... உழவினார் கைம்மடங்கி	1322... ஊடலின் தோன்றும்
87..... இனைவத்துணைத் தென்	1033... உழு உண்டு வாழ்வா	1284... உற்கண் சென்றேன்
790..... இனையதி இவரெமக்கு	1032... உமுவார் உலகத்தார்க்கு	1312... ஊடி இருந்தேமா
1003... ஈட்டம் இவறி இசை	530..... உழைப் பிரிந்து	1328... ஊடிப் பெறுகுவம்
228..... ஈத்து உவக்கும்	927..... உள்ஒற்றி	1304... ஊடயவரை உணராமை
231..... ஈதல் இசைபட	1281... உள்ளக் களித்தலும்	1329... ஊடுக மன்னோ
1077... ஈர்ங்கை விதிரார்	1249... உள்ளத்தார் காதலவர்	1330... ஊடுதல் காமத்திற்கு
1059... ஈவார்கண் என உண்	282..... உள்ளத்தால் உள்ளலும்	1012... ஊணுடை எச்சம்
69..... ஈன்ற பொழுதின்	294..... உள்ளத்தால் பொய்யாது	797..... ஊதியம் என்பது
656..... ஈன்றாள் பசி	598..... உள்ளம் இலாதவர்	1147... ஊரவர் கெளவை
923..... ஈன்றாள் முகத்தேயும்	592..... உள்ளம் உடைமை	215..... ஊருணி நீர்
921..... உட்கப் படாஅர்	1170... உள்ளம் போன்று உள்	989..... ஊழி பெயரினும்
883..... உட்பகை அஞ்சித்தற்	798..... உள்ளக உள்ளம்	380..... ஊழின் பெருவலி
890..... உடம்பாடு இலாதவர்	309..... உள்ளிய எல்லாம் உடன்	620..... ஊழையும் உப்பக்கம்
1122... உடம்பொடு உயிரிடை	540..... உள்ளிய எய்தல்	662..... ஊறு ஒரால்
788..... உடுக்கை இழந்தவன்	1201... உள்ளினும் தீராப் பெரு	1013... ஊனைக் குறித்த உயிர்
1079... உடுப்பதூஉம் உண்ப	1316... உள்ளினேன் என்றேன்	1004... எச்சம் என்று
939..... உடை செல்வம் ஊண்	596..... உள்ளுவது எல்லாம்	889..... எட்பகவு அன்ன
473..... உடைத்தம் வலி அறியா	1184... உள்ளுவன்மன் யான்	392..... எண் என்ப ஏனை
89..... உடைமையுள் இன்மை	1125... உள்ளுவன்மன் யான்	910..... எண் சேர்ந்த
591..... உடையார் எனப்படுவர்	574..... உளபோல் முகத்து	467..... எண்ணித் துணிக
395..... உடையார்முன் இல்லார்	406..... உளர் என்னும்	666..... எண்ணிய எண்ணியா
1090... உண்டார்கண் அல்லது	730..... உளர் எனினும்	494..... எண்ணியார் எண்ணம்
922..... உண்ணற்க கள்ளை	480..... உள வரை தூக்காத	991..... எண்பத்தால் எய்தல்
160..... உண்ணாது நோற்பார்	442..... உற்ற நோய் நீக்கி	548..... எண்பத்தான் ஓரா
255..... உண்ணாமை உள்ளது	261..... உற்ற நோய் நோன்றல்	424..... எண்பொருள வாகச்
257..... உண்ணாமை வேண்டும்	950..... உற்றவன் தீர்ப்பான்	429..... எதிரதாக் காக்கும்
718..... உணர்வது உடையார்	949..... உற்றான் அளவும்	110..... எந்நன்றி கொன்றார்க்கு
1326... உணலினும் உண்டது	339..... உறங்குவது போலும்	355..... எப்பொருள் எத்தன்மை
105..... உதவி வரைத்து அன்று	885..... உறல் முறையான்	423..... எப்பொருள் யார் யார்
1302... உப்பு அமைந்தற்றால்	1292... உறாஅ தவர்க் கண்ட	695..... எப்பொருளும் ஓரார்
1287... உய்த்தல் அறிந்து	1096... உறாஅ தவர்போல்	489..... எய்தற்கு அரியது
743..... உயர்வு அகலம்	1143... உறாஅதோ ஊர்	896..... எரியான் சுடப்படினும்
330..... உயிர் உடம்பின் நீக்கியா	1200... உறாஅர்க்கு உறுநோய்	746..... எல்லாப் பொருளும்
880..... உயிர்ப்ப உளரல்லர்	778..... உறின் உயிர் அஞ்சா	582..... எல்லார்க்கும் எல்லாம்
600..... உரம் ஒருவற்கு உள்ள	812..... உறின் நட்பு	125..... எல்லார்க்கும் நன்று
24..... உரன் என்னும்	761..... உறுப்பமைந்து ஊறு	299..... எல்லா விளக்கும்
1263... உரன் நசை இ உள்ளம்	993..... உறுப்பொத்தல் மக்கள்	806..... எல்லைக்கண் நின்றார்
667..... உருவு கண்டு	734..... உறுபசியும் ஓவா	426..... எவ்வது உறைவது
933..... உருள் ஆயம் ஓவாது	1106... உறுதோறு உயிர்	1285... எழுதுங்கால் கோல்
232..... உரைப்பார் உரைப்பவை	756..... உறுபொருளும் உல்கு	62..... எழுபிறப்பும் தீயவை
850..... உலகத்தார் உண்டு	813..... உறுவகை சீர்தூக்கும்	107..... எழுமை எழு பிறப்பும்
140..... உலகத்தோடு ஒட்ட	680..... உறை சிறியார் உள்	470..... எள்ளாத எண்ணிச்
425..... உலகம் தழீஇயது	989..... ஊழி பெயரினும்	281..... எள்ளாமை வேண்டுவான்
762..... உலைவு இடத்து ஊறு	486..... ஊக்கம் உடையான்	1298... எள்ளின் இளிவாம்
1185... உவக்காண் எம் காதலர்	1310... ஊடல் உணங்க	145..... எளிது எனஇல்
1130... உவந்து உறைவார் உள்ள	1109... ஊடல் உணர்தல்	1080... எற்றிற்கு உரியர்
394..... உவப்பத் தலைக்கூடி	1307... ஊடலின் உண்டு	655..... எற்று என்று இரங்குவ

77....... என்பு இலதனை	161..... ஒழுக்கு ஆராக்கொள்	1171... கண்தாம் கலுழ்வது
652..... என்றும் ஒருவதல்	1088... ஒள் நுதற்கு	1272... கண் நிறைந்த காரிகை
771..... என்னை முன்	971..... ஒள்ளூர்வற்கு உள்ள	184..... கண் நின்று
317..... எனைத்தானும் எஞ்ஞா	714..... ஒளியார் முன்	279..... கணை கொடிது யாழ்
416..... எனைத்தானும் நல்ல	583..... ஒற்றினான் ஒற்றி	130..... கதம் காத்து, கற்று
670..... எனைத் திட்டம்	588..... ஒற்று ஒற்றித்	1173... கதுமெனத் தாம்
1202.. எனைத்து ஒன்று இனி	589..... ஒற்று ஒற்று உணராமை	1212... கயல் உண்கண் யான்
144..... எனைத் துணையர்	581..... ஒற்றும் உரை	1162... கரத்தலும் ஆற்றேன்
820..... எனைத்தும் குறுகுதல்	156..... ஒறுத்தார்க்கு ஒருநாளை	1070... கரப்பவர்க்கு யாங்கு
1208.. எனைத்தும் நினை	155..... ஒறுத்தாரை ஒன்றாக	1271... கரப்பினும் கையிகந்து
207..... எனைப்பகை உற்றாரும்	579..... ஒறுத்தாற்றும் பண்பினா	1056... கரப்பு இடும்பை
750..... எனை மாட்சித்து	233..... ஒன்றா உலகத்து	1053... கரப்பு இலா நெஞ்சின்
514..... எனை வகையான்	323..... ஒன்றாக நல்லது	1055... கரப்பு இலார்
1006.. ஏதம் பெருஞ்செல்வம்	886..... ஒன்றாமை ஒன்றியார்	1061... கரவாது உவந்து ஈயும்
837..... ஏதிலார் ஆர	128..... ஒன்றாலும் தீச்சொற்	1123... கருமணியின் பாவாய்
190..... ஏதிலார் குற்றம்போல்	932..... ஒன்று எய்தி நூறு	1011... கருமத்தான் நாணுதல்
1099... ஏதிலார் போலப்	264..... ஒன்னார்த் தெறலும்	578..... கருமம் சிதையாமல்
899..... ஏந்திய கொள்கையார்	1176... ஓஒ இனிதே எமக்கு	1021... கருமம் செய ஒருவன்
873..... எழுமற்றவினும் ஏழை	653..... ஓஒதல் வேண்டும்	631..... கருவியும் காலமும்
14....... ஏரின் உழாஅர் உழவர்	834..... ஓதி உணர்ந்தும்	405..... கல்லா ஒருவன்
1038... ஏரினும் நன்றால்	1155... ஓம்பின் அமைந்தார்	845..... கல்லாத மேற்கொண்டு
848..... ஏவலும் செய்கலான்	357..... ஓர்த்து உள்ளம்	729..... கல்லாதவரின் கடை
354..... ஐஉணர்வு எய்தியக்	541..... ஓர்ந்து கண்ணோடாது	403..... கல்லாதவரும் நனி நல
25....... ஐந்தவித்தான் ஆற்றல்	1137... கடல் அன்ன காமம்	404..... கல்லாதான் ஒட்பம்
353..... ஐயத்தின் நீங்கித்	496..... கடல் ஓடா, கால்	402..... கல்லாதான் சொல்
702..... ஐயப்படாஅது அகத்து	687..... கடன் அறிந்து	570..... கல்லார்ப் பிணிக்கும்
967..... ஒட்டார் பின் சென்று	981..... கடன் என்ப நல்லவை	870..... கல்லான் வெகுளும்
760..... ஒண் பொருள் காழ்ப்ப	585..... கடாஅ உருவொடு கண்	668..... கலங்காது கண்ட
214..... ஒத்தது அறிவோம்	981..... கடாஅக் களிற்றின்	1246... கலந்து உணர்த்தும்
220..... ஒப்பரவினால் வரும்கேடு	562..... கடிது ஓச்சி மெல்ல	1144... கவ்வையான் கவ்விது
1196... ஒருதலையான் இன்னா	658..... கடிந்த கடிந்து ஓரார்	935..... கவறும் கழகமும்
1269... ஒருநாள் எழுநாள்	566..... கடுஞ் சொல்லன் கண்	840..... கழாஅக் கால் பள்ளி
337..... ஒருபொழுதும் வாழ்வது	567..... கடு மொழியும் கை	930..... கள்உண்ணப் போழ்
398..... ஒருமைக்கண் தான்	663..... கடைக் கொட்கச்	290..... கள்வார்க்குத் தள்ளும்
835..... ஒருமைச் செயல்	393..... கண் உடையர் என்பவர்	284..... களவினால் கண்டிய
974..... ஒருமை மகளிரே	1127... கண் உள்ளார்	283..... களவினால் ஆகிய
126..... ஒருமையுள் ஆமை	1092... கண களவு கொள்ளும்	287..... களவு என்னும் கார்
818..... ஒல்லும் கருமம்	1146... கண்டது மன்னும்	929..... களித்தானைக் காரணம்
33....... ஒல்லும் வகையான்	1084... கண்டார் உயிர் உண்ணு	928..... களித்து அறியேன்
673..... ஒல்லும் வாய் எல்லாம்	1101... கண்டு கேட்டு உண்டு	1145... களித்தொறும் கள் உண்
472..... ஒல்வது அறிவது அறி	575..... கண்ணிற்கு அணிகலம்	391..... கற்க, கசடு அற
763..... ஒலித்தக்கால் என்னாம்	1290... கண்ணின் துனித்தே	2......... கற்றதனால் ஆய பயன்
137..... ஒழுக்கத்தின் எய்துவர்	1240... கண்ணின் பசப்போ	724..... கற்றார்முன் கற்ற செலச்
136..... ஒழுக்கத்தின் ஒல்கார்	1244... கண்ணும் கொளச் சேறி	722..... கற்றாருள் கற்றார்
21....... ஒழுக்கத்து நீத்தார்	1126... கண்ணுள்ளின் போகார்	414..... கற்றிலன் ஆயினும்
133..... ஒழுக்கம் உடைமை குடி	1100... கண்ணோடு கண்ணை	717..... கற்று அறிந்தார் கல்வி
139..... ஒழுக்கம் உடையவர்க்கு	572..... கண்ணோட்டத்து உள்ள	356..... கற்று ஈண்டு
131..... ஒழுக்கம் விழுப்பம்	577..... கண்ணோட்டம் இல்லவர்	686..... கற்று, கண் அஞ்சான்
952..... ஒழுக்கமும் வாய்மையும்	571..... கண்ணோட்டம் என்னும்	312..... கறுத்து இன்னா செய்த

1214... கனவினான் உண்டாகும்	434..... குற்றமே காக்க,	699..... கொளப்பட்டேம் என்று
819..... கனவினும் இன்னாது	1095... குறிக்கொண்டு நோக்கா	745..... கொளற்கு அரிதாய்
122..... காக்க, பொருளா	704..... குறித்து சுறாமைக்	109..... கொன்றன்ன இன்னா
527..... காக்கை கரவா	703..... குறிப்பின் குறிப்பு	1313... கோட்டுப்பூச் சுடியும்
386..... காட்சிக்கு எளியன்	705..... குறிப்பின் குறிப்பு	9........ கோளில் பொறியின்
1265... காண்கமன் கொண்	696..... குறிப்பு அறிந்து	118..... சமன்செய்து சீர் தூக்கும்
866..... காணாச் சினத்தான்	965..... குன்றின் அனையாரும்	660..... சலத்தால் பொருள்
849..... காணாதார் காட்டுவான்	898..... குன்று அன்னார்	956..... சலம் பற்றிச் சால்பு
1114... காணின் குவளை	758..... குன்று ஏறி, யானைப்	230..... சாதலின் இன்னாதது
1286... காணுங்கால் காணேண்	1264... கூடிய காமம் பிரிந்தார்	1183... சாயலும் நாணும்
1242... காதல் அவர் இலர்	332..... கூத்தாட்டு அவைக்கு	359..... சார்பு உணர்ந்து சார்பு
440..... காதல காதல் அறியா	554..... சூழும் குடியும்	986..... சால்பிற்குக் கட்டளை
1224... காதலர் இல் வழி	894..... சுற்றத்தைக் கையால்	990..... சான்றவர் சான்றாண்மை
1211... காதலர் தூதொடு வந்த	269..... சுற்றம் குதித்தலும்	597..... சிதைவிடத்து ஓல்கார்
507..... காதன்மை கந்தா	1085... சுற்றமோ கண்ணோ	173..... சிற்றின்பம் வெஃகி
1164... காமக் கடல் மன்னும்	765..... சுற்ற உடனாது	451..... சிற்றினம் அஞ்சும்
1134... காமக் கடும் புனல்	701..... சுறாமை நோக்கி	590..... சிறப்பு அறிய ஒற்றின்
1167... காமக் கடும் புனல்	1293... கெட்டார்க்கு நட்டார்	311..... சிறப்பு ஈனும் செல்வம்
1251... காமக் கணிச்சி	893..... கெடல்வேண்டின் கேளா	31....... சிறப்பு ஈனும் செல்வமும்
1131... காமம் உழந்து	809..... கொடார் வழிவந்த	18....... சிறப்பொடு பூசனை
1252... காமம் என் ஒன்றோ	15....... கெடுப்பதூஉம் கெட்டா	976..... சிரியார் உணர்ச்சியுள்
1247... காமம் விடு ஒன்றோ	799..... கெடும் காலைக்	744..... சிறு காப்பின் பேர்
360..... காமம் வெகுளி	1016... கெடுவல் யான் என்பது	498..... சிறு படையான் செல்
1163... காமமும் நாணும் உயிர்	117..... கெடுவாக வையாது	1231... சிறுமை நமக்கு ஒழியச்
500..... கால் ஆழ் களரின்	643..... கேட்டார்ப் பிணிக்கும்	934..... சிறுமை பல செய்து
102..... காலத்தினால் செய்த	796..... கேட்டினும் உண்டு	769..... சிறுமையும் செல்லாத்
485..... காலம் கருதி இருப்பர்	418..... கேட்பினும் கேளாத்	98....... சிறுமையுள் நீங்கிய
1227... காலை அரும்பி, பகல்	736..... கேடு அறியா,	57....... சிறை காக்கும் காப்பு
1225... காலைக்குச் செய்த	400..... கேடில் விழுச் செல்வம்	499..... சிறை நலனும்
772..... கான முயல் எய்த	115..... கேடும் பெருக்கமும்	307..... சினத்தைப் பொருள்
338..... குடம்பை தனித்து ஒழிய	808..... கேள் இழுக்கல்	306..... சினம் என்னும் சேர்ந்த
609..... குடி ஆண்மையுள் வந்த	925..... கை அறியாமை	821..... சீர் இடம் காணின்
601..... குடி என்னும் குன்றா	211..... கைம்மாறு வேண்டா	195..... சீர்மை சிறப்பொடு
1023... குடி செயல் என்னும்	774..... கைவேல் களிற்றொடு	962..... சீரினும் சீர் அல்ல
1028... குடி செய்வார்க்கு இல்	490..... கொக்கு ஒக்க சூம்பும்	1010... சீருடைச் செல்வர்
544..... குடி தழீஇக் கோல்	1235... கொடியார் கொடுமை	267..... சுடச்சுடரும் பொன்போல்
957..... குடிப்பிறந்தார்கண்	1169... கொடியார் கொடுமை	27....... சுவை ஒளி ஊறு
502..... குடிப் பிறந்து தன்கண்	525..... கொடுத்தலும் இன்	777..... சுழலும் இசை
794..... குடிப் பிறந்து தன்கண்	867..... கொடுத்தும் கொளல்	1031... சுழனும் ஏர்ப் பின்னது
549..... குடி புறங்காத்து	166..... கொடுப்பது அழுக்கறு	524..... சுற்றத்தால் சுற்றப்பட
604..... குடி மடிந்து குற்றம்	1005... கொடுப்பதூஉம் துய்ப்ப	671..... சூழ்ச்சி முடிவு
982..... குண நலம் சான்றோர்	1086... கொடும் புருவம் கோடா	445..... சூழ்வார் கண் ஆக
29....... குணம் என்னும் குன்று	390..... கொடை அளி	1024... சூழாமல் தானே
504..... குணம் நாடி	984..... கொல்லா நலத்து	112..... செப்பம் உடையவன்
868..... குணன் இலனாய்	326..... கொல்லாமை மேற்	887..... செப்பின் புணர்ச்சிபோல்
793..... குணனும் குடிமையும்	260..... கொல்லான் புலாலை	759..... செய்க பொருளை
1019... குலம் சுடும் கொள்கை	551..... கொலை மேற்கொண்டா	466..... செய்தக்க அல்ல
66....... குழல் இனிது யாழ்	550..... கொலையின் கொடியா	815..... செய்து ஏமம் சாரா
1025... குற்றம் இலனாய்	329..... கொலை வினையர்	101..... செய்யாமல் செய்த

313.....செயாமல் சென்றார்	63.......தம்பொருள் என்ப	1050...துப்புரவு இல்லார்
516.....செய்வானை நாடி	68.......தம்மின் தம் மக்கள்	1318...தும்முச் செறுப்ப
677.....செய்வினை செய்வான்	444.....தம்மின் பெரியார்	557.....துளி இன்மை ஞால
26.......செயற்கரிய செய்வார்	529.....தமர்ஆகி தன்துறந்தார்	263.....துறந்தார்க்குத் துப்புரவு
781.....செயற்கரிய யாஎள	348.....தலைப்பட்டார் தீரத்	42.......துறந்தார்க்கும் துவ்வாத
637.....செய்கை அறிந்தக்	964.....தலையின் இழிந்த	586.....துறந்தார் படிவத்தர்
437.....செயற்பால செய்யாது	266.....தவம் செய்வார்	22.......துறந்தார் பெருமை
40.......செயற்பால தோரும்	274.....தவம் மறைந்து	159.....துறந்தாரின் தூய்மை
258.....செயிரின் தலைப்பிரிந்த	262.....தவமும் தவம் உடையார்	378.....துறப்பார்மன் துப்புரவு
431.....செருக்கும் சினமும்	1325...தவறிலர் ஆயினும்	1157...துறைவன் துறந்தமை
569.....செருவந்த போழ்தில்	731.....தள்ளா விளையுளும்	669.....துன்பம் உறவரினும்
301.....செல்இடத்துக் காப்பான்	56.......தற்காத்து, தற்கொண்டா	94.......துன்புறூஉம் துவ்வாமை
302.....செல்லா இடத்துச் சினம்	318.....தன்உயிர்க்கு இன்னா	1250...துன்பத் துறந்தாரை
1151...செல்லாமை உண்டேல்	268.....தன்உயிர் தான்	188.....துன்னியார் குற்றமும்
1039...செல்லான் கிழவன்	327.....தன்உயிர் நீப்பினும்	1294...துனியன்ன நீன்னொடு
411.....செல்வத்துள் செல்வம்	251.....தன்ஊன் பெருக்கற்குத்	1306...துனியும் புலவியும்
86.......செல்விருந்து ஓம்பி	436.....தன்குற்றம் நீக்கி	364.....தூஉய்மை என்பது
412.....செவிக்கு உணவு இல்	875.....தன்துணை இன்றால்	383.....தூங்காமை கல்வி
389.....செவிகைப்பச் சொற்	293.....தன்நெஞ்சு அறிவது	672.....தூங்குக தூங்கிச் செயற்
694.....செவிச் சொல்லும்	1319...தன்னை உணர்த்தினும்	688.....தூய்மை துணைமை
420.....செவியின் சுவை	305.....தன்னைத்தான் காக்கின்	619.....தெய்வத்தான் ஆகாது
413.....செவியுணவின் கேள்வி	209.....தன்னைத்தான் காதலன்	55.......தெய்வம் தொழாஅள்
1256...செற்றவர்பின் சேறல்	7.........தனக்கு உவமை இல்	634.....தெரிதலும் தேர்ந்து
1245...செற்றார் எனக் கை	1.........தனியே இருந்து	462.....தெரிந்த இனத்தொடு
1255...செற்றாரின் செல்லாப்	399.....தாம் இன்புறுவது உலகு	1172...தெரிந்து உணரா
1097...செறஅச் சிறு சொல்	1191...தாம்வீழ்வார் தம் வீழ்ப்	249.....தெருளாதான் மெய்ப்
1275...செறிதொடி செய்து	1103...தாம்வீழ்வார் மென்தோள்	1065...தெள்நீர் அடு புற்கை
123.....செறிவறிந்து சீர்மை	1150...தாம் வேண்டின் நல்கு	464.....தெளிவு இலதனைத்
488.....செறுநரும் காணின்	767.....தார்தாங்கிச் செல்வது	43.......தென்புலத்தார் தெய்வம்
869.....செறுவார்க்குச் சேண்	212.....தாள்ஆற்றித் தந்த	510.....தேராது தெளிவும்
422.....சென்ற இடத்தால்	614.....தாளாண்மை இல்லா	508.....தேரான் பிறனை
1078...சொல்லப், பயன்படுவர்	613.....தாளாண்மை என்னும்	1073...தேவர் அனையர்
200.....சொல்லுக சொல்லில்	19.......தானம்தவம் இரண்டும்	509.....தேற்க யாரையும்
645.....சொல்லுக சொல்லை	157.....திறன் அல்ல தன் பிறர்	876.....தேறினும் தேறாவிடனும்
664.....சொல்லுதற் யார்க்கும்	644.....திறன் அறிந்து சொல்க	685.....தொகச் சொல்லி
827.....சொல் வணக்கம்	256.....தின்றற்பொருட்டால்	396.....தொட்டனைத்து ஊறும்
647.....சொல்வல்லன் சோர்வு	104.....தினைத் துணை நன்றி	491.....தொடங்கற்க எவ்வினை
119.....சொற்கோட்டம் இல்லது	433.....தினைத் துணையாம்	1135...தொடலைக் குறுந்தொடி
484.....ஞாலம் கருதினும்	1282...தினைத் துணையும்	1279...தொடி நோக்கி
561.....தக்காங்கு நாடி	947.....தீஅளவு இன்றித்	1037...தொடிப் புழுதி
446.....தக்கார் இனத்தனாய்	206.....தீப்பால அவற்றை	1236...தொடியொடு தோள்
114.....தக்கார் தகவிலர்	208.....தீயவை செய்தார்	1159...தொடிற் சுடின் அல்லது
111.....தகுதின ஒன்று	202.....தீயவை தீய பயத்த	1043...தொல் வரவும்
1300...தஞ்சம் தமர் அல்லர்	129.....தீயினால் சுட்ட புண்	828.....தொழுது கையுள்ளும்
1277...தண்ணந் துறைவன்	201.....தீவினையார் அஞ்சார்	236.....தோன்றின் புகழொடு
1233...தணந்தமை சால	926.....துஞ்சினார் செத்தாரின்	999.....நகல்வல்லார்
67.......தந்தை மகற்கு ஆற்றும்	1218...துஞ்சுங்கால் தோள்	784.....நகுதற் பொருட்டு அன்று
1107...தம் இன்துணை இருந்தக்	651.....துணை நலம்	953.....நகை ஈகை இன்சொல்
916.....தம் நலம் பாரிப்பார்	12.......துப்பார்க்குத் துப்பு ஆய	304.....நகையும் உவகையும்
1205...தம் நெஞ்சத்து எம்மைக்	1165...துப்பின் எவனாவர்	995.....நகையுள்ளும் இன்னாதது

செய்யுள் முதற்குறிப்பு அகராதி ■ திருக்குறள் ■ 285

817.....நகை வகையர் ஆகிய	791.....நாடாது நட்டலின்	1278...நெருநற்றுச் சென்றார்
1008...நச்சப்படாதவன் செல்	739.....நாடு என்ப	1049...நெருப்பினுள் துஞ்சலுற்
1199...நசை இயார் நல்கார்	1020...நாண் அகத்து இல்லார்	1093...நோக்கினாள் நோக்கி
679.....நட்டார்க்கு நல்ல	924.....நாண் என்னும்	1082...நோக்கினாள் நோக்கு
908.....நட்டார் குறை	1257...நாண் என ஒன்றோ	1308...நோதல் எவன் மற்று
826.....நட்டார் போல் நல்லவை	1016...நாண்வேலி கொள்ளாது	320.....நோய் எல்லாம் நோய்
802.....நட்பிற்கு உறுப்புக்	833.....நாணாமை நாடாமை	948.....நோய் நாடி நோய்
789.....நட்பிற்கு வீற்றிருக்கை	1017...நாணால் உயிரைத்	877.....நோவற்க நொந்தது
171.....நடுஇன்றி நன் பொருள்	1297...நாணும் மறந்தேன்	1132...நோனா உடம்பும்
998.....நண்பு ஆற்றார்	1133...நாணெடு நல்ஆண்மை	187.....பகச் சொல்லிக் கேளிர்
235.....நத்தம்போல் கேடும்	641.....நாநலம் என்னும்	852.....பகல் கருதிப் பற்றா
1181...நயந்தவர்க்கு நல்காமை	1195...நாம்காதல் கொண்டார்	481.....பகல் வெல்லும் கூகை
1232...நயந்தவர் நல்காமை	334.....நாளென ஒன்றுபோல்	322.....பகுத்து உண்டு பல்
197...நயனில சொல்லினும்	553.....நாள்தோறும் நாடி	871.....பகை என்னும்
193...நயனிலன் என்பது	520.....நாள்தோறும் நாடுக	874.....பகை நட்பாக் கொண்டு
97......நயன்சாரா நன்றி	1260...நினைப்பவர் போன்று	830.....பகை நட்பு ஆம்
219.....நயன் உடையான்	331.....நில்லாதவற்றை நிலை	146.....பகை பாவம் அச்சம்
194.....நயன் சாரா நன்மையின்	959.....நிலத்தில் கிடத்தமை	709.....பகைமையும் கேண்மை
994.....நயனொடு நன்றி	452.....நிலத்து இயல்பான்	723.....பகையகத்துச் சாவார்
1026...நல்ஆண்மை என்பது	234.....நிலவரை நீள் புகழ்	727.....பகையகத்துப் பேடி
242.....நல்ஆற்றான் நாடி	325.....நிலையஞ்சி நீத்தாருள்	1189...பசக்கமன் பட்டாங்கு
460.....நல்இனத்தின் ஊங்கும்	770.....நிலை மக்கள் சால	1188...பசந்தாள் இவள் என்ப
1045...நல்குரவு என்னும்	124.....நிலையின் திரியாது	1190...பசப்பு எனப் பேர் பெறு
375.....நல்லவை எல்லாஅம்	881.....நிழல் நீரும்	1175...படல் ஆற்றா பைதல்
408.....நல்லார்கண் பட்ட	1138...நிறை அரியர் மன்	606.....படுஎனப்படற்கு பற்று
324.....நல்லாறு எனப்படுவது	154.....நிறை உடைமை நீங்கா	172.....படுபயன் வெஃகி
222.....நல்லாறு எனினும்	1254...நிறை உடையேன்	381.....படை குடி சூழ்
149.....நலக்கு உரியார் யார்	782.....நிறை நீர	253.....படை கொண்டார்
1305...நலத்தகை நல்லவர்க்கு	917.....நிறை நெஞ்சம்	573.....பண் என் ஆம்
958.....நலத்தின் கண் நார்	28......நிறை மொழி மாந்தர்	1083...பண்டு அறியேன் கூற்று
960.....நலம் வேண்டின் நாண்	1320...நினைத்திருந்து நோக்கி	1000...பண்பிலான் பெற்ற
783.....நவில்தொறும் நூல்	1241...நினைத்து ஒன்று	996.....பண்புடையார்ப் பட்டு
1046...நற் பொருள் நன்கு	1203...நினைப்பவர் போன்று	978.....பணியுமாம் என்றும்
511.....நன்மையும் தீமையும்	864.....நீங்கான் வெகுளி	95......பணிவுடையன் இன்
138.....நன்றிக்கு வித்து ஆகும்	1104...நீங்கின் தெறூஉம்	1234...பணைநீங்கிப் பைந்
108.....நன்றி மறப்பது நன்று	20......நீர் இன்று அமையாது	1229...பதிமருண்டு பைதல்
1072...நன்று அறிவாரின்	1309...நீரும் நிழலது	103.....பயன்தூக்கார் செய்த
328.....நன்று ஆம் கால் ஆக்கம்	373.....நுண்மாண் நூல் பல	912.....பயன்தூக்கிப் பண்புரை
379.....நன்று ஆம் கால்	710.....நுண்ணியம் என்பார்	216.....பயன்மரம் உள்ஊர்
469.....நன்று ஆற்றலுள்ளும்	407.....நுண்மாண் நுழை	196.....பயனில்சொல் பாராட்டு
715.....நன்று என்றவற்றுள்ளும்	419.....நுணங்கிய கேள்வியர்	192.....பயனில பல்லார்முன்
113.....நன்றே தரினும் நடுவு	476.....நுனிக்கொம்பர் ஏறினார்	1248...பரிந்தவர் நல்கார்
1111...நனிநீரர் வாழி	683.....நூலாருள் நூல்வல்லவன்	132.....பரிந்தோம்பிக் காக்க
1215...நனவினால் கண்டதூஉம்	1128...நெஞ்சத்தான் காதல	88......பரிந்தோம்பிப் பற்ற
1220...நனவினான் நம்நீத்தார்	276.....நெஞ்சின் துறவார்	599.....பரியது சுர்ங்கோட்டது
1217...நனவினான் நல்காக்	17......நெடுங்கடலும் தன்	376.....பரியினும் ஆகாவாம்
1213...நனவினான் நல்காத	605.....நெடுநீர் மறவி	811.....பருகுவார் போலினும்
1219...நனவினான் நல்கரை	495.....நெடும் புனலுள் வெல்	482.....பருவத்தோடு ஒட்ட
1216...நனவு என ஒன்று	1148...நெய்யால் எரி நுது	1197...பருவரலும் பைதலும்
335.....நாச் செற்று விக்குள்	336.....நெருநல் உளன்	735.....பல்குழுவும் பாழ்செய்யும்

728.....பல்லவை கற்றும்	1187...புல்லிக் கிடந்தேன்	248.....பொருள் அற்றார்
450.....பல்லார் பகைகொள	1324...புல்லி விடாஅப்	252.....பொருள் ஆட்சி
191.....பல்லார் முனிய	1323...புலத்தலின் புத்தேள்	753.....பொருள் எனும்
1034...பலகுடை நீழலும்	1259...புலப்பல் எனச் சென்	675.....பொருள் கருவி
649.....பலசொல்லக் காமுறுவர்	1267...புலப்பேன்கொல் புல்லு	938.....பொருள் கெடுத்து
823.....பலநல்ல கற்ற	79.......புறத்து உறுப்பு எல்லாம்	199.....பொருள் தீர்ந்த
937.....பழகிய செல்வமும்	277.....புறம் குன்றி	246.....பொருள் நீங்கிப்
803.....பழகிய நட்பெவன்	183.....புறம் சுரி பொய்த்த	1230...பொருள்மாலை யாளரை
657.....பழிமலைந்து எய்திய	298.....புறந் தூய்மை நீரான்	1002...பொருளான் ஆம்எல்ல
44.......புழியஞ்சிப் பாத்தூண்	1222...புன்கண்ணை வாழி	487.....பொள்ளென ஆங்கே
639.....பழுதெண்ணும் மந்திரி	1311...பெண்இயலார் எல்லா	618.....பொறிஇன்மை யார்க்கும்
801.....பழைமை எனப்படுவது	907.....பெண்ஏவல் செய்து	6.........பொறிவாயில் ஐந்து
700.....பழையம் எனக்கருதி	54.......பெண்ணின் பெருந்தக்க	152.....பொறுத்தல் இறப்பினை
521.....பற்றற்ற கண்ணும் பழ	1280...பெண்ணினால் பெண்	733.....போற்றி ஒருங்கு
349.....பற்றற்ற கண்ணே	580.....பெயக்கண்டும் நஞ்சு	693.....போற்றின் அரியவை
275.....பற்றற்றேம் என்பார்	1174...பெயல்ஆற்றா நீர்	65.......மக்கள் மெய் தீண்டல்
347.....பற்றிவிடாஅ	1276...பெரிது ஆற்றிப் பெட்ட	1071...மக்களே போல்வர்
350.....பற்றுக பற்றற்றான்	839.....பெரிது இன்று	70.......மகன் தந்தைக்கு ஆற்று
438.....பற்றுள்ளம் என்னும்	892.....பெரியாரைப் பேணாது	60.......மங்கலம் என்ப
1258...பன்மாய்க் கள்வன்	963.....பெருக்கத்து வேண்டும்	1136...மடல் ஊர்தலும் யாமத்தும்
1223...பனிஅருமிப் பைதல்	526.....பெருங் கொடையான்	610.....மடி இலா மன்னவன்
1237...பாடு பெறுதியோ நெஞ்	732.....பெரும் பொருளான்	617.....மடி உளாள் மா முகடி
227.....பாத்து ஊண்	975.....பெருமை உடையவர்	603.....மடிமடி கொண்டு
1121...பாலொடு தேன்	505.....பெருமைக்கும் ஏனைச்	608.....மடிமை குடிமைக்கண்
738.....பிணி இன்மை	979.....பெருமை பெருமிதம்	602.....மடியை மடியா
1102...பிணி மருந்து	58.......பெற்றார் பெறின்	624.....மடுத்த வாய் எல்லாம்
1089...பிணை ஏர் மட	1295...பெறாஅமை அஞ்சும்	576.....மண்ணொடு இயைந்த
633.....பிரித்தலும் பேணிக்	1270...பெறின் என்ஆம்	742.....மணி நீரும் மண்ணும்
1156...பிரிவு உரைக்கும்	61.......பெறுமவற்றுள் யாம்	1273...மணியுள் திகழ்தரும்
417.....பிழைத்து உணர்ந்தும்	1178...பேணாது பெட்டார்	636.....மதிநுட்பம் நூலோடு
358.....பிறப்பியல்பினும் பேதை	1283...பேணாது பெட்பவே	1116...மதியும் மடந்தை
972.....பிறப்பு ஒக்கும்	902.....பேணாது பெண்	969.....மயிர் நீப்பின் வாழாக்
319.....பிறர்க்கு இன்னா	372.....பேதைப் படுக்கும்	217.....மருந்து ஆகித் தப்பா
1018...பிறர் நாணத்தக்கது	816.....பேதை பெருங்கெழீஇ	942.....மருந்து என வேண்டா
1015...பிறர் பழியும்	831.....பேதைமை என்பது	968.....மருந்தோ மற்று ஊன்
10.......பிறவிப் பெருங் கடல்	805.....பேதைமை ஒன்றோ	800.....மருவுக மாசு
186.....பிறன் பழி கூறுவான்	832.....பேதைமையுள் எல்லாம்	1142...மலரன்ன கண்ணாள்
141.....பிறன் பொருளாள்	773.....பேர்ஆண்மை என்ப	1119...மலரன்ன கண்ணாள்
148.....பிறன் மனை நோக்காத	533.....பொச்சாப்பார்க்கு இல்	1112...மலர் காணின் மையாத்
475.....பீலி பெய் சாகாடும்	532.....பொச்சாப்புக் கொல்லும்	3.........மலர்மிசை ஏகினான்
340.....புக்கில் அமைந்தின்று	915.....பொது நலத்தார்	1289...மலினும் மெல்லிது
966.....புகழ் இன்றால் புத்தேள்	528.....பொது நோக்கான்	280.....மழித்தலும் நீட்டலும்
538.....புகழ்புரிந்த போற்றிச்	836.....பொய்மய்ப் பெலோ ஒன்றோ	345.....மற்றும் தொடர்ப்பாடு
237.....புகழ்பட வாழாத	292.....பொய்ம்மையும் வாய்மை	1206...மற்று யான் என்
59.......புகழ் புரிந்த இல்	296.....பொய்யாமை அன்ன	303.....மறத்தல் வெகுளியை
785.....புணர்ச்சி பழகுதல்	297.....பொய்யாமை பொய்யா	204.....மந்தும் பிறன் கேடு
213.....புத்தேள் உலகத்தும்	913.....பொருட்பெண்டிர்	1207...மறப்பின் எவன் ஆவன்
780.....புரந்தார் கண் நீர்	914.....பொருட்பொருளார்	134.....மறப்பினும் ஒத்துக்
719.....புல்அவையுள்	751.....பொருள் அல்லவரைப்	766.....மறம் மானம்
1301...புல்லாது இராஅப்	351.....பொருள் அல்லவற்றைப்	106.....மறவற்க மாசு அற்றார்

செய்யுள் முதற்குறிப்பு அகராதி ▪ திருக்குறள் ▪ 287

587..... மறைந்தவை கேட்க	535..... முன்னுறக் காவாது	1210... விடாஅது சென்றாரைக்
1253... மறைப்பேன்மன் காம	749..... முனை முகத்து	689..... விடு மாற்றம்
1161... மறைப்பேன்மன் யான்	973..... மேல் இருந்தும் மேல்	13....... விண்இன்று பொய்ப்பின்
1180... மறை பெறல் ஊரார்க்கு	409..... மேற்பிறந்தார் ஆயினும்	85....... வித்தும் இடல்வேண்டும்
1168... மன உயிர் எல்லாம்	838..... மையல் ஒருவன்	439..... வியவற்க எஞ்ஞான்றும்
244..... மன்உயிர் ஓம்பி	90....... மோப்பக் குழையும்	82....... விருந்து புறத்ததாத்
556..... மன்னர்க்கு மன்னுதல்	127..... யாகாவார் ஆயினும்	522..... விருப்பு அறாச் சுற்றம்
692..... மன்னர் விழைப	895..... யாண்டுச் சென்று	648..... விரைந்து தொழில்
278..... மனத்தது மாசு ஆக	341..... யாதனின் யாதனின்	872..... வில்லார் உழவர்
453..... மனத்தான் ஆம் மாந்தர்	397..... யாதானும் நாடு ஆமால்	410..... விலங்கொடு மக்கள்
825..... மனத்தின் அமையாத	1140... யாம் கண்ணின் காண	775..... விழித்த கண்
454..... மனத்து உளது போலக்	300..... யாம் மெய்யாக்	776..... விழுப்புண் படாத நாள்
34....... மனத்துக்கண் மாசு	1204... யாழும் உளேம்கொல்	162..... விழுப் பேற்றின் அஃது
295..... மனத்தொடு வாய்மை	1314... யாரினும் காதலம்	804..... விழைதகையான்
459..... மன நலத்தின் ஆகும்	346..... யான் எனது என்னும்	810..... விழையார் விழையப்படு
458..... மன நலம் நன்கு	1094... யான் நோக்கும் காலை	1186... விளக்கு அற்றம் பார்
457..... மனநலம் மன் உயிர்க்கு	377..... வகுத்தான் வகுத்தவகை	143..... விளிந்தாரின் வேறு
455..... மனம் தூய்மை	465..... வகையறுச் சூழாது	1209... விளியும் என்இன் உயிர்
456..... மனம் தூயார்க்கு	878..... வகைஅறிந்து தற்செய	518..... வினைக்கு உரிமை
884..... மனம் மாணா உட்பகை	721..... வகைஅறிந்து வல்லவை	612..... வினைக்கண் வினைக்
51....... மனைத் தக்க மாண்பு	897..... வகைமாண்ட வாழ்க்கை	519..... வினைக்கண் வினையு
52....... மனை மாட்சி இல்லாள்	239..... வசைஇலா வண் பயன்	1268... வினைகலந்து வென்றீக
904..... மனையாளை அஞ்சும்	238..... வசைஎன்ப வையத்தார்	584..... வினை செய்வார் தம்
901..... மனை விழைவார்	240..... வசையொழிய வாழ்வாரே	661..... வினைத் திட்டம் என்பது
1118... மாதர் முகம்போல்	271..... வஞ்ச மனத்தான்	674..... வினைபகை என்று
1226... மாலை நோய் செய்தல்	1266... வருமகன் கொண்டன்	678..... வினையான் வினை
1221... மாலையோ அல்லை	435..... வரும் முன்னர்க்	471..... வினை வலியும் தன்
945..... மாறுபாடு இல்லாத	83....... வரு விருந்து வைகலும்	38....... வீழ்நாள் படாஅமை
829..... மிகச் செய்து தம்	919..... வரைவு இலா முன்னர்	1198... வீழ்வாரின் இன் சொல்
857..... மிகல் மேவல்	273..... வலியில் நிலைமையான்	1194... வீழ்ப்படுவார் கெழீஇ
941..... மிகினும் குறையினும்	861..... வலியார்க்கு மாறு	1193... வீழுநர் வீழப்படுவார்க்கு
158..... மிகுதியான் மிக்கவை	250..... வலியார்முன் தன்னை	1108... வீழும் இருவர்க்கு
93....... முகத்தான் அமர்ந்து	955..... வழங்குவது உள்வீழ்ந்தக்	665..... வீழ்ஒய்ந் மாண்டார்
824..... முகத்தின் இனிய	865..... வழி நோக்கான்	844..... வெண்மை எனப்படுவது
707..... முகத்தின் முதுக்குறை	1317... வழுத்தினாள் தும்மி	563..... வெருவந்த செய்து
786..... முகம் நக நட்பது	221..... வழியார்க்கொன்று ஈவ	622..... வெள்ளத்து அனைய
708..... முகம் நோக்கி நிற்க	632..... வன்கண் குடிகாத்தல்	595..... வெள்ளத்து அனைய
1274... முகை மொக்குள் உள்ள	120..... வாணிகம் செய்வார்க்கு	1105... வேட்ட பொழுதின்
676..... முடிவும் இடையூறும்	291..... வாய்மை எனப்படுவது	646..... வேட்பத் தாம் சொல்லி
449..... முதல் இலார்க்கு	1179... வாராக்கால் துஞ்சாவரின்	697..... வேட்பன சொல்லி
1239... முயக்கிடைத் தண் வளி	512..... வாரி பெருக்கி வளம்	177..... வேண்டற்க வெஃகி ஆம்
1238... முயங்கிய கைகளை	1124... வாழ்தல் உயிர்க்கு	931..... வேண்டற்க வென்றி
616..... முயற்சி திருவினை	1192... வாழ்வார்க்கு வானம்	363..... வேண்டாமை அன்ன
492..... முரண் சேர்ந்த	1261... வாள் அற்றுப் புற்கென்ற	265..... வேண்டிய வேண்டிய
747..... முற்றியும் முற்றாது	882..... வாள்போல் பகைவரை	342..... வேண்டின் உண்டாகத்
748..... முற்று ஆற்றி	726..... வாளொடு என்	362..... வேண்டுங்கால் வேண்டு
1113... முறிமேனி முத்தம்	272..... வான் உயர் தோற்றம்	4......... வேண்டுதல் வேண்டா
559..... முறைகோடி மன்னவன்	11....... வான் நின்று உலகம்	546..... வேல்அன்று வென்றி
388..... முறை செய்து காப்பா	542..... வான் நோக்கி வாழும்	552..... வேலொடு நின்றான்
640..... முறைப்படச் சூழ்ந்தும்	16....... விசும்பின் துளி வீழின்	1001... வைத்தான்வாய் சான்ற
		50....... வையத்துள் வாழ்வாங்கு